കൃംതക്കാലത്തെ സൂത്താറകൾ

**Kymthakalathe Sootharakal**
Novel

Shijo V Varghese

CHINTHA PUBLISHERS
Thiruvananthapuram



*First Edition*
October 2024

*Published & Typesetting*
Chintha Publishers, Thiruvananthapuram

*Printed at*
Time Offset Printers, Thiruvananthapuram

*Cover Design*
Vinod Mangoes

ISBN : 978-81-971163-9-1

CO - 3551 / 7215

Email: chinthapublishers@gmail.com
Website: www.chinthapublishers.com

A version is available at National Libraries
Kolkata, Mumbai, Chennai and Delhi

Distribution
**DESHABHIMANI BOOKHOUSE**
H O Thiruvananthapuram 695035

Branch
Head Office Kunnukuzhi • Statue Thiruvananthapuram
Saphalyam Complex Thiruvananthapuram
Machingal Lane Thrissur • IG Road Kozhikode
Mavoor Road Kozhikode • NGO Union Building Kannur
Central Bus Terminal Complex Thavakkara Kannur

# ക്യംതക്കാലത്തെ സൂത്താറകൾ

ഷിജോ വി വർഗീസ്

ചിന്ത പബ്ലിഷേഴ്സ്
തിരുവനന്തപുരം 695 035

## ഷിജോ വി വർഗീസ്

പത്തനംതിട്ട ജില്ലയിൽ കുളനടയ്ക്കു സമീപം ഉള്ളന്നൂരിൽ ജനനം. മാതാപിതാക്കൾ: ഇ എം മറിയാമ്മ, വി എം വർഗീസ്. അഞ്ചൽ സെന്റ് ജോൺസ് കോളേജിൽ മലയാള വിഭാഗം അദ്ധ്യാപകൻ.

**പുസ്തകങ്ങൾ:** *വോൾവോ എ സി*, *ലാൻഡ്റോവർ* (കവിതാ സമാഹാരം), *ഇരട്ടവര* (പഠനം).

**പുരസ്കാരങ്ങൾ:** ബുക്ക് കഫേ പബ്ലിക്കേഷൻസ് കവിതാ പുരസ്കാരം, നിറവ് സാംസ്കാരിക സമിതി സാഹിത്യപുരസ്കാരം, വേദി ട്ടു വേദി പുരസ്കാരം.


ജീവിത പങ്കാളി: എലിസബത്ത്

മകൻ : ജൊഹാൻ

വിലാസം : വള്ളികുന്നമോടിയിൽ<br>
കൈപ്പുഴ നോർത്ത് പി ഒ<br>
കുളനട, പത്തനംതിട്ട

ഫോൺ : 9446200103

ഇ-മെയിൽ : shijovvarghese@gmail.com

എല്ലാ പ്രിയപ്പെട്ടവർക്കും
പുസ്തക പ്രസാധകരായ ചിന്തയ്ക്കും ബെന്യാമിനും
സ്നേഹം

സമർപ്പണം

പപ്പയ്ക്ക്

# പ്രസാധകക്കുറിപ്പ്

**പു**തിയ മേഖലകളിലേക്ക് ആഴ്ന്നിറങ്ങുന്ന മലയാള നോവൽ ശാഖയ്ക്ക് ഒരു മികച്ച സംഭാവനയാണീ നോവൽ. സുറിയാനി ക്രിസ്ത്യാനികളുടെ പ്രാർത്ഥനാപരിസരങ്ങളിലാണ് *കൃംത ക്കാലത്തെ സൂത്താറകൾ* പിറക്കുന്നത്. ഉയിർപ്പുകാലത്തെ പ്രാർത്ഥനയെ അതു സൂചിപ്പിക്കുന്നു. വിശ്വാസത്തിന്റെ ലോകത്തുനിന്നും പുതിയകാല ജീവിതത്തിലേക്ക് പ്രവേശിച്ച മനുഷ്യന്റെ പ്രതിസന്ധികൾ ഈ നോവൽ വരച്ചുകാട്ടുന്നു. ഏറ്റവും ആധുനികമായ ഐ ടി എന്ന തൊഴിൽമേഖലയിലെ ജീവിതത്തിലേക്ക് ഈ നോവൽ വാതിൽ തുറക്കുന്നു. സഹജീവിതം, സ്വവർഗാനുരാഗം, സ്ത്രീസ്വാതന്ത്ര്യം തുടങ്ങിയ ആധുനിക ജീവിതസാഹചര്യങ്ങളെ പഴയ കാലത്തുനിന്നും വീക്ഷിക്കുന്ന ജീവനും സ്വതന്ത്രജീവിതത്തെ ജീവവായുവായി കാണുന്ന പങ്കാളി എമിലിയും തമ്മിലുള്ള ബന്ധത്തെ പരിശോധിക്കുകയാണീ നോവൽ.

**ചിന്ത പബ്ലിഷേഴ്സ്**

# ദേശചരിത്രത്തിലേക്കുള്ള സൂക്ഷ്മ സഞ്ചാരങ്ങൾ

**ബെന്യാമിൻ**

**ഒ**രു ദേശത്തെക്കുറിച്ച് നമുക്ക് എത്ര കഥകൾ മെനയാൻ കഴിയും? അവിടെ എത്ര ഭാവനാസമ്പന്നരായ മനുഷ്യരുണ്ടോ അത്രയും എന്നാണ് എന്റെ ഉത്തരം. ഒരേ ദേശത്തെയും ഒരേ കാലത്തിനെയും ഒരേ സംഭവത്തിനെയും പലർ പല കോണിൽ നിന്ന് നോക്കിക്കാണുമ്പോൾ ഓരോരുത്തർക്കും ഓരോതരം കഥകളാവും കിട്ടുക. എന്നുമാത്രമല്ല, ഒരാൾ എത്രയൊക്കെ കുഴിച്ചെടുത്താലും പിന്നെയും കഥകളുടെ നിധി ഓരോ ദേശത്തും ബാക്കി കിടക്കുന്നുണ്ടാവും. മിടുക്കന്മാർ അത് കണ്ടെത്തുകയും ആവിഷ്കരിക്കുകയും ചെയ്യും.

*കൃംതക്കാലത്തെ സൂത്താറകൾ* എന്ന നോവലിന്റെ കഥാഭൂമിക എന്റെ തന്നെ കഥാഭൂമിയായ മാന്തളിരും അതിന്റെ പ്രാന്തപ്രദേശങ്ങളുമാണ്. എന്നാൽ ഷിജോ വി വർഗീസ് ഞാൻ കണ്ടെടുക്കാത്തതും പരാമർശിക്കാത്തതുമായ മാന്തളിർകഥകളിൽ ചിലത് കണ്ടെത്തി സാഹിത്യലോകത്തിന് സമ്മാനിക്കുകയാണ് ചെയ്യുന്നത്. അതുകൊണ്ടുതന്നെ വളരെ കൗതുകപൂർവ്വമാണ് ഞാനിത് വായിച്ചത്. ഒരുപക്ഷേ, ഒരു ഗൃഹാതുരതയോടെ എന്ന് തന്നെ പറയാം.

ബാംഗ്ലൂർ എന്ന മെട്രോ നഗരത്തിൽ ജോലി ചെയ്യുന്ന ജീവൻ നാട്ടിൽ നിന്ന് മടങ്ങിവരുമ്പോൾ കൊണ്ടുവരുന്ന അപ്പന്റെ ഡയറിയിൽ നിന്നാണ് നാടിന്റെ ചരിത്രം ഇതൾ വിരിയുന്നത്. കത്തിപ്പോയ ഓലപ്പള്ളിയും അതിന്റെ പിന്നിലെ ദുരൂഹതയും ഈ നോവലിന്റെ ജീവനാഡിയായി മാറുന്നു. അതേസമയം മെട്രോ നഗരത്തിൽ ജീവിക്കുന്ന മനുഷ്യരുടെ ആത്മസംഘർഷങ്ങൾ, പ്രതിസന്ധികൾ, വിഹ്വലതകൾ, ബന്ധങ്ങളിലെ വിള്ളലുകൾ എന്നിവ മറ്റൊരു ധാരയായി ഈ നോവലിലൂടെ ഒഴുകുകയും ചെയ്യുന്നു.

ഓലപ്പള്ളിയും കടലിക്കുന്നും മാന്തളിർ പള്ളിയിൽനിന്നുള്ള വിഘടിച്ചുപോകലും പിന്നീട് കത്തോലിക്കാസഭയുടെ ആഗമനവും അതെച്ചൊല്ലിയുള്ള കുടുംബകലഹങ്ങളും ഒക്കെ ഒരു ദേശത്തിന്റെ ചരിത്രത്തിലേക്കുള്ള ഇറങ്ങിപ്പോക്ക് ആയിത്തീരുന്നു. നഗരജീവിതവും ഗ്രാമചരിത്രവും ഇവിടെ കഥയുടെ ഇരുചിറകുകളായി മാറുന്നു. നമ്മെ ആ കഥയുടെ മുനമ്പിലേക്ക് അത് കൂട്ടികൊണ്ടുപോകുന്നു. പ്രാദേശിക കഥകളും ചരിത്രവും നോവലിൽ വിഷയീഭവിക്കുന്ന ഒരു സാഹിത്യകാലമാണിത്. അതാവട്ടെ പുതുവായനക്കാർ നന്നായി സ്വീകരിക്കുകയും ആസ്വദിക്കുകയും ചെയ്യുന്നുമുണ്ട്. അതിലൂടെ ദേശത്തെ എന്നന്നേക്കുമായി ചരിത്രത്തിൽ അടയാളപ്പെടുത്തുന്ന ദൗത്യമാണ് എഴുത്തുകാരൻ നിർവഹിക്കുന്നത്. മാന്തളിർ ദേശത്തിന്റെ പരിസരങ്ങളിൽ പറയപ്പെടാതെ കിടന്ന കഥകൾ കണ്ടെത്തി അവതരിപ്പിക്കുന്നു എന്നതുകൊണ്ടുതന്നെ ഷിജോ വി വർഗീസിനോട് ഞാൻ കടപ്പെട്ടിരിക്കുന്നു എന്ന് ആത്മാർത്ഥമായി പറയേണ്ടിയിരിക്കുന്നു. ഇല്ലെങ്കിൽ അവ കൂടുതലും കണ്ടെടുക്കപ്പെടാതെയും സാഹിത്യത്തിൽ അടയാളപ്പെടുത്തപ്പെടാതെയും പോകുമായിരുന്നു. പ്രാദേശിക ജീവിതവും ചരിത്രവും ഒരു കൗതുകമായി കൊണ്ടുനടക്കുന്ന നോവൽവായനക്കാർക്ക് ഞാൻ *കൃംതക്കാലത്തെ സൂത്താറകൾ* നിർദ്ദേശിക്കുകയാണ്. നിങ്ങളുടെ വായനയെ ഈ നോവൽ തൃപ്തിപ്പെടുത്തും എന്ന കാര്യത്തിൽ ഒരു സംശയവും വേണ്ട.

വരും കാലത്ത് കൂടുതൽ വ്യത്യസ്തവും ആഴമേറിയതുമായ നോവലുകൾകൊണ്ട് സാഹിത്യ ലോകത്ത് ഷിജോ വി വർഗീസ് നിറഞ്ഞുനില്ക്കട്ടെ, കൂടുതൽ ലോകങ്ങളെ നമുക്ക് പരിചയപ്പെടുത്തട്ടെ എന്ന് ആശംസിക്കുന്നു.

മലേപ്പള്ളിയുടെ സെമിത്തേരിയിൽ ഐസക്ക് അച്ചായൻ എരിഞ്ഞടങ്ങുമ്പോൾ അന്തിമോപചാരം അർപ്പിക്കാനായി അധികമാളുകൾ ഉണ്ടായിരുന്നില്ല. സഭയുടെ ചരിത്രത്തിലെതന്നെ സുപ്രധാനമായ ഒരു മാറ്റമെന്ന് പുരോഗമനവാദികളും, ലോകാവസാനം ഇതാ തൊട്ടടുത്തെത്തിയെന്ന് തലയിൽ കൈവെച്ച് ആത്മാർത്ഥമായി കരഞ്ഞ പാരമ്പര്യവാദികളും വീടുകളിൽ സുരക്ഷിത അകലം പാലിച്ചു. കോവിഡ് മൂലം മരിച്ചവരെ സംസ്കരിക്കാൻ സഭ നിയോഗിച്ച യുവവൈദികനും യുവജന പ്രസ്ഥാനത്തിലെ നാലഞ്ച് ചെറുപ്പക്കാരും ആരോഗ്യവകുപ്പിലെ ചില ഉദ്യോഗസ്ഥരുമായിരുന്നു ആകെ ഉണ്ടായിരുന്നത്. ഐസക്ക് അച്ചായൻ പൊതുസമ്മതനും എല്ലാവർക്കും പ്രിയപ്പെട്ടവനുമായിരുന്നെങ്കിലും കോവിഡിനോടുള്ള ആളുകളുടെ വലിയ ഭയം വീട്ടിൽ നിന്നിറങ്ങാൻ അവരെ അനുവദിച്ചില്ല. മരണാനന്തരച്ചടങ്ങുകളിലെ ആഘോഷങ്ങൾ കണ്ടു കണ്ണു മഞ്ഞളിച്ച ഞങ്ങളുടെ തലമുറയ്ക്ക് ഒരു പുതിയ കാഴ്ചയായിരുന്നു സെമിത്തേരിയിലെ ദഹിപ്പിക്കൽ. മോർച്ചറി തൊട്ട് അനേക വാഹനങ്ങളുടെ അകമ്പടിയോടെയും, നാട്ടിലെ പ്രശസ്ത സംഗീത ഗ്രൂപ്പിന്റെ ഗാനാലാപനത്തോടെയുമുള്ള ശവഘോഷയാത്ര ഒരു മത്സരമായി വളർന്നു തുടങ്ങിയപ്പോഴാണ് ആഘോഷങ്ങൾക്കൊന്നും തന്നെ വിട്ടു കൊടുക്കാതെ തൊണ്ണൂറ്റിയഞ്ചാം വയസ്സിൽ ഐസക്ക് അച്ചായൻ സെമിത്തേരിയിൽ ഒരു പിടി ചാരമാകുന്നത്.

പള്ളിയോട് തൊട്ടു ചേർന്നാണ് സെമിത്തേരി. പുതുക്കിപ്പണിത പള്ളിയുടെ സ്ഥാനത്ത് തൊണ്ണൂറു വർഷങ്ങൾക്കു മുൻപ് ഉണ്ടായിരുന്നത് ഒരു ഓലപ്പള്ളിയാണെന്ന് ആദ്യം കേൾക്കുന്നത് ഐസക്ക് അച്ചായനിൽ നിന്നാണ്.

"അപ്പനെങ്ങനുണ്ടെടാ ജീവാ?"

ലൂക്കോച്ചായന്റെ ചോദ്യമാണ്.

"കുഴപ്പമില്ലച്ചായാ പ്രായത്തിന്റെ ചില ബുദ്ധിമുട്ടുകളുണ്ട്"

എന്ന് പറഞ്ഞൊഴിഞ്ഞെങ്കിലും വാർദ്ധക്യത്തിന്റെ അവശത അപ്പൻ ശരിക്കും അനുഭവിക്കുന്നുണ്ടെന്ന് പറഞ്ഞില്ല. തൊണ്ണൂറ്റഞ്ചാം വയസ്സിൽ ഓർമ്മകൾ മുറിഞ്ഞു തുടങ്ങിയപ്പോൾ പതിഞ്ഞ ശബ്ദത്തിൽ അപ്പൻ പറഞ്ഞതെല്ലാം പിത്തളസർപ്പത്തെ നോക്കി രക്ഷനേടിയ പൂർവ്വികരുടെ ചരിത്രത്തെക്കുറിച്ചായിരുന്നു. കട്ടിളപ്പടിയിലെ ചോരക്കുരിശു കണ്ട് ഒഴിഞ്ഞു പോയ മരണവും അവസാനത്തെ കൂടാരത്തിരുനാളും അപ്പന്റെ ഓർമ്മയുടെ അടരുകളിലെവിടെയോ കുടുങ്ങിക്കിടന്നിരുന്നു.

ബംഗളൂരിൽ നിന്ന് നാട്ടിൽ എത്തിയിട്ട് ഒരു മാസം ആകുന്നെങ്കിലും കോവിഡ് മൂലം പുറത്തേക്ക് അധികം ഇറങ്ങിയിരുന്നില്ല. അല്പം ഭയന്നിട്ടാണെങ്കിലും, ശവസംസ്കാര ശുശ്രൂഷയ്ക്കു കൂടിയത്, ഐസക്ക് അച്ചായൻ അപ്പന്റെ അടുത്ത സുഹൃത്തായതു കൊണ്ടാണ്. ചെറിയ ക്ലാസിൽ എന്നെ പഠിപ്പിച്ച മതബോധന അദ്ധ്യാപകൻ കൂടിയായിരുന്നു അദ്ദേഹം. പഴയനിയമകഥകളും സഭാചരിത്രവും ആയിരുന്നു ഐസക് അച്ചായന്റെ ഇഷ്ടവിഷയങ്ങൾ. ഒരുതരം ഭ്രാന്തമായ ആവേശത്തോടെ അച്ചായൻ പഠിപ്പിക്കുമ്പോൾ ഒട്ടൊരു ഭയത്തോടെ ഞങ്ങൾ കേട്ടിരിക്കും.

ചടങ്ങുകൾക്കുശേഷം വീട്ടിലെത്തി നന്നായി കുളിച്ചു. പലരും വിശേഷങ്ങളറിയാനും കുശലം ചോദിക്കാനും പള്ളിയിൽ വെച്ച് അടുത്തു കൂടിയിരുന്നു. ഷേക്ക് ഹാൻഡ് തന്നവരുണ്ട്. തോളിൽ തട്ടി സ്നേഹിച്ചവരുണ്ട്. മാസ്ക് താടിയിലേക്ക് ഇറക്കിവെച്ച് സംസാരിച്ചവരുമുണ്ട്. കോവിഡിന്റെ ഭയംമൂലം ആരുമായും അധികനേരം വർത്തമാനം പറഞ്ഞു നിന്നില്ല.

സോപ്പു നന്നായി തേച്ച് പതപ്പിച്ചാണ് കുളിച്ചത്. എന്നിട്ടും സംശയം മാറിയില്ല. അടുത്തു നിന്ന് തുമ്മിയവരിൽ നിന്ന് വൈറസ് ഉള്ളിൽ കടന്നിട്ടുണ്ടാകുമോ? തല മുഴുവൻ ഒന്നുകൂടി സോപ്പിട്ടു നന്നായി കഴുകി. സോപ്പുപത നിലത്തേക്ക് ഒഴുകി പരക്കുന്നതും ഓവുചാലിലൂടെ മറയുന്നതും നോക്കി നിന്നു. വിശദമായ കുളിക്കുശേഷം കുറേനേരം വെറുതെ കിടന്നു. ഒന്നും ചെയ്യാൻ തോന്നിയില്ല. ഉള്ളിലെ ഏകാന്തത ആധിയായി വളരുന്നുവെന്ന് തോന്നിയപ്പോഴാണ് പെട്ടെന്ന് വീടിനു പുറത്തുകടക്കുന്നത്. ചിന്ത മുഴുവൻ വാർദ്ധക്യത്തെക്കുറിച്ചായിരുന്നു. വാർദ്ധക്യവും രോഗവും മരണവും മനുഷ്യനൊരിക്കലും സ്വസ്ഥത നൽകുന്നില്ലല്ലോ?

ഐസക്ക് അച്ചായന്റെ മകൻ ആന്റണിയ്ക്കൊപ്പം വർഷങ്ങൾക്കു മുൻപ് ആദ്യമായി അവന്റെ വീട്ടിൽ ചെന്നപ്പോഴാണ് ചുമരിൽ ഒരു പഴയ

പള്ളിയുടെ ചിത്രം കണ്ടത്. ഇരുവശങ്ങളിലും കെരൂബുകൾ കാഹളം വിളിക്കുന്ന കൊത്തുപണികളോടുകൂടിയ ഒരു പള്ളി. എന്റെ സൂക്ഷിച്ചുള്ള നോട്ടം കണ്ടിട്ടാവണം;

"എടാ ജീവാ, അതു നമ്മുടെ പഴയ പള്ളിയാ" എന്ന് അച്ചായൻ പറഞ്ഞത്. ഒപ്പം ഒന്നുകൂടി പറഞ്ഞു:

"അതിനും മുൻപ് ഒരു പള്ളി ഉണ്ടായിരുന്നെടാ. ഒരു ഓലപ്പള്ളി."

"കത്തിപ്പോയ ഓലപ്പള്ളി."

മുറ്റത്ത് അപ്പൻ നട്ട പനിനീർച്ചാമ്പകളിൽ കായ്കൾ കുലകുലയായി തഴച്ചുവളരുന്നുണ്ട്. തൊടിയിൽ നിറയെ കൊക്കോമരങ്ങളാണ്. കുറേ വർഷങ്ങൾക്കു മുൻപ് കുറിയന്നൂരിൽ നിന്ന് അപ്പൻ കൊണ്ടുവന്ന് നട്ടതാണ്. പണ്ടൊക്കെ എല്ലാ ശനിയാഴ്ചയും കൊക്കോ വിൽക്കാൻ അപ്പന്റെ ത്രീസ്പീഡ് സൈക്കിളിൽ ഒരു പോക്കുണ്ടായിരുന്നു. വെള്ളിയാഴ്ച വൈകുന്നേരമാണ് കായ്കൾ പറിക്കുന്നത്. പഴുത്ത കായ്കൾ മുറ്റത്ത് കൂട്ടിയിട്ടിട്ടുണ്ടാകും. കായ്കൾ രണ്ടായി മുറിച്ച് ഉള്ളിലെ അരിയെടുത്ത് വിൽക്കും. അപ്പന്റെ അകന്ന ബന്ധുവായ ലൂക്കോച്ചായന്റെ മകൻ ചാൾസും, രണ്ടു വീടുകൾക്കപ്പുറം താമസിക്കുന്ന തൊമ്മിച്ചായന്റെ മകൻ സാംസണും പലപ്പോഴും കൂടെക്കൂടാറുണ്ടായിരുന്നു. കളിയും പഠനവും യാത്രയുമെല്ലാം ഞങ്ങളൊരുമിച്ചായിരുന്നു.

രണ്ടുപേരും ഇപ്പോഴില്ല. സ്വന്തം ആവശ്യത്തിനും മറ്റുള്ളവരെ സഹായിക്കാനും കടം വാങ്ങി വാങ്ങി നിൽക്കക്കള്ളിയില്ലാതെയായി, ഒടുവിൽ നാടുവിട്ട് ഡൽഹിയിലെത്തി. പതിയെ ജീവിതം തിരിച്ചുപിടിക്കാൻ തുടങ്ങിയപ്പോഴാണ്, താമസിച്ചു കൊണ്ടിരുന്ന കെട്ടിടത്തിനു മുകളിൽ നിന്ന് വീണ് ചാൾസ് മരിക്കുന്നത്. പത്ത് വർഷം മുൻപായിരുന്നു അത്. ബംഗളൂരിൽ നിന്ന് അവധിക്ക് നാട്ടിലെത്തിയ സമയം. അവന്റെ മരണത്തെക്കുറിച്ച് കുറേയേറെ സംശയങ്ങൾ പറഞ്ഞു കേട്ടിട്ടുണ്ട്. ദുരൂഹതകൾ ബാക്കിയാക്കി ആരോടും പരിഭവമില്ലാതെ അവൻ പോയി. സാംസണും കുറെയേറെ നിഗൂഢതകൾ ബാക്കി വെച്ചിട്ടാണ് പോയത്. ട്രെയിനിൽ നിന്ന് വീണ് മരിച്ചെന്നായിരുന്നു അറിഞ്ഞത്. തൊമ്മിച്ചായനെയും ലൂക്കോച്ചായനെയും പള്ളിയിൽ വെച്ച് കണ്ടിരുന്നു. രണ്ടുപേരും നന്നേ ക്ഷീണിതരാണ്. രണ്ടാൾക്കും അപ്പനെക്കാൾ പ്രായം

കുറവാണ്. ഉള്ളിലെ ആഘാതങ്ങളാണ് അവരെ പെട്ടെന്ന് വൃദ്ധരാക്കിയത്.

ഐസക്ക് അച്ചായനും അപ്പനും ബാല്യം തൊട്ടേ സുഹൃത്തുക്കളായിരുന്നു. അച്ചായന്റെ വീട്ടിൽ ആദ്യം പോകുന്നത് അപ്പനൊപ്പമാണ്. അച്ചായന്റെ അപ്പൻ ഇട്ടി ഐപ്പിന് താളിയോലകളുടെ ഒരു വലിയ ശേഖരമുണ്ടായിരുന്നു. ഇട്ടി ഐപ്പിന്റെ മരണശേഷം, തട്ടിൻ മുകളിൽ പൊടിപിടിച്ചു കിടന്ന താളിയോലകൾ ഐസക്ക് അച്ചായൻ അപ്പനു നല്കി. താളിയോലകളിൽ താല്പര്യമുണ്ടായിരുന്ന അപ്പൻ അത് വായിക്കാനായി ഐസക്ക് അച്ചായന്റെ വീട്ടിലേക്ക് പലപ്പോഴും പോയിരുന്നു. കൂടെ ഞാനും ഉണ്ടാകും. ഇരുവരും എന്തൊക്കെയോ സംസാരിക്കും. എനിക്കൊന്നും മനസ്സിലാകുമായിരുന്നില്ല. അല്പം അകറ്റിപ്പിടിച്ച് ഓല വായിക്കുന്ന അപ്പനും കേട്ടിരിക്കുന്ന ഐസക്ക് അച്ചായനും കണ്ണിൽ നിന്നു മറയുന്നില്ല.

തൊടിയിൽ കരിയിലക്കിളികൾ കലപില ശബ്ദം കൂട്ടുന്നു. നമുക്ക് മനസ്സിലാകാത്ത ഭാഷയിൽ. ഈ കിളികൾ മരിച്ചൊഴിയുന്നത് ആരെങ്കിലും കണ്ടിട്ടുണ്ടാകുമോ? അറിയുന്നുണ്ടാകുമോ? വാർദ്ധക്യം മനുഷ്യനെ മാത്രമാണോ ഇത്രയും ഭയപ്പെടുത്തുന്നത്. കുറച്ചുകൂടി നടക്കണമെന്നുണ്ടായിരുന്നെങ്കിലും വേണ്ടെന്ന് വെച്ചു. അപ്പന്റെ മുറിയിലേക്ക് ചെന്നു. ഉറങ്ങുന്ന അപ്പന്റെ നെഞ്ചിൻകൂടിൽനിന്നും കൊഴുത്ത കഫത്തിന്റെ കുറുകൽ കേൾക്കാം. കോവിഡ് മൂലം ഐ ടി കമ്പനികളെല്ലാം വർക്ക് ഫ്രം ഹോം അനുവദിച്ചതിനാൽ ഒരു മാസമായി അപ്പനൊപ്പമുണ്ടായിരുന്നു.

"എല്ലാം സാധാരണ പോലെയാകുന്നു. ഉടൻ തിരികെ പോകേണ്ടി വരു"മെന്ന് ഇന്നലെ വിളിച്ചപ്പോൾ മിഥുൻ പറഞ്ഞിരുന്നു.

ഞാൻ കൂടെ ഉള്ളത് അമ്മയ്ക്ക് വലിയ ആശ്വാസമായിരുന്നു. അപ്പന്റെ ഡയപ്പർ മാറ്റാനും കുളിപ്പിക്കാനും പുറത്തിറക്കി നടത്താനും ഒക്കെ അമ്മയ്ക്ക് ഒരു സഹായം. ബംഗളൂരിലേക്ക് തിരിച്ചു പോകുമ്പോൾ, ഇതെല്ലാം അമ്മ ഒറ്റയ്ക്കു ചെയ്യേണ്ടി വരും. അല്ലെങ്കിലും കുറേക്കാലമായി എല്ലാം അമ്മ തനിയെയാണ് ചെയ്തിരുന്നത്. അപ്പന്റെ കാര്യങ്ങൾ നോക്കുന്നതിൽ അമ്മയ്ക്ക് യാതൊരു മുഷിച്ചിലും ഇല്ല.

അമ്മയോടൊപ്പം മുറി വൃത്തിയാക്കുന്നതിനിടയിലാണ് അപ്പന്റെ സ്വകാര്യ സൂക്ഷിപ്പുകളിലേക്ക് കടന്നുചെന്നത്. അതിനൊരു കാരണം കൂടി ഉണ്ടായിരുന്നു. ഐസക് അച്ചായന്റെ സംസ്കാരച്ചടങ്ങിൽ വെച്ചാണ്, കത്തിപ്പോയ ഓലപ്പള്ളി വീണ്ടും മനസ്സിലേക്കു വന്നത്. ഒരിക്കൽ ഐസക് അച്ചായനോട് അതിനെക്കുറിച്ചു ചോദിച്ചപ്പോൾ, "അതു നിന്റെ അപ്പനും അറിയാമെടാ" എന്നായിരുന്നു മറുപടി. അപ്പന്റെ കൈവശം അതിനെക്കുറിച്ചുള്ള വിവരങ്ങൾ ഉണ്ടാകുമെന്ന് കരുതിത്തന്നെയാണ്

മേശ തുറന്ന് പരിശോധിച്ചത്.

നിറംമങ്ങിയ ഒരു ഫയലിനുള്ളിൽ *മനോരമ* പത്രത്തിന്റെ കുറേ യേറെ എഡിറ്റോറിയലുകൾ പിൻചെയ്ത് വെച്ചിരുന്നു. ഒപ്പം, സഭാസംബ ന്ധിയായ ഒട്ടേറെ നോട്ടീസുകളും. ഏറ്റവും താഴെ നീല നിറത്തിലുള്ള ഒരു ഡയറി.

"എടാ, മരുന്നിന്റെ കുറിപ്പുകളൊക്കെ അവിടെയുണ്ട്. നീ അതൊന്നും എടുത്തുമാറ്റല്ലേ." എന്ന ഉപദേശത്തോടെ, അമ്മ അപ്പന്റെ മുഷിഞ്ഞ തുണികൾ ഒരു ബക്കറ്റിലാക്കി നനയ്ക്കാനായി കൊണ്ടുപോയി. സഹാ യത്തിനായി ഒരാളെ വെക്കാമെന്ന് പലവട്ടം പറഞ്ഞതാണ്. അമ്മ കേൾക്കില്ല. ഒരു വാഷിംഗ് മെഷീൻ വാങ്ങിച്ച് കൊണ്ടുവന്നതുതന്നെ അമ്മയുടെ സമ്മതം ഇല്ലാതെയാണ്. അപ്പന്റെ കാര്യങ്ങൾ താൻതന്നെ ചെയ്യണമെന്ന നിർബ്ബന്ധം അമ്മയ്ക്കുണ്ടായിരുന്നു. തുണികൾ മെഷീനി ലിട്ടിട്ട്, അമ്മ ഡെറ്റോളും ലോഷനും ഉപയോഗിച്ച് തറ മുഴുവൻ തുടച്ചു. ഈർപ്പം നിറഞ്ഞ തുണിയുടെയും ലോഷന്റെയും ഡെറ്റോളിന്റെയും മണം മുറിയിലാകെ തങ്ങി നിന്നു. അപ്പൻ നല്ല ഉറക്കത്തിൽ തന്നെയാ ണ്. മുറിയിലെ തീക്ഷ്ണഗന്ധം, അധികനേരം അവിടെ തുടരാൻ അനുവദി ച്ചില്ല. അമ്മ അപ്പോൾ മരുന്നു പായ്ക്കറ്റുകൾ അടുക്കി വെക്കുന്ന തിരക്കിലാ യിരുന്നു. ഈ മണങ്ങളെല്ലാം അമ്മയ്ക്ക് ഇപ്പോൾ ശീലമാണ്. അമ്മയുടെ തലമുടിയും മുഴുവനായും നരച്ചിരിക്കുന്നു. തിടുക്കം ഒട്ടുമില്ലാതെ അമ്മ മരുന്നുകൾ ഓരോന്നായി മേശമേൽ എടുത്തു വെക്കുന്നത് കുറേനേരം നോക്കി നിന്നു. പിന്നെ പതിയെ പുറത്തേക്കിറങ്ങി.

**ആ**ദ്യമായി കടലിക്കുന്നിന്റെ മുകളിൽ കയറിയത് അപ്പനൊപ്പമായിരുന്നു. മലയുടെ കിഴക്കേച്ചരിവിലുള്ള ഒറ്റയടിപ്പാതയിലൂടെ. അപ്പനന്ന് ചെറുപ്പമാണ്. വഴിയിൽ നിന്ന് ഒരു നീളൻ കമ്പ് മുറിച്ച് കയ്യിൽ തന്നു. എന്നിട്ട്, സൂക്ഷിച്ച് നടക്കണം എന്നൊരു ഉപദേശവും. വടിയുംകുത്തി മല കയറുമ്പോൾ ഞാൻ *ബൈബിളി*ലെ മോശയാകും. അപ്പൻ മുന്നിലും ഞാൻ പിന്നിലുമായിട്ടാണ് മല കയറുന്നത്. വഴിയിൽ നിറയെ പലതരം ചെടികളും പൂക്കളും. ഓരോ ചെടിയെക്കുറിച്ചും അപ്പൻ വിശദീകരിച്ചു പറയും. തുമ്പയും തെറ്റിയും പടർന്നു കിടക്കുന്നതിന്റെ ഇടയിലൂടെ അപ്പന്റെ പിറകേ കടലിക്കുന്നു മലയുടെ മുകളിലേക്ക്.

വീട്ടിൽനിന്നും ഇരുപതു മിനിട്ട് നടന്നാൽ മലയുടെ താഴെയെത്താം. അവിടെനിന്നും കുന്നിന്റെ ഏറ്റവും മുകളിലേക്ക് അര മണിക്കൂർ ദൂരമുണ്ട്. ഓടിക്കയറിയാൽ പത്ത് മിനിറ്റുകൊണ്ട് മുകളിലെത്താം. എന്നാൽ കാട്ടുചെടികളെ വകഞ്ഞു മാറ്റി വളരെ സാവധാനത്തിലാണ് അപ്പന്റെ പോക്ക്. കാട്ടുപൊന്തകൾക്കിടയിലൂടെ മുയലുകൾ കൂട്ടത്തോടെ ഓടി മറയുന്നതു കാണാം. അപ്പൻ ഒന്നിനെയും ഉപദ്രവിക്കില്ല.

കടലിക്കുന്നിന്റെ നെറുകയിലിരുന്നാണ് അപ്പൻ ദേശത്തിന്റെ ചരിത്രം വിവരിച്ചു തന്നത്.

"ഇവിടെ നിന്നു നോക്കിയാൽ കടലു കാണാമായിരുന്നെടാ. പടിഞ്ഞാറൻകടല്. കടലിക്കുന്നെന്ന് പേരു വന്നതും അങ്ങനാ.."

അതു പറയുമ്പോൾ ഓളപ്പരപ്പിലെ പതയുടെ തെളിച്ചം അപ്പന്റെ കണ്ണുകളിൽ കാണാമായിരുന്നു.

"കടലു മാത്രമല്ല പന്തളം ഷുഗർമില്ലും കൊച്ചുപാലവും പാലത്തിലൂടെ പോകുന്ന വാഹനങ്ങളും കരിമ്പുവിളഞ്ഞു കിടക്കുന്ന ചേരിക്കൽ പാടവും

എല്ലാം നന്നായി കാണാമായിരുന്നു. അന്നിവിടമെല്ലാം കാടാ. ഒന്നാന്തരം കാട്. പാമ്പും പന്നിയും കുറുക്കനുമുള്ള കാട്. പടർപ്പൻ ചെടികൾക്കിടയിൽ മാളങ്ങളുണ്ടാക്കി കുഞ്ഞുങ്ങളുമായി കഴിയുന്ന മുയലുകളും നട്ടുച്ചയ്ക്കും ഇരുട്ടു പടരുന്ന ഇരുണ്ട ഗുഹകളിൽ കുറുക്കന്മാരും ധാരാളമുണ്ടായിരുന്നു. ഉയരമുള്ള മരക്കൊമ്പിലെല്ലാം പരുന്തിന്റെയും കാക്കയുടെയും പിന്നെ പേരറിയാത്ത ഒട്ടനവധി കിളികളുടെയും കൂട്ടുകൾ. കിളികളുടെ മുട്ടയ്ക്കായി എത്തുന്ന കുരങ്ങന്മാരും ധാരാളം."

ജനങ്ങളെ ശുദ്ധജലം കുടിപ്പിക്കാനായി സർക്കാർ സ്ഥാപിച്ച ഭീമൻ ജലടാങ്കിന്റെ കൈവരിയിൽ പിടിച്ച്, കുന്നൊഴിഞ്ഞു പോയ കുറുക്കന്മാരെക്കുറിച്ചും കിളികളെക്കുറിച്ചും അപ്പനന്ന് കുറേ സങ്കടപ്പെട്ടു.

ഒഴിഞ്ഞു പോയത് കിളികളും കുറുക്കന്മാരും മാത്രമല്ല. ഒരു വലിയ കുന്നു കൂടിയാണ്. മുൻപൊരിക്കലും കണ്ടിട്ടില്ലാത്ത ഭീമൻ വണ്ടികൾ കുന്നിന്റെ വശങ്ങളിലൂടെ ഇഴഞ്ഞു കയറി മണ്ണു മുഴുവൻ ഊറ്റിയെടുത്ത്, തൊട്ടടുത്ത കുപ്പണ്ണൂർ ചിറയിലേക്ക് നിക്ഷേപിച്ചു.. പാണിൽ കുന്നിനു മുകളിലുള്ള യക്ഷിപ്പാറയും, ചുവട്ടിലെ മണ്ണിളകിയപ്പോൾ പിടിച്ചു നിൽക്കാനാവാതെ ഇടിഞ്ഞു താണിരുന്നു. കടലിക്കുന്നിനും പാണിൽ കുന്നിനും കാരാണിക്കുന്നിനും നടുവിലാണ് മലേപ്പള്ളിയെന്ന റീത്തു പള്ളി. പള്ളിക്കുരിശിനെക്കാളും ഉയരത്തിൽ നിന്നിരുന്ന മൂന്നു കുന്നുകളും ഇന്ന് കുരിശിനു മുന്നിൽ തല വണങ്ങി നിൽക്കുന്നതു കാണാം.

"നീ *ഉണ്ണിയാർച്ച* സിനിമ കണ്ടിട്ടില്ലേടാ. ആ സിനിമയിലെ ഒരു രംഗം ഇവിടെ വെച്ച് എടുത്തതാ. ഉണ്ണിയാർച്ചയായി അഭിനയിച്ച രാഗിണിയുടെ, കുതിരപ്പുറത്തുള്ള ഒരു വരവുണ്ട്. അതൊന്നു കാണേണ്ടതു തന്നാ. തന്റെ ആങ്ങളയെ ചതിച്ചുകൊന്ന ചന്തുവിനെ വധിക്കാനായി ഊരിപ്പിടിച്ച വാളുമായി രോഷത്തോടെ പാഞ്ഞു വരുന്നത് തൊട്ടടുത്തു നിന്നാ ഞങ്ങളന്ന് കണ്ടത്. ഇവിടെ കിഴക്കുപടിഞ്ഞാറായി, അഞ്ചാറു വട്ടം രാഗിണി കുതിരയെ ഓടിച്ചു. ഇടയ്ക്ക് കുതിരപ്പുറത്തു നിന്ന് വീണ് ചെറിയ പരിക്കും ഉണ്ടായി. പക്ഷേ, അതൊന്നും വക വെക്കാതെയാണ് അവർ അഭിനയിച്ചത്. ഷൂട്ടിംഗിനായി കടലിക്കുന്നിനു മുകളിലേക്ക് വഴി വെട്ടിയത് നാട്ടുകാർ എല്ലാരും ചേർന്നാണ്. ഏതാണ്ട് ഒരു മാസത്തോളം അത് നീണ്ടുനിന്നു."

"സപ്തകക്ഷി മുന്നണിയുടെ ഒരു യോഗം നടന്നതും ഈ കുന്നിൻമുകളിലാടാ. കുളനടയിൽ നിന്ന് ആളുകൾ ആവേശത്തോടെ കൊണ്ടുവന്ന കൊടിമരം ഇവിടെയാ അന്ന് ഉയർത്തിയത്. മീറ്റിംഗിൽ പങ്കെടുക്കാൻ വന്നവർക്ക് ചുക്കുകാപ്പി കൊടുക്കാൻ ഞങ്ങളന്ന് ഇവിടെയൊരു ഓലപ്പുരയും ഉണ്ടാക്കിയിരുന്നു."

അപ്പന്റെ മേശവലിപ്പിൽനിന്നും കിട്ടിയ ഡയറി ആകാംക്ഷയോ

ടെയാണ് തുറന്നത്. എന്തെല്ലാമാവാം അപ്പൻ, വടിവില്ലാത്ത അക്ഷരങ്ങ ളിൽ കുറിച്ചു വെച്ചിരിക്കുന്നതെന്നുള്ള ആകാംക്ഷ വലിയതായിരുന്നു.

അപ്പന്റെ കുറിപ്പുകൾ വായിക്കാനായി തുടങ്ങിയപ്പോഴാണ്, സന്ധ്യാ പ്രാർത്ഥനയ്ക്കായി അമ്മയുടെ വിളി വന്നത്.. വീട്ടിൽ ഇപ്പോൾ പ്രാർത്ഥ നയ്ക്കു തുടക്കമിടുന്നത് അമ്മയാണ്. കുറേനാൾ മുൻപുവരെ ആ അവകാശം അപ്പനാർക്കും വിട്ടുകൊടുത്തിരുന്നില്ല. പ്രാർത്ഥനകൾ പലതും ഓർമ്മി ച്ചെടുക്കാനാവാതെ കുഴഞ്ഞപ്പോഴാണ് അമ്മ അവസരത്തിനൊത്തുയർ ന്നത്. ഉറക്കത്തിനും ഉണർവ്വിനുമിടയിലെ അമ്മയുടെ പ്രാർത്ഥനകൾ പലപ്പോഴും ചിരിയുണർത്താറാണ് പതിവ്.

ബംഗളൂരിൽ പ്രാർത്ഥനയ്ക്കായി ഇവിടുത്തെപ്പോലെ ചിട്ടപ്പെടുത്തിയ ഒരു സമയമില്ല. ജോലി കഴിഞ്ഞ് വരുമ്പോൾ ചിലപ്പോൾ രാത്രിയാകും. എപ്പോൾ വന്നാലും കുറേനേരം *ബൈബിൾ* ഉച്ചത്തിൽ വായിക്കും. പണ്ടു മുതലേ ഉള്ള ശീലമാണ്. കൂടെ പ്രാർത്ഥിക്കാൻ പലപ്പോഴും എമിലിയെ കിട്ടാറില്ല. ചിലപ്പോൾ കാണാം, സോഫയുടെ മേലേയവൾ പത്മാസ നത്തിലിരിക്കുന്നത്. ഉച്ചത്തിൽ പ്രാർത്ഥിക്കണമെന്ന് എമിലിയോട് പലതവണ പറഞ്ഞിട്ടും അവൾ കേൾക്കാൻ കൂട്ടാക്കിയില്ല. അതിന്റെ പേരിൽ കുറേ തവണ ദേഷ്യപ്പെട്ടിട്ടുമുണ്ട്. ചിലപ്പോഴവൾ ധ്യാനത്തിലി രിക്കുന്നതു കാണാം. വിളിച്ചാലൊന്നും അറിയുക കൂടി ഇല്ല.

പ്രാർത്ഥനയ്ക്കുശേഷം വീണ്ടും ഡയറി തുറന്നപ്പോഴേക്കും എമിലിയു ടെ വിളിയെത്തി.

"ജീവാ എന്തുണ്ട് വിശേഷം. അപ്പന് കുഴപ്പമൊന്നുമില്ലല്ലോ?"

"ഇല്ലെടീ സുഖമായിരിക്കുന്നു."

"എടാ കമ്പനികളൊക്കെ തുറന്നു പ്രവർത്തിക്കാൻ പോവുകയാ. ഇവിടെ കോവിഡൊക്കെ കുറഞ്ഞു. നീ എന്നാ തിരിക്കുന്നത്?"

"ഞാൻ നാളെ തിരിക്കാമെന്നു വിചാരിക്കുന്നു. നിന്റെ ജോലി എങ്ങനെ പോകുന്നു."

"ജോലിയൊക്കെ നടക്കുന്നുണ്ട്. എന്നാലും ഒരു വല്ലാത്ത മടുപ്പാ. ഒറ്റയ്ക്കിരിക്കാൻ തുടങ്ങിയിട്ട് ഒരു മാസമായില്ലേ. നീയാണെങ്കിൽ വിളി ക്കുക കൂടിയില്ല."

"എടാ അമ്മ എന്റെ കാര്യം വല്ലതും ചോദിച്ചോ?"

"എടീ വർഷം നാലു കഴിഞ്ഞെങ്കിലും അമ്മ നല്ല ദേഷ്യത്തിൽ തന്നെയാ. ദൈവത്തിനു നിരക്കാത്ത പണിയാ ഞാൻ ചെയ്യതെന്നുപറ ഞ്ഞ് ഇന്നും കുറേ കുറ്റപ്പെടുത്തി. അമ്മയുടെ ചോദ്യം നമ്മൾ വിവാഹം കഴിക്കുന്നില്ലേ എന്നാണ്. വിവാഹം കഴിക്കാതെ ഒന്നിച്ച് താമസിക്കു ന്നുവെന്നൊക്കെ പറഞ്ഞാൽ പ്രായമുള്ളവർക്ക് ഉൾക്കൊള്ളാനാവുമോ?"

എമിലിയെ ആദ്യമായി കാണുന്നത് ബംഗളൂർ മെട്രോയിലെ യാ

ത്രുയിലാണ് നാല് വർഷം മുൻപ്. എം ജി റോഡിൽനിന്നും മജസ്റ്റിക്കി ലേക്ക് പോകുമ്പോൾ, ഒരു പുഞ്ചിരിയോടെ തന്റെ വലതു വശത്തുള്ള ഒഴിഞ്ഞ സീറ്റിലേക്ക് അവൾ വന്നിരുന്നു. സ്വതവേ നാണം കുണുങ്ങി യായ എനിക്ക് നല്ല സങ്കോചം ഉണ്ടായിരുന്നു. പെൺകുട്ടികൾ അടു ത്തേക്കു വരുമ്പോഴും സംസാരിക്കുമ്പോഴും നെഞ്ചിലൊരു പെടപെടപ്പ് പണ്ടേ ഉള്ളതാണ്. ഇന്നും അതിന് മാറ്റം വന്നിട്ടില്ല. എന്റെ സങ്കോചവും പരിഭ്രമവും അവൾക്കു നന്നായി മനസ്സിലായിട്ടുണ്ടായിരുന്നു. മജസ്റ്റി ക്കിൽ തന്നെ ഇറങ്ങിയ അവളെ പിന്നീട് കാണുന്നത് ഉണ്ണീശോയുടെ പള്ളിയിൽ വെച്ചാണ്. മലയാളം കുർബാന തീരുന്ന സമയത്തായിരുന്നു അവൾ വന്നത്. പള്ളിയിൽ നിന്ന് പുറത്തേക്കിറങ്ങിയപ്പോഴാണ്

"നമ്മൾ തമ്മിൽ ഇന്നലെ മെട്രോയിൽ വെച്ച് കണ്ടിരുന്നല്ലോ."

എന്ന മുഖവുരയോടെ അവൾ മുന്നിൽ വന്നു നിന്നത്. പിന്നെ സ്വയം പരിചയപ്പെടുത്തി. എമിലി. വിപ്രോയിലാണ് ജോലി. പിന്നെയും പല തവണ ഉണ്ണീശോയുടെ പള്ളിയിൽ വെച്ച് കണ്ടുമുട്ടിയിരുന്നു. അതിനു ശേഷം ഏതാണ്ട് രണ്ടു മാസം കഴിഞ്ഞപ്പോഴാണ് എമിലിയോട് വി വാഹക്കാര്യം പറയുന്നത്. പരസ്പരം ഇഷ്ടപ്പെട്ടിരുന്നെങ്കിലും വിവാഹം കഴിക്കുന്നതിനോട് എമിലിക്ക് ഒട്ടും താല്പര്യം ഇല്ലായിരുന്നു. എമിലി യോടുള്ള പ്രണയം ഉപേക്ഷിക്കാനാവില്ലെന്ന് ബോദ്ധ്യപ്പെട്ടപ്പോഴാണ്, അവളുടെ ഇഷ്ടപ്രകാരം ഒന്നിച്ചു ജീവിക്കാൻ തുടങ്ങിയത്. അനുഷ്ഠാനങ്ങ ളുടെ ചിട്ടകൾക്കുള്ളിൽ ജനിച്ചു വളർന്ന തനിക്ക് ഇത്തരമൊരു സാഹസ പ്രവൃത്തിക്കുള്ള ധൈര്യം എങ്ങനെ കിട്ടിയെന്നത് ഇന്നും അത്ഭുതമാണ്. അപ്പനും അമ്മയും ആവുന്നത്ര വിലക്കിയിരുന്നു. വിവാഹത്തിന്റെ പ്രാധാ ന്യത്തെക്കുറിച്ചൊക്കെ എമിലിയോട് ഞാൻ കുറേ സംസാരിച്ചതാണ്. എന്തുകൊണ്ടാണ് അവളിത്ര എതിർപ്പു കാണിക്കുന്നതെന്ന് ആദ്യം പി ടികിട്ടിയിരുന്നില്ല. സ്വന്തം ജീവിത പശ്ചാത്തലം തന്നെയാണ് അത്തര മൊരു തീരുമാനമെടുക്കാൻ അവളെ പ്രേരിപ്പിക്കുന്നതെന്ന് മനസ്സിലാ യപ്പോൾ പിന്നെ ഒന്നും പറഞ്ഞില്ല. അമ്മയ്ക്കിപ്പോഴും നല്ല ദേഷ്യമുണ്ട്. കുറേനാൾ ഫോൺ വിളിക്കാതിരുന്നു. ഇഷ്ടങ്ങളെ എന്നും സാധിച്ചു തന്നി ട്ടുള്ള അപ്പന്റെ ദേഷ്യം പുറമേ മാത്രമാണുള്ളതെന്ന് നേരത്തെ മനസ്സിലാ ക്കിയതാണ്.

പഠിക്കുന്ന സമയത്തും അതിനു ശേഷവും ഒന്നും ആരോടും പ്രണയം തോന്നിയിട്ടില്ല. തോന്നിയിട്ടില്ലെന്നല്ല. അതൊക്കെ തെറ്റാണെന്നായി രുന്നു ധാരണ. ജോലി കിട്ടിയതിനുശേഷം കുറെയേറെ വിവാഹാലോച നകൾ വന്നിരുന്നു. പക്ഷേ, ഓരോരോ കാരണങ്ങളാൽ അതെല്ലാം മാറി പ്പോയി. പല പെൺകുട്ടികളെയും അമ്മയ്ക്കിഷ്ടമായില്ല. സ്വന്തം സഭയ്ക്കു പുറത്തു നിന്നുള്ള ആലോചനകളെ അമ്മ ആദ്യമേ തട്ടിക്കളഞ്ഞിരുന്നു.

ഒടുവിൽ മുപ്പത്തിയെട്ടാം വയസ്സിൽ എമിലിക്കൊപ്പം ജീവിക്കാനാരംഭിച്ചു. ഓർത്തഡോക്സ് കുടുംബത്തിൽ ജനിച്ചവളാണെങ്കിലും, സഭയുമായി ബന്ധപ്പെട്ട ഒരു കാര്യത്തിലും അല്പംപോലും താല്പര്യം എമിലിക്കുണ്ടായിരുന്നില്ല.

"എമിലീ, ഫോൺ വെക്കട്ടെ, ഞാൻ മിക്കവാറും നാളെ തിരിക്കും."

"ശരിയെടാ, നാളെ വിളിക്കാം."

മഡിവാളയിൽ ബസിറങ്ങുമ്പോൾ സമയം രാവിലെ 5.30 ആകുന്നതേ ഉള്ളൂ. പഴയ പോലെയുള്ള തണുപ്പില്ലെങ്കിലും ജാക്കറ്റില്ലാതെ പുറത്തിറങ്ങാൻ കഴിയുമായിരുന്നില്ല.

കല്ലടയും യാത്രയും എസ് ആർ എസും അടക്കം കേരളത്തിൽ നിന്നും തമിഴ്നാട്ടിൽനിന്നും ആളുകളെയും കൊണ്ടുവന്ന ലക്ഷ്വറിബസുകളുടെ നീണ്ട നിര. ഓരോ വണ്ടിയും എത്തുമ്പോൾ ടാക്സി ഡ്രൈവർമാരും ഓട്ടോ ഡ്രൈവർമാരും ലഗേജിനായി ഓടിയെത്തുന്നു. ആൾത്തിരക്കിനിടയിൽ മിഥുനെ നോക്കിയെങ്കിലും കണ്ടില്ല. പിക് ചെയ്യാൻ സമയത്തിനു വരേണ്ടതാണവൻ. ഒരുപക്ഷേ, ഉറങ്ങിപ്പോയിരിക്കും. തലേന്ന് റിലയൻസ് കോഫീ ഷോപ്പിൽ നിന്നു കഴിച്ച ബർഗറും ലെയ്സും വയറ്റിൽ അസ്വസ്ഥതകളുണ്ടാക്കാൻ തുടങ്ങിയിരുന്നു. അതുകൊണ്ടുതന്നെ മിഥുനിനെ ഒന്നുകൂടി വിളിച്ചു. ഫോൺ റിംഗ് ചെയ്യുന്നുണ്ട്. ഒരുപക്ഷേ, അവൻ വണ്ടിയിലായിരിക്കും.

"ജീവേട്ടാ,"

തിരിഞ്ഞു നോക്കിയപ്പോൾ മിഥുൻ.

"നീയെന്താടാ താമസിച്ചത്?"

"വണ്ടി ഇന്ന് 5 മിനിറ്റ് നേരത്തെയാ. അതാ പറ്റിയത്. വാ കേറ്."

മിഥുനിനൊപ്പം അവന്റെ ബൈക്കിൽ നേരേ കോരമംഗലത്തെ വാടക വീട്ടിലേക്ക്.

മഡിവാള മാർക്കറ്റ് പതിയെ ഉണർന്നു തുടങ്ങിയിരുന്നു. കർണ്ണാടകത്തിലെ വിവിധ പൂപ്പാടങ്ങളിലുള്ള ജമന്തിയും പിച്ചിയും പൂക്കൾ കൂട്ടിയിട്ട് വില്പന നടത്തുന്നു. മുടി ഉയർത്തിക്കെട്ടി വലിയ മുല്ലപ്പൂമാലയാൽ അലങ്കരിച്ചിരിക്കുന്ന, മൂക്കുത്തിയിട്ട കന്നഡ സ്ത്രീകളുടെ ഉച്ചത്തിലുള്ള

വിലപേശൽ കേൾക്കാം. സവാളയും കിഴങ്ങും വെളുത്തുള്ളിയും കച്ചവടം നടത്തുന്നവർ. കച്ചവടക്കാർ ഉപേക്ഷിക്കുന്ന ചീഞ്ഞ പച്ചക്കറികൾ തിന്നാനെത്തുന്ന പശുക്കളും കാളകളും. പച്ചക്കറികൾ ഇല്ലാത്തപ്പോൾ അവ കടലാസുകളും പ്ലാസ്റ്റിക്കും അകത്താക്കും. കുറേനാൾ മുൻപ് മാർക്കറ്റിൽ ചത്തുമലച്ച പശുവിന്റെ ആമാശയത്തിൽ നിന്ന് പ്ലാസ്റ്റിക്കിന്റെ അവശിഷ്ടങ്ങൾ ധാരാളമായി കണ്ടെത്തിയതിനുശേഷം ഗവൺമെന്റ് പ്ലാസ്റ്റിക്കിന്റെ ഉപയോഗം നിയമംമൂലം നിരോധിച്ചിട്ടുണ്ട്. പക്ഷേ, എന്നാലും എല്ലാവരും പ്ലാസ്റ്റിക് ധാരാളമായി ഉപയോഗിക്കുന്നുണ്ട്, വലിച്ചെറിയുന്നുമുണ്ട്. ദുരന്തഫലമനുഭവിക്കുന്നത് മനുഷ്യൻ മാത്രമല്ല. പാവം മിണ്ടാപ്രാണികൾ കൂടിയാണ്.

"ജീവേട്ടാ, അപ്പന് അസുഖം കുറവുണ്ടോ?"

"വലിയ മാറ്റമെന്നൊന്നും പറയാനില്ല. പ്രായത്തിന്റെ അവശത നന്നായിട്ടുണ്ട്. ഒരാളുടെ സഹായമില്ലാതെ നടക്കാൻ ബുദ്ധിമുട്ടാ. അമ്മ ശരിക്കും കഷ്ടപ്പെടുന്നുണ്ട്."

ബംഗളൂർ നഗരത്തിന്റെ ഭാഗമായിട്ട് ഇരുപതു വർഷം കഴിഞ്ഞു. എം ടെക്ക് കഴിഞ്ഞപ്പോഴാണ്, അപ്പന്റെ മൂത്തപെങ്ങൾ ഏലിച്ചേച്ചിയുടെ മകൾ ലിസിയുടെ ഭർത്താവ് മോനച്ചായൻ മുഖാന്തരം ബംഗളൂരിലേക്കെത്തുന്നതും അക്സഞ്ചർ എന്ന കമ്പനിയിൽ ജോലിക്കു കയറുന്നതും. മഹാനഗരത്തിലേക്കുള്ള മാറ്റവും ജോലിയും അത്യാവശ്യം നല്ല ശമ്പളവും ആദ്യമൊക്കെ നന്നായി തോന്നിയെങ്കിലും ഇപ്പോൾ വല്ലാത്തൊരു മടുപ്പാണ്. ഇരുപതുവർഷക്കാലം ഒരു വിദേശ കമ്പനി ചോർത്തിയെടുത്ത ആരോഗ്യത്തെയും സമാധാനത്തെയുംകുറിച്ച് ഇപ്പോൾ മാത്രമാണ് ഗൗരവമായി ചിന്തിക്കുന്നത്. താൻ മാത്രമല്ല തന്നെപ്പോലെ ഉന്നത ബിരുദവും പേറിവന്ന ഒരു തലമുറ മുഴുവൻ ഈ നീരാളിപ്പിടിത്തത്തിൽ ആയുസൊടുങ്ങാതെ ഇല്ലാതാവുന്നത് വല്ലാത്തൊരു ഗതികേടു തന്നെ. ഉന്നതശമ്പളത്തിന്റെ ആകർഷണീയത മാത്രമല്ലേ ഇത്രകാലവും ഇതിനോടു സമരസപ്പെട്ടു മുന്നോട്ടു കൊണ്ടുപോയത്.

"ജീവേട്ടനിന്ന് ജോലിക്ക് പോകുന്നുണ്ടോ?"

"ഇല്ലെടാ ഇന്നു ലീവെടുക്കുവാ. ഉറക്കക്ഷീണം നന്നായുണ്ട്. നാളെ മുതൽ പോകാം."

"നീ കഴിഞ്ഞയാഴ്ച തന്നെ തിരിച്ചു പോന്നിരുന്നു, അല്ലേ?"

"വീടിന്റെ കരാർ പുതുക്കേണ്ട സമയമായെന്നു പറഞ്ഞ് ഹൗസ്ഓണർ വിളിച്ചിരുന്നു. അതുകൊണ്ടാ നേരത്തേ പോന്നത്."

"കഴിഞ്ഞ ദിവസം റോഷൻ വിളിച്ചിരുന്നെടാ. അവന്റെ പുതിയ വീടിന്റെ പാലുകാച്ചൽ ആണ്."

"ജീവേട്ടാ, അവൻ എന്നെയും വിളിച്ചിരുന്നു. നമ്മൾ രണ്ടാളും

മാത്രമേയുള്ളു ഇവിടെ ഇനി സ്വന്തമായി വീടില്ലാത്തവരെന്നു തോന്നു ന്നു."

"നമ്മുടെ ബാഡ്മിന്റൺകോർട്ടിനോടു ചേർന്ന സ്ഥലം കോശിച്ചാ യൻ വാങ്ങിയതറിഞ്ഞാരുന്നോ?"

"അതു ഞാനറിഞ്ഞതാടാ. മോൻസൻ അങ്കിളാ അതിന്റെ ഇടപാട്. 40 x 30 സൈറ്റാ. അറുപതു ലക്ഷത്തിനാ കോശിച്ചായൻ വാങ്ങിയത്."

കോരമംഗലത്തെ പതിനെട്ടാം നമ്പർ വീടിനു മുന്നിൽ എന്നെ വിട്ട് മിഥുൻ അവൻ വാടകയ്ക്കു താമസിക്കുന്ന വീട്ടിലേക്ക്, വൈകിട്ട് കാണാ മെന്ന് പറഞ്ഞ് പോയി.

പോർച്ചിലും മതിലിനു മുകളിലും വെച്ചിരുന്ന കടലാസുചെടികൾ വാട്ടം കൂടാതെ നിൽക്കുന്നുണ്ട്. ചില ചെടികൾ അതിർത്തി കടന്ന് തൊ ട്ടടുത്ത മോൻസൻ അങ്കിളിന്റെ വീട്ടിലേക്ക് മുൻപേ കടന്നിട്ടുണ്ടായിരു ന്നു. അത് മുറിച്ചു മാറ്റണമെന്ന് പലതവണ അങ്കിൾ പറഞ്ഞിരുന്നെങ്കി ലും ഒന്നിനെയും മുറിപ്പെടുത്താൻ തോന്നിയില്ല. സൗഹൃദത്തെക്കരുതി മോൻസൻ അങ്കിൾ ഇപ്പോഴതിനെപ്പറ്റി പറയാറില്ല. ചെടികൾ വളർന്നു കൊണ്ടേയിരിക്കുന്നു. അറുപതിനോടടുത്തു പ്രായം വരുന്ന മോൻസൻ അങ്കിൾ റിയൽ എസ്റ്റേറ്റ് ബിസിനസുകാരനാണ്. മോൻസനങ്കിളിനും ഭാര്യ സിൽവിയച്ചേച്ചിക്കും കുട്ടികളില്ല. ആരോടും അധികം സംസാരി ക്കാത്ത, ചോദ്യത്തിനു മാത്രം ഉത്തരം നൽകുന്ന സിൽവിയച്ചേച്ചിയുടെ കണ്ണുകളിലെ വിഷാദച്ഛായയെക്കുറിച്ച് എമിലി പലപ്പോഴും പറഞ്ഞി ട്ടുണ്ട്.

കാളിംഗ്ബെൽ മൂന്നുതവണ അടിക്കേണ്ടി വന്നു.... എമിലി വന്ന് കതകു തുറക്കാൻ. ഉറക്കച്ചടവോടെയാണ് വാതിൽ തുറന്നതെങ്കിലും കണ്ടമാത്രയിൽ അവളെന്നെ ചുറ്റിപ്പിടിച്ച് ഉമ്മകൾ കൊണ്ടു മൂടി. കോവി ഡെന്നും, മുഷിഞ്ഞിരിക്കുകയാണെന്നും പറഞ്ഞ് ഞാൻ കുതറാൻ ശ്രമി ച്ചെങ്കിലും അവൾ വിട്ടില്ല.

"കുറേ ജോലി പെൻഡിംഗുണ്ടായിരുന്നെടാ. ഇന്നലെ ഒത്തിരി താമ സിച്ചാ കിടന്നത്. അതും നല്ല തലവേദനയുമായി. അതാ മിഥുനിനെ പറ ഞ്ഞുവിട്ടത്. വണ്ടി ഇന്ന് നേരത്തെ വന്നെന്ന് തോന്നുന്നല്ലോ?"

"അഞ്ച്മിനിറ്റ് നേരത്തെ വന്നു. നിനക്ക് തലവേദന എങ്ങനെയു ണ്ട് ?"

"ഇപ്പം കുഴപ്പമില്ലെടാ. ഞാൻ ചായയിടാം. നീ കുളിച്ചിട്ടു വാ."

എമിലി തിരിഞ്ഞു നടന്നപ്പോഴാണ് അവളുടെ മുടിയുടെ പിന്നിൽ കളർ ചെയ്തിരിക്കുന്നത് ശ്രദ്ധയിൽപ്പെട്ടത്. പച്ചക്കളർ. തലമുടി കളർ ചെയ്ത പെൺകുട്ടികളെ ബംഗളൂരിൽ പലയിടത്തും കാണാം. അവരെ തീരെ മോശക്കാരായാണ് കണ്ടിരുന്നത്. ഇപ്പോൾ എമിലിയും അങ്ങനെ

ചെയ്തിരിക്കുന്നു.

"എമിലീ, എന്തു വൃത്തികേടാ നീ മുടിയിൽ ചെയ്തു വെച്ചിരിക്കുന്നത്."

"കളർ ചെയ്തതാണോ? ചുമ്മാ ഒരു രസത്തിനു ചെയ്തതാടാ. അതും പറഞ്ഞ് നീ വഴക്കിനു വരല്ലേ."

വല്ലാതെ അരിശം വന്നു. എനിക്കിഷ്ടമല്ലാത്ത പല കാര്യങ്ങളും എമിലി ചെയ്യുന്നു. കുറേ വഴക്കുണ്ടാക്കാമെന്നല്ലാതെ പ്രത്യേകിച്ചു കാര്യമൊന്നുമില്ല.

ഞാൻ മുറിയിലേക്കു പോയി. മുഷിഞ്ഞ വസ്ത്രങ്ങൾ മാറ്റി ഒന്നാന്തരമൊരു കുളി നടത്തി. കുളിച്ചു കഴിഞ്ഞിട്ടും കൈയിൽനിന്നും സാനിറ്റൈസറിന്റെ മണം മാറുന്നില്ല. ഒരു ചെറിയ വൈറസ് വരുത്തിയ എണ്ണമില്ലാത്ത പ്രശ്നങ്ങൾ. ഏതോ ലാബിൽ നിന്ന് പുറത്തുചാടിയ വൈറസിന്റെ സംഹാരശേഷിയെക്കുറിച്ചോർത്തു. ഇനിയും എത്രയോ ലാബുകളിൽ മനുഷ്യവംശത്തെ ഒന്നാകെ നശിപ്പിക്കുന്ന ജൈവായുധങ്ങൾ നിർമ്മിക്കപ്പെടുന്നുണ്ടാകാം. ഓർത്തപ്പോൾ കണ്ണിലാകെ ഇരുട്ടു കയറുന്നതു പോലെ. ഭൂമിക്കും പണത്തിനും വേണ്ടി മനുഷ്യൻ ഇന്നോളം എന്തൊക്കെ ചെയ്തിട്ടുണ്ട്. ഇനി എന്തൊക്കെ ചെയ്യാനിരിക്കുന്നു. എവിടെത്തൊട്ടാലും സാനിറ്റൈസർ ഉപയോഗിക്കുന്ന എന്റെ ഭ്രാന്തൻ ശീലത്തെ എമിലി പല തവണ കുറ്റപ്പെടുത്തിയിട്ടുണ്ട്. മുകളിലാകാശം താഴെ ഭൂമിയെന്ന മട്ടിൽ കണ്ണുംപൂട്ടി ജീവിക്കുന്ന അവളെ കാണുമ്പോൾ അസൂയ തോന്നാറുണ്ട്. എന്റെ ഭയങ്ങളൊന്നും അവളിൽ ഞാൻ കണ്ടിട്ടില്ല. വരുന്നതു വരട്ടെ അപ്പോൾ കാണാമെന്ന ചിന്തയാണവൾക്ക്.

കുളി കഴിഞ്ഞ് അടുക്കളയിലെത്തി. ദോശ ചുടാൻ എമിലിക്കൊപ്പം കൂടി

"ഒരു മാസം അമ്മവെച്ചുണ്ടാക്കിയ ഭക്ഷണം കഴിച്ച്, പാചകമേ മറന്നിട്ടാണോ വന്നിരിക്കുന്ന"തെന്ന അവളുടെ ചോദ്യം, എന്റെ ദോശ ചുടീൽ കണ്ടിട്ടാണെന്ന് മനസ്സിലായി. നാളെ മുതൽ അടുക്കളയിൽ കയറിക്കോണമെന്ന അവളുടെ ഉത്തരവിനിടയിലാണ് അമ്മയുടെ ഫോൺ വരുന്നത്.

"ഹലോ അമ്മാ,"

"എടാ നീ അങ്ങെത്തിയോ?"

"ഞാൻ 6.00 മണിക്ക് എത്തി. കുഴപ്പമൊന്നുമില്ല. അപ്പനെഴുന്നേറ്റോ?"

"ഇല്ലെടാ, വെളുപ്പിനെയാണ് ഒന്നുറങ്ങിയത്. രാത്രിയിൽ ചെറിയ ചുമയുണ്ടായിരുന്നു."

"നീ വല്ലതും കഴിച്ചോ?"

"ഞങ്ങൾ കഴിക്കാൻ തുടങ്ങുവാ."

"ശരിയെന്നാൽ, ഞാൻ പിന്നെ വിളിക്കാം."

"ശരി അമ്മാ."

"എമിലി, ഞാനെന്തായാലും ഇന്ന് ഓഫീസിൽ പോകുന്നില്ല." അപ്പന്റെ മുറി വൃത്തിയാക്കിയപ്പോൾ, മേശയ്ക്കുള്ളിൽനിന്നും അപ്പന്റെ ഒരു പഴയ ഡയറി കിട്ടിയിരുന്നു. തുറന്നു നോക്കിയപ്പോൾ its quite interesting. ഇങ്ങോട്ടു പോന്നപ്പോൾ ഞാനതുകൂടി കൊണ്ടു പോന്നു. ഇന്നെന്തായാലും അതൊന്നു വായിച്ചു തുടങ്ങണം."

"ഓ, അതു ശരി, അപ്പോൾ ഇത്തവണയും പതിവ് തെറ്റിച്ചിട്ടില്ല അല്ലേ. ഓരോ തവണയും നാട്ടിൽ പോയിട്ടു വരുമ്പോൾ അപ്പന്റേതെന്നു പറഞ്ഞ് എന്തെങ്കിലും കൊണ്ടുവരും. പിന്നെ അതുംകൊണ്ടിരിക്കും. എടാ അമിതമായ ഗൃഹാതുരത്വം ഒരു രോഗമാ. വെറുതെ ഡിപ്രഷനടിച്ചിരിക്കല്ലേ."

"അതൊന്നുമല്ലെടീ. ഇപ്പോഴത്തെ പള്ളിയുടെ സ്ഥാനത്ത് പണ്ട് ഞങ്ങൾക്കൊരു ഓലപ്പള്ളി ഉണ്ടായിരുന്നു. എങ്ങനെയോ അതു കത്തിപ്പോയി. അപ്പന്റെ കൂട്ടുകാരൻ ഐസക് അച്ചായനിൽനിന്നാ ഞാനതിനെക്കുറിച്ച് കേൾക്കുന്നത്. കൂടുതലൊന്നും അറിയില്ല. അപ്പന്റെ കുറിപ്പുകളിൽ അതിനെപ്പറ്റി എന്തെങ്കിലും ഉണ്ടാകുമെന്നു കരുതിയാടീ."

" ഓർത്തഡോക്സുകാരാണെന്ന് ഒരു പറച്ചിലുണ്ട് കേട്ടോ"

ചിരിച്ചുകൊണ്ടാണ് ഞാനതു പറഞ്ഞത്.

"ജീവാ, എനിക്കിതിലൊന്നും യാതൊരു താല്പര്യവുമില്ല. അതു നിനക്കും അറിയാം."

"നീ ചൂടാവേണ്ട ഞാൻ വെറുതെ പറഞ്ഞതാ..."

"ചൂടായതല്ലെടാ. ചരിത്രം തേടിപ്പോവാനെളുപ്പമാ. മനുഷ്യനെ സ്നേഹിക്കാനാ പാട്."

എന്റെ വിശ്വാസം പുറമേയുള്ളതു മാത്രമാണെന്ന് എമിലി എപ്പോഴും കളിയാക്കും. അവൾ പറയുന്നത് ഏറെക്കുറെ ശരിയുമാണ്. കുറേ ചടങ്ങുകൾക്കകത്തു ജീവിക്കുന്നു എന്നതിനപ്പുറം, ആരോടും ആത്മാർത്ഥത കാണിക്കാനോ, ആരുടെയും മുറിവുണക്കാനോ ഇന്നേവരെ കഴിഞ്ഞിട്ടില്ല.

എമിലി നേരേ തിരിച്ചാണ്. സ്നേഹത്തെപ്രതി എന്തും ചെയ്യും. ഏതറ്റംവരെയും പോകും.

"ജീവാ, നീ ഇവിടിരുന്ന് ചരിത്രം കുഴിക്ക്. ഞാൻ ഓഫീസിലേക്ക് പോകുവാ."

**പ്രോ**ജക്ട് മാനേജർമാരും അസിസ്റ്റന്റുകളും ഒക്കെ വന്നുകൊണ്ടിരിക്കുന്നതേ ഉള്ളൂ. ക്യാംപസ് സെലക്ഷനിലൂടെ നിയമിതരായ പുതിയ കുട്ടികൾ നേരത്തെ തന്നെ എത്തിയിട്ടുണ്ട്. നേരേ ക്യാന്റീനിലേക്കു നടന്നു. അവിടെയും വലിയ തിരക്കില്ല. ക്യാന്റീനിന്റെ അന്തരീക്ഷം എനിക്കിഷ്ടമാണ്. വിവിധതരം മസാലകളുടെ മണം ഒഴുകിപ്പരക്കുന്നയിടം. കോഫീ മെഷീനിൽനിന്നും കോഫി എടുത്ത്, ഒഴിഞ്ഞ ഒരു ടേബിളിനു സമീപം ഇരുന്നു. ചൂടു കോഫി ഊതിക്കുടിക്കുമ്പോഴാണ് രണ്ട് പെൺകുട്ടികൾ എന്റെ അടുത്തേക്കു വന്നത്. അശ്വതിയും സോഫിയും. ഇരുവരും എന്റെ ടീമിലുള്ളവരാണ്. ഓൺലൈനിൽ നേരത്തെ പരിചയപ്പെട്ടിരുന്നു. നേരിൽ കാണുന്നത് ഇപ്പോഴാണെന്നേ ഉള്ളൂ.

"ഗുഡ് മോർണിംഗ് മാം"

"ഗുഡ് മോർണിംഗ് മാം."

"ഗുഡ് മോർണിംഗ്. അശ്വതി, സോഫി

നമ്മൾ അടുത്തു കാണുന്നത് ഇന്നാണ് അല്ലേ?"

"അതേ മാം. മാമിന് സുഖമല്ലേ?"

"സുഖമായിരിക്കുന്നു. നിങ്ങളുടെ ജോലി എങ്ങനെ പോകുന്നു."

"തുടക്കത്തിൽ കുറച്ചു ബുദ്ധിമുട്ടായിരുന്നു. ഇപ്പൊ കുഴപ്പമില്ല."

കോഫി ഓഫർ ചെയ്തെങ്കിലും രണ്ടുപേരും ഒരേ സ്വരത്തിൽ 'നോ, താങ്ക്സ് മാഡം' എന്നു പറഞ്ഞു.

"ഇവിടെ രണ്ടാൾക്കും താമസ സൗകര്യം ഒക്കെ ആയോ?"

"ശരിയായി മാം. ആഡുഗോഡിയിലാണ്. പേയിംഗ് ഗസ്റ്റുകൾ."

"ഓകെ"

"മാമിന്റെ മുടി കളർ ചെയ്തത് നന്നായിട്ടുണ്ട് കേട്ടോ."

അശ്വതിയുടെ വാക്കുകൾക്ക് പുഞ്ചിരിച്ചുകൊണ്ട് നന്ദി പറഞ്ഞു.

"ശരി മാം. ഞങ്ങൾ ഓഫീസിലേക്കു പോകട്ടെ."

"ഓകെ, അശ്വതി, സോഫി. ബെസ്റ്റ് ഓഫ് ലക്ക്."

"താങ്ക് യു മാം"

"താങ്ക് യു മാം"

ചുറുചുറുക്കുള്ള രണ്ട് പെൺകുട്ടികൾ, എത്ര പ്രസരിപ്പോടെയാണ് അവർ നടന്നുപോകുന്നത്. പുതിയ ജീവിതത്തിന്റെ സന്തോഷം രണ്ടു പേരിലും നന്നായുണ്ട്.

കാപ്പി കുടിച്ച് വേഗത്തിൽ ഓഫീസിലേക്കു ചെന്നു. ഐ ഡി കാർഡ് സൈ്വപ്പ് ചെയ്ത് ഉള്ളിൽക്കയറി. സെക്യൂരിറ്റി രാമറെഡ്ഡി സുന്ദരക്കുട്ടപ്പനായി നിൽപ്പുണ്ട്. രാമറെഡ്ഡിയോട് കുറേ വിശേഷങ്ങൾ ചോദിച്ചറിഞ്ഞു. കോവിഡിന്റെ അടച്ചിടലിലും രാമറെഡ്ഡി ഓഫീസിൽത്തന്നെ ഉണ്ടായിരുന്നു. നേരേ ക്യാബിനിലേക്കു ചെന്നു. സീറ്റുകൾ പലതും കാലിയാണ്. കോവിഡിനുശേഷം എല്ലാം പതിയെ സാധാരണ രീതികളിലേക്കു മടങ്ങുന്നതേ ഉള്ളൂ. ക്യാബിനിൽ ലോഷന്റെ മണം തങ്ങി നില്പുണ്ട്. ക്ലീൻ ചെയ്തിട്ട് അധികസമയം ആയിട്ടില്ല. ഗ്ലാസ്‌ടേബിളും സിസ്റ്റവുമെല്ലാം വൃത്തിയാക്കി വെച്ചിരിക്കുന്നു. മേശമേൽ അല്പം ചരിഞ്ഞിരുന്ന ക്രൂശിതരൂപം നേരെയാക്കി വെച്ചു. ആമസോണിൽ നിന്ന് വാങ്ങിയ ബുദ്ധശില്പത്തിന്റെ തലയിലൂടെ വെറുതേ വിരലോടിച്ചു. മുൻപ് ബുദ്ധന്റെ ഒരു ചിത്രം മുറിയിൽ ഒട്ടിച്ചു വെച്ചതിന് ജീവൻ കുറേ ദേഷ്യപ്പെട്ടിരുന്നു. ദേഷ്യപ്പെടുക മാത്രമായിരുന്നില്ല. അത് കീറിക്കളയുക കൂടി ചെയ്തു. പിന്നീടാണ് ബുദ്ധശില്പം വാങ്ങി ഓഫീസ് ടേബിളിൽ വെച്ചത്.

ബുദ്ധന്റെ ചിത്രം കീറിയെറിഞ്ഞതിനുശേഷം, കുറേ വിശുദ്ധന്മാരുടെ ചിത്രങ്ങൾ വാങ്ങി എല്ലാ മുറിയിലും തൂക്കി. ഏതോ കൊടിയ അപരാധത്തിൽ നിന്ന് രക്ഷപ്പെടാനെന്നവണ്ണം. ജീവന്റെ മതബോധം ഈയിടെയായി വല്ലാതെ കൂടിയിരിക്കുന്നു.

ഈ ഓഫീസിനുള്ളിൽ തന്നെ അൻപതോളം പേർ ജോലി ചെയ്യുന്നുണ്ട്. പ്യൂണായി നാല് പേർ. നാലു പേരും സ്ത്രീകളാണ്. കൂട്ടത്തിൽ മുതിർന്നയാൾ ലക്ഷ്മിഅക്ക. ചെറിയ ശമ്പളത്തിൽ ആത്മാർത്ഥമായി പണിയെടുക്കുന്നവർ. ലക്ഷ്മിഅക്കയെ അന്വേഷിച്ചപ്പോൾ, ഇനി വരാൻ സാദ്ധ്യതയില്ലെന്നാണ് കൂടെയുള്ളവർ പറഞ്ഞത്. ലക്ഷ്മിഅക്കയുടെ മകളുടെ വിവാഹം കോവിഡ് കാലത്തായിരുന്നു. 'മോളേ ഉറപ്പായും വരണം' എന്നു പറഞ്ഞതുകൊണ്ട് പോകാതിരിക്കാൻ തോന്നിയില്ല. ലക്ഷ്മിഅക്കയുടെ ഭർത്താവ് നേരത്തെ മരിച്ചു പോയിരുന്നു. മകളെ വളർത്തി വലുതാക്കാൻ അവർ കുറേ കഷ്ടപ്പെട്ടു. ആദ്യമായിട്ടായിരുന്നു ഒരു കന്നഡ വിവാഹം കണ്ടത്. കോവിഡ് കാലമായതുകൊണ്ടാവും

വിവാഹച്ചടങ്ങുകൾ വളരെ ലളിതമായിരുന്നു. ഒരു മാസം മാത്രം നീണ്ടു നിന്നൊരു ദാമ്പത്യ ബന്ധമായിരുന്നു അത്. കുറേയേറെ സ്വപ്നങ്ങളുമായി ഇരുപതാം വയസ്സിൽ ഭർത്തൃവീട്ടിലേക്കു പോയ ആ പെൺകുട്ടിക്ക് കൊടിയ പീഡനങ്ങളാണ് നേരിടേണ്ടി വന്നത്. സ്ത്രീധനത്തുകയുടെ പേരുപറഞ്ഞ് അയാൾ അവളെ നിരന്തരം ഉപദ്രവിക്കുമായിരുന്നു. മുന്നോട്ടു പോകാൻ ഒരു രീതിയിലും കഴിയാതെ വന്നപ്പോഴാണ് അവൾ ജീവനൊടുക്കിയത്. സംഭവം നടന്ന് രണ്ടു ദിവസത്തിനു ശേഷമാണ് വിവരം അറിയുന്നത്. ലക്ഷ്മിഅക്കയെ തിരക്കിച്ചെന്നെങ്കിലും അവരെ ബന്ധുക്കൾ കൂട്ടിക്കൊണ്ടുപോയി എന്ന വാർത്തയാണ് കേട്ടത്.

സിസ്റ്റം ഓണാക്കി. മഡിവാള മാർക്കറ്റിലൂടെ ഒരിക്കൽ വരുമ്പോൾ, വഴിയരികിൽ പെട്രോൾ തീർന്ന് വിഷമിച്ചു നിന്ന കന്നഡ വൃദ്ധന് അടുത്ത പമ്പിൽ നിന്ന് പെട്രോൾ വാങ്ങിക്കൊടുത്ത് പിന്നെ ഒന്നിച്ചെടുത്തൊരു സെൽഫിയുണ്ട്. വൃദ്ധന്റെ നരച്ച താടിരോമങ്ങളോടു മുഖം ചേർത്തു വെച്ചെടുത്തൊരു ഫോട്ടോ. അതാണ് പ്രൊഫൈൽ പിക്ചറായി കിടക്കുന്നത്. ജീവനതു കണ്ട് കുറേ ദേഷ്യപ്പെട്ടിരുന്നു.

ഒരു പരിചയവും ഇല്ലാത്ത ഒരാളിന് പെട്രോൾ വാങ്ങിക്കൊടുത്തത് പോട്ടെ, പിന്നെ അയാൾക്കൊപ്പം നിന്ന് ഫോട്ടോ കൂടി എടുക്കേണ്ട കാര്യമുണ്ടായിരുന്നോ എന്നതായിരുന്നു ജീവന്റെ ചോദ്യം. പ്രത്യേകിച്ച് അതിൽ തെറ്റെന്തെങ്കിലും ഉണ്ടെന്ന് തോന്നിയില്ല. അതുകൊണ്ട് മാറ്റിയുമില്ല. ജീവൻ എപ്പോഴും എല്ലാവരോടും ഒരകലം പാലിക്കുന്ന ആളാണ്. ചെറുപ്പം മുതൽ സേഫ്സോണിൽ ജീവിച്ചു വന്നൊരാൾ. കുറേയെങ്കിലും മാറിയിട്ടുണ്ടെങ്കിൽ ഞാനാണ് കാരണമെന്ന് ജീവനും അറിയാം.

ജീവനിപ്പോൾ എന്തെടുക്കുകയാവും. ഒന്നുകിൽ ഉറങ്ങുകയാവും. അല്ലെങ്കിൽ അപ്പന്റെ ഡയറിയുമായി, നാട്ടിലെ മൺവഴികളിലൂടെ സഞ്ചരിക്കുകയാവും. പാവം.

ടെക്കികൾ ഓരോരുത്തരായി ഓഫീസിലേക്ക് എത്തിത്തുടങ്ങി. നീണ്ട നാളുകൾക്കുശേഷം വീണ്ടും എല്ലാം പഴയതുപോലെ ആകുന്നു.

**കു**റവിലങ്ങാട്ടു നിന്ന് പന്തളത്തെത്തിയ പൂർവ്വികരെക്കുറിച്ചും പക ലോമറ്റം എന്ന തന്റെ കുടുംബത്തെക്കുറിച്ചും ഉള്ളതായിരുന്ന അപ്പന്റെ കുറിപ്പുകളിൽ ആദ്യത്തേത്. മത പീഡനത്തെത്തുടർന്നായിരുന്നു കൊടുങ്ങല്ലൂരിൽനിന്നും കുറവിലങ്ങാട്ടേക്ക് അവർ എത്തിപ്പെട്ടത്. പകലോമറ്റം കുടുംബത്തിലെ ഇരവികർത്തൻ എന്ന കാരണവർ രാജാവിൽനിന്നും ചെപ്പേട്ടുവാങ്ങിയ പ്രമാണി കൂടി ആയിരുന്നു. ക്രിസ്തുവർഷം മുന്നൂറാമാണ്ടിലായിരുന്നു പകലോമറ്റം, കാളികാവ് ശങ്കരപുരി, കള്ളി എന്നീ കുടുംബങ്ങളിലെ ചിലർ കൊടുങ്ങല്ലൂരിൽ നിന്ന് കുറവിലങ്ങാട്ടേക്കെത്തുന്നത്.

ഏതാണ്ട് അഞ്ഞൂറു വർഷങ്ങൾക്കുമുൻപ് കൊടുങ്ങല്ലൂരിലേക്ക് പോയ പന്തളം രാജാവ് കുറവിലങ്ങാട്ടെ അതിപ്രശസ്തമായ തിരുനാളാഘോഷം കാണുകയും അവരെ പന്തളത്തേക്ക് ക്ഷണിക്കുകയും ചെയ്തു. രാജാവിന്റെ ക്ഷണം സ്വീകരിച്ച് പകലോമറ്റത്തെ ഒരു കുടുംബം കുറവിലങ്ങാട്ടുനിന്നും പന്തളത്തേക്കു വന്നു. പന്തളം രാജാവിന്റെ നിർദ്ദേശമനുസരിച്ച് കൊട്ടാരത്തിനു സമീപമുള്ള ചിറത്തലയ്ക്കൽ എന്ന സ്ഥലത്ത് താമസമാക്കി. പന്തളം വലിയപാലത്തിന് തെക്കുള്ള സ്ഥലമാണ് ചിറത്തലയ്ക്കൽ. പടിഞ്ഞാറായി അച്ചൻകോവിലാർ ഒഴുകുന്നു. ഇതിനു സമീപമാണ് പന്തളം ശാസ്താക്ഷേത്രം. പന്തളം എന്ന പേരിന്റെ ഉൽപ്പത്തിയെക്കുറിച്ച് വ്യത്യസ്ത അഭിപ്രായങ്ങളാണുള്ളത്. പൊന്തയുടെ അളം 'പൊന്തളം' കാലക്രമേണ പന്തളമായതാകാം. പഞ്ചദളം പന്തളമായതുമാകാം. പാണ്ഡ്യരാജവംശം മധുരയിൽ നിന്ന് പന്തളത്തെത്തി ദേശം വിലയ്ക്കു വാങ്ങി ആസ്ഥാനമുറപ്പിച്ചു എന്ന ഐതിഹ്യത്തിൽ 'പാണ്ഡ്യൻ തളം' പിന്നീട് പന്തളമായതുമാകാം. പന്ത്രണ്ടു കരകൾ ചേർന്നത് എന്ന അർത്ഥവും ചിലർ നൽകുന്നുണ്ട്. പന്തളം ഒഴികെയുള്ള ദേശങ്ങളെല്ലാം

മാർത്താണ്ഡവർമ്മ വേണാടിനോടു ചേർത്തിരുന്നു. കായംകുളം രാജാവു മായുള്ള യുദ്ധത്തിൽ പന്തളം രാജാവ് മാർത്താണ്ഡവർമ്മയെ സഹായിച്ചതിനാലാണ് മാർത്താണ്ഡവർമ്മ പന്തളത്തെ ആക്രമിക്കാതിരുന്നത്. വനഭംഗി നിറഞ്ഞ സ്ഥലമായിരുന്നു മുൻപ് പന്തളം ദേശം. ദേശത്തിന്റെ ജീവനാഡിയായ അച്ചൻകോവിലാറാണ് പന്തളത്തിന് കാനനസമൃദ്ധി നൽകിയിരുന്നത്. കുന്നുകളും സമതലങ്ങളും, നെല്ലും കപ്പയും ചേനയും ചേമ്പും കരിമ്പും സമൃദ്ധിയായി വിളഞ്ഞു കിടക്കുന്ന പാടങ്ങളും പന്തളത്തിന്റെ പ്രത്യേകതയായിരുന്നു. ചിറത്തലയ്ക്കൽനിന്നും പന്തളത്തിന്റെ വിവിധ ഭാഗങ്ങളിലേക്ക് പൂർവ്വികർ കുടിയേറി പാർത്തു. കാടുവെട്ടിത്തെളിച്ച് കപ്പയും ചേനയും വാഴയും കൃഷി ചെയ്തു. പള്ളിയും പള്ളിക്കൂടങ്ങളും നിർമ്മിച്ചു. പകലന്തിയോളം പണിയെടുത്തു. അരപ്പട്ടിണിയിൽ ജീവിച്ചു. വിവാഹം ചെയ്തും ചെയ്തുകൊടുത്തും സന്താനങ്ങളെ വർദ്ധിപ്പിച്ചു. കൂടുതൽ കാടുകൾ വെട്ടിത്തെളിച്ച്, കൂടുതൽ വീടുകൾ നിർമ്മിച്ച് കൂടുതൽ പള്ളികളും പള്ളിക്കൂടങ്ങളും പണി കഴിച്ച് സന്തുഷ്ടിയോടെ വാണു.

ഡയറിയിലെ തുടർന്നുള്ള ഭാഗങ്ങളാണ് അത്ഭുതപ്പെടുത്തിയത്. അത് ഐസക്ക് അച്ചായൻ പറഞ്ഞ കത്തിപ്പോയ ഓലപ്പള്ളിയെക്കുറിച്ചുള്ളതായിരുന്നു.

"ഓലപ്പള്ളിയെക്കുറിച്ച് നിന്റപ്പനും അറിയാമെടാ" ഐസക് അച്ചായന്റെ വാക്കുകൾ കാതുകളിൽ അപ്പോഴും മുഴങ്ങിക്കൊണ്ടിരുന്നു.

കുറവിലങ്ങാട്ടു നിന്ന് പന്തളത്ത് എത്തിയവർ നാടിന്റെ വിവിധ ഭാഗങ്ങളിലായി വാസമുറപ്പിച്ചു.

കടലിക്കുന്നും, പാണിലും, കാരാണിക്കുന്നും ഉൾപ്പെടുന്ന മലമ്പ്രദേശത്ത് കാടുവെട്ടിത്തെളിച്ച് കൃഷിചെയ്ത് ജീവിതം മുന്നോട്ടു കൊണ്ടുപോയത് അധികാരത്തിൽ കുടുംബവും, മാഞ്ഞാലിൽ കുടുംബവുമായിരുന്നു. ഓർത്തഡോക്സ് സഭാവിശ്വാസിയായിരുന്ന മാഞ്ഞാലിൽ തരകൻ കത്തോലിക്കാസഭയിലേക്ക് മാറിയതിനെ തുടർന്നുണ്ടായ തർക്കങ്ങൾ അതിന്റെ തീവ്രതയിലെത്തിയ നാളുകളിലൊന്നിലാണ് ഓലപ്പള്ളി കത്തിയമർന്നത്.

കത്തിപ്പോയ ഓലപ്പള്ളിയിൽ നിന്ന് വിലപിടിച്ച ഒരു വസ്തു അന്ന് കളവുപോയിരുന്നു.

പന്ത്രണ്ട് നക്ഷത്രങ്ങൾ കൊത്തി വെച്ചിരുന്ന സ്വർണ്ണവടിയും അതിൻമേലുള്ള പിത്തള സർപ്പവും. നാട്ടുകാർ കരുതിയിരുന്നത് പിത്തള സർപ്പം അഗ്നിയിൽ ഉരുകിപ്പോയെന്നാണ്.

പിത്തളസർപ്പത്തെക്കുറിച്ചോ സ്വർണ്ണവടിയെക്കുറിച്ചോ അതിനു മുൻപ് കേട്ടിരുന്നില്ല.

ഈ വിവരം അപ്പന് എവിടെ നിന്നു കിട്ടി?

**പ**തിവിലും താമസിച്ചാണ് എമിലി ഓഫീസിൽ നിന്നിറങ്ങിയത്. കുറേ സാധനങ്ങൾ വാങ്ങാനുണ്ടായിരുന്നെങ്കിലും ഒന്നും വാങ്ങാതെ തന്റെ സ്കൂട്ടിയിൽ നേരേ വീട്ടിലേക്ക്. എമിലി വീട്ടിലെത്തുമ്പോൾ ജീവൻ പോർച്ചിലെ ചെടികൾക്ക് വെള്ളമൊഴിക്കുകയായിരുന്നു.

"എമിലി, നീ എത്തിയോ?"

"ജീവാ, നിന്റെ ഡയറി വായന എവിടെ വരെയായി?"

"ഞാനൊന്നു തുടങ്ങി വെച്ചതേ ഉള്ളെടീ. അപ്പൊഴേക്കും ഓഫീസിൽ നിന്ന് വിളിവന്നു. പിന്നെ സിസ്റ്റത്തിന്റെ മുന്നിലേക്കു പോയി."

"എടാ, നാളെ മുതൽ ജോലിക്കു പൊയ്ക്കോണം. ഡയറിയെന്നു പറഞ്ഞിവിടിരിക്കരുത്." ചിരിയോടെയാണ് എമിലി അതു പറഞ്ഞത്.

"ജീവാ, നീ എപ്പൊഴാടാ വന്നത്.?" മതിലിനപ്പുറത്തു നിന്ന് മോൻസൻ അങ്കിളാണ്.

"അങ്കിൾ എന്തുണ്ട് വിശേഷം? ഞാൻ രാവിലെ എത്തി.

ഭൂമി കച്ചോടമൊക്കെ എങ്ങനെ പോകുന്നു?"

"ഓ ബിസിനസെല്ലാം വല്ലാതെ ഡള്ളാടാ. കോവിഡ് വന്നതിനു ശേഷം ഒരു പ്ലോട്ട് പോലും വില്ക്കാൻ പറ്റിയില്ലെന്നേ."

"നിയന്ത്രണങ്ങളൊക്കെ മാറിയില്ലെ. ഇനിയിപ്പം എല്ലാം ശരിയാകും."

"അതേടാ, എല്ലാം ശരിയായാ മതിയായിരുന്നു.

അപ്പൻ സുഖമായിട്ടിരിക്കുന്നോടാ?"

"സുഖമെന്നു പറയാനില്ല. പ്രായത്തിന്റെ പ്രശ്നങ്ങളൊക്കെയുണ്ട്."

"അങ്കിൾ, സിൽവിച്ചേച്ചി എന്തിയേ?" എമിലിയുടെ ചോദ്യമാണ്.

"അവളിവിടുണ്ട് മോളേ. ഏതോ പുതിയ ഡിഷ് ഉണ്ടാക്കുന്നതിന്റെ

തിരക്കിലാ."

"ഓകെ, അങ്കിൾ, പിന്നെ കാണാം."

"ഓകെ ജീവാ.."

ജീവനും എമിലിയും അകത്തേക്കു പോയി.

ഭക്ഷണം കഴിക്കുന്ന സമയത്താണ് മിഥുൻ വന്നത്.

"നല്ല സമയത്തു തന്നെയാണല്ലോ ഞാൻ വന്നത്. ഒരു പ്ലേറ്റ് എനിക്കുകൂടി എടുത്തോ"

"വാടാ. ഇരിക്ക്."

മുപ്പത്തിയെട്ടു വയസ്സുള്ള വെളുത്തു മെലിഞ്ഞൊരു ചെറുപ്പക്കാരനാണ് മിഥുൻ. അക്സഞ്ചറിൽ എന്റെയൊപ്പം ജോലി ചെയ്യുന്നു. മിഥുനിന്റെ അച്ഛൻ നാട്ടിലെ അറിയപ്പെടുന്നൊരു ആധാരം എഴുത്തുകാരനും കരകൗശലപ്പണിക്കാരനുമായിരുന്നു. അമ്മയ്ക്ക് ജോലി ഇല്ല. മിഥുനിന്റെ ഒരേയൊരു സഹോദരൻ ഒരു അപകടത്തിൽ മരിച്ചു പോയിരുന്നു.

"സിസ്റ്റത്തിനു മുന്നിൽ ഇത്രയും നേരം ഇരുന്നിട്ടാണെന്നു തോന്നുന്നു. കണ്ണിന് ആകെയൊരു മങ്ങൽ."

"നീയാ ദാസൻ ഡോക്ടറെ കണ്ട് കണ്ണൊന്ന് പരിശോധിപ്പിക്കെടാ. ഞാൻ ഇവിടെ വന്ന് ഒരു വർഷം കഴിഞ്ഞപ്പോഴേക്ക് കണ്ണാടി വച്ചു."

"ജീവേട്ടാ ഞാൻ പലപ്പോഴും ആലോചിക്കാറുണ്ട് ജോലി രാജി വെച്ചാലോ എന്ന്. രാത്രിയെന്നോ പകലെന്നോ ഇല്ലാതെ ഇവൻമാർ നമ്മുടെ ചാറ് പിഴിഞ്ഞോണ്ടിരിക്കുവല്ലിയോ?"

"എടാ അതിനവർ നല്ല ശമ്പളവും തരുന്നില്ലേ."

"ലക്ഷങ്ങൾ ശമ്പളം കിട്ടിയിട്ട്, ആരോഗ്യം നഷ്ടപ്പെട്ടാൽ പിന്നെ എന്താ പ്രയോജനം. മാനസികമായ സമ്മർദ്ദം വേറെ. ഇതെല്ലാം വലിച്ചെറിഞ്ഞ് നാട്ടിൽ ചെന്ന് എന്തെങ്കിലും കൃഷി തുടങ്ങിയാലോന്നാ ആലോചന."

"കൃഷിയിൽ നിന്ന് എന്ത് കിട്ടാനാടാ. നാട്ടിൽ കൃഷി ചെയ്തോണ്ടിരുന്നവർക്കെല്ലാം നഷ്ടങ്ങളുടെ കണക്കല്ലേ പറയാനുള്ളു. നമ്മളെപ്പോലുള്ള ചെറുപ്പക്കാരെല്ലാം വൈറ്റ് കോളർ ജോലി തേടി ബംഗളൂരിലും ഓസ്ട്രേലിയയിലും ഒക്കെ പോയപ്പോൾ കൃഷിയിടങ്ങളെല്ലാം തരിശായി. ബംഗാളിൽനിന്നും ബീഹാറിൽനിന്നും ഒക്കെ വരുന്ന ചെറുപ്പക്കാരാ ഇപ്പൊ കേരളത്തിൽ ജോലി ചെയ്യുന്നത്. മുപ്പത്തിനാലു ലക്ഷം അന്യസംസ്ഥാന തൊഴിലാളികളാണത്രേ കേരളത്തിലുള്ളത്."

"ജീവേട്ടാ, നിങ്ങളും ആഗ്രഹിക്കുന്നില്ലേ ഈ തിരക്കെല്ലാം അവസാനിപ്പിച്ച് നാട്ടിൽ കൂടാൻ."

"രണ്ടുപേരും കൂടി അധികം സെന്റി അടിക്കല്ലേ."

"ഒരു സമൂഹം മുഴുവൻ കൃഷിയുമായി എല്ലാക്കാലവും കഴിഞ്ഞിരു

ന്നെങ്കിൽ ഇന്നു കാണുന്ന പുരോഗതി ഉണ്ടാകുമായിരുന്നോ? മാതാപിതാക്കളുടെ പരിമിത സാഹചര്യങ്ങളിൽ നിന്ന് വിദ്യാഭ്യാസത്തിലൂടെ ഉയരാൻ സാധിച്ചതുകൊണ്ടല്ലേ ഇന്നു കാണുന്ന നേട്ടങ്ങളൊക്കെയുണ്ടായത്. കുന്നും മലയും പുഴയുമെന്നൊക്കെയുള്ള ആവലാതികളും ആമസോണിൽനിന്നും ഫ്ലിപ്കാർട്ടിൽനിന്നും ദിവസവും സാധനങ്ങൾ ഓർഡർ ചെയ്യലും. കൊള്ളാം. നിങ്ങൾ ആദ്യം ഈ ഇരട്ടത്താപ്പ് അവസാനിപ്പിക്ക്."

"എമിലീ നീ പറയുന്നത് ശരിയാണ്. ചില കാര്യങ്ങളൊക്കെ നമ്മൾ വേണ്ടെന്നു വെച്ചാലും നടക്കില്ല. ഇതൊന്നുമില്ലാതെ ഇനി മുന്നോട്ടു പോവാനുമാവില്ല. എല്ലാം മാറും മാറാതെ നിവൃത്തിയില്ല എന്നറിയാമെങ്കിലും എന്തോ ഒരു ഭയം."

"ജീവാ, ഭയന്നിട്ടോ പകച്ചു നിന്നിട്ടോ യാതൊരു കാര്യവുമില്ല. പിന്തിരിഞ്ഞു നോക്കാതെ മുന്നോട്ടു പോവുക തന്നെ. അധികം തിരിഞ്ഞു നോക്കിയാൽ ഒരുപക്ഷേ, ഉപ്പുതൂണായിപ്പോയേക്കാം." ചിരിയോടെയാണ് എമിലി പറഞ്ഞവസാനിപ്പിച്ചത്.

"ചേച്ചി, ഡാൽ കറി നന്നായിട്ടുണ്ട് കേട്ടോ"

"എടാ അത് ഞാനല്ല ഉണ്ടാക്കിയത്. ജീവനാ."

"എടാ എടാ, അതിന്റെ ക്രഡിറ്റ് എനിക്കാണ്, കേട്ടോ."

ഭക്ഷണത്തിനുശേഷം മിഥുൻ  വീട്ടിലേക്ക് പോകാൻ തുടങ്ങി.

"മിഥുനേ നീ രാവിലെ വരില്ലേ?"

"പതിവുപോലെ വരാം. ഓഫീസിലേക്ക് നമുക്കൊന്നിച്ചു പോകാം."

"ഓകെ, ഗുഡ് നൈറ്റ്, "

"ഗുഡ് നൈറ്റ്.."

"നാട്ടും വീട്ടുമാണ് എപ്പോഴും മിഥുനിന്റെ മനസ്സിൽ, അല്ലേ എമിലീ?"

"മിഥുനിനു മാത്രമല്ല. ജീവനും അങ്ങനെ തന്നല്ലേ? നാട്ടിലെ ആഘോഷങ്ങളിലൊന്നും പങ്കെടുക്കാനാവാത്തതിന്റെ വിഷമം രണ്ടു പേരിലും ഞാൻ കണ്ടിട്ടുണ്ട്."

"നീ പറഞ്ഞതു ശരിയാ. നാട്ടിൽ ഉത്സവങ്ങളും പെരുന്നാളുകളും മറ്റ് ആഘോഷങ്ങളും ഒക്കെ വരുമ്പോൾ വല്ലാത്തൊരു ശൂന്യതയാ ഉള്ളിലനുഭവപ്പെടുന്നത്. നിനക്കു പിന്നെ എല്ലാം വിഷ്ണലോകമല്ലേ?"

"ഉത്സവങ്ങളും പെരുന്നാളുകളും എനിക്കും ഇഷ്ടമാ. ചൂട് മുളകു ബജ്ജിയും തിന്ന്, കടലയും കൊറിച്ച് വെളുക്കും വരെ നാടകവും തുള്ളലും കണ്ടിരിക്കാൻ. ആയിരിക്കുന്ന ഇടങ്ങളിലെല്ലാം സന്തോഷം കണ്ടെത്തുക എന്നതാണ് പ്രധാനം. അല്ലാതെ നഷ്ടപ്പെടുന്ന ചില ഇടങ്ങളെ ഓർത്ത് സങ്കടപ്പെടുന്നത് വല്ലാത്തൊരു തോൽവി തന്നാ. ജീവൻ

എത്ര ആഗ്രഹിച്ചാലും ചില നഷ്ടങ്ങളെ തിരികെ പിടിക്കാനാവില്ല. ആ യാഥാർത്ഥ്യം ഉൾക്കൊള്ളുക എന്നതാ പ്രധാനം."

ജീവനു പക്ഷേ, അത്ര പെട്ടെന്ന് ഉൾക്കൊള്ളാനാവുന്ന ഒന്നായിരുന്നില്ല അത്. അതുകൊണ്ടാണ് വീണ്ടും അപ്പന്റെ കുറിപ്പുകളിലേക്ക് മടങ്ങിപ്പോയത്.

**ക**ടലിക്കുന്നിലാദ്യമായി ഒരു ചെറുകിട വ്യവസായം തുടങ്ങിയത് കണ്ടൻ പുലയന്റെ മകൻ ചാത്തനും സഹോദരൻ ആദിച്ചനും കൂടിയാണ്. തൊണ്ണൂറു വർഷങ്ങൾക്കു മുൻപ്. അതിനു പിന്നിൽ ഒരു പ്രതിഷേധത്തിന്റെ കഥ കൂടിയുണ്ടായിരുന്നു. നാട്ടിലെ പ്രബലരായ അധികാരത്തിൽ കുടുംബത്തിന്റെ അൻപതേക്കറിലെ അടിയാന്മാരായിരുന്നു കണ്ടൻ പുലയനും കുടുംബവും. അധികാരത്തിൽ കുടുംബത്തിന്റെ കാരണവരായ കൊച്ചൗസേപ്പ് മലബാറിൽ നിന്നു കൊണ്ടുവന്ന മുന്തിയ കാപ്പിത്തൈകളും, കൊക്കോയും, ഇഞ്ചിയും കണ്ടൻ പുലയന്റെയും കുടുംബത്തിന്റെയും വിയർപ്പിൽ തഴച്ചു വളർന്നു. കൊച്ചൗസേപ്പിന്റെ അപ്പൻ ഔതക്കുട്ടിയുടെ സാമർത്ഥ്യം കൊണ്ടാണ് അധികാരത്തിൽ കുടുംബത്തിന് ഇത്രയേറെ ഭൂമി കൈവശം വന്നത്. സർക്കാരിന്റെ കൈവശമുണ്ടായിരുന്ന എണ്ണമറ്റ തരിശുഭൂമിയിൽ നിന്ന് ആദായമുണ്ടാക്കാനായി വ്യക്തികൾക്ക് ഭൂമി പതിച്ചു നൽകുന്ന ഒരു പതിവുണ്ടായിരുന്നു. പതിച്ചു നൽകുന്ന ഭൂമിയിൽ നിന്ന് സർക്കാർ നികുതിയും വാങ്ങിയിരുന്നു. ക്ലാസിപ്പേർ എന്ന ഉദ്യോഗസ്ഥൻ ഗവൺമെന്റ് നിർദ്ദേശമനുസരിച്ച് ജനങ്ങൾക്ക് ഭൂമി പതിച്ചുനൽകുകയും ഭൂനികുതി വാങ്ങുകയും ചെയ്തിരുന്നു. ഭൂനികുതി കൊടുക്കുക എന്നത് ഏറെ ബുദ്ധിമുട്ടുള്ള കാര്യമായിരുന്നതിനാൽ സാധാരണക്കാർ ക്ലാസിപ്പേരിന്റെ കണ്ണിൽപ്പെടാതെ ഒഴിഞ്ഞു നടന്നു. എന്നാൽ പ്രമാണിയായ ഔതക്കുട്ടി ഈ അവസരം നന്നായി മുതലാക്കി കിട്ടാവുന്നിടത്തോളം ഭൂമി സർക്കാരിൽ നിന്ന് കൈവശപ്പെടുത്തി.

ഓമല്ലൂരിലെ പ്രസിദ്ധമായ വയൽവാണിഭത്തിന് കണ്ടൻ പുലയൻ വാങ്ങി ഓമനിച്ചു വളർത്തിയിരുന്ന കാളക്കുട്ടിയുമായിട്ടാണ് കൃഷിസ്ഥല

ത്തേക്ക് സാധാരണ അവർ പോകാറുള്ളത്. കാപ്പിത്തോട്ടത്തിനു തൊട്ടു താഴെയുള്ള വയലിൽ കാളക്കുട്ടിയെ അഴിച്ചുവിടാറാണ് പതിവ്. സന്ധ്യയ്ക്ക് പണിക്കുശേഷം വീട്ടിലേക്ക് പോകുമ്പോൾ തോട്ടിലിറക്കി നന്നായി കുളിപ്പിക്കും. എന്നാൽ അന്ന് വൈകുന്നേരം ആദിച്ചൻ കാള ക്കുട്ടിയെ വയലിലെല്ലാം തിരഞ്ഞെങ്കിലും കണ്ടില്ല. കണ്ടൻ പുലയനും ചാത്തനും ആദിച്ചനുംകൂടി അവിടെയെല്ലാം അന്വേഷിച്ചെങ്കിലും മൂരിക്കു ട്ടൻ എങ്ങോട്ടു പോയെന്ന് ഒരു പിടിയും കിട്ടിയില്ല. അന്വേഷണമവസാ നിപ്പിച്ച് ദുഃഖത്തോടെയവർ വീട്ടിലേക്കു പോകാൻ തുടങ്ങുമ്പോഴാണ്, കാപ്പിത്തോട്ടത്തിന്റെ പടിഞ്ഞാറെ ചരിവിലെ മുളങ്കാടിനുള്ളിൽ ചോര വാർന്ന് ചത്തു കിടക്കുന്ന മൂരിക്കുട്ടനെ കണ്ടത്. മൂവരും അമ്പരപ്പോടെ ഓടിച്ചെന്ന് നോക്കുമ്പോൾ, കാളക്കുട്ടിയുടെ പിടലിക്കു താഴെ ചങ്കിനോ ടു ചേർന്ന് കത്തികയറിയ ഒരു പാട്. അതിലെ ചോരയോട്ടം അപ്പോഴും നിലച്ചിരുന്നില്ല. ആ കാഴ്ച കണ്ട കണ്ടൻ പുലയൻ തലയിൽ കൈവെച്ചി രുന്നുപോയി. ആദിച്ചനും ചാത്തനും ഒന്നും മിണ്ടാനാവാതെ നിശ്ചലരാ യി നിന്നു.

"ഇതാരാണ്ടും മനപ്പൂർവ്വം ചെയ്താണപ്പാ." ചാത്തൻ വിഷമത്തോടെ പറഞ്ഞു.

"ആരു ചെയ്താലും വല്ലാത്തൊരു കടുങ്കൈയായിപ്പോയി."

ആരു ചെയ്തെന്നോ എന്തിനു ചെയ്തെന്നോ ആർക്കും ഒരു എത്തും പിടിയും കിട്ടിയില്ല.

കണ്ടൻ പുലയന്റെ കൂട്ടുകാരൻ നീലാണ്ടന്റെ കൊച്ചുമകൻ അപ്പോ ഴാണ് ഓടിക്കിതച്ചെത്തിയത്.

"ഞാങ്കണ്ടതാ, ഞാങ്കണ്ടതാ.... കൊച്ചൗസേപ്പാ നമ്മടെ മൂരിക്കുട്ട നെ കൊന്നത്."

പറങ്കിമാവിനു മുകളിൽ ഒടിയൻ കളിച്ചിരുന്നപ്പോഴാണ് അവനാ കാഴ്ച കണ്ടത്. വയലിൽ മേഞ്ഞു കൊണ്ടിരുന്ന മൂരിക്കുട്ടൻ പതിയെ കാ പ്പിത്തോട്ടത്തിലേക്കു കടക്കുന്നതും, കാപ്പിച്ചെടികൾ തിന്നാൻ തുടങ്ങു ന്നതും.

രണ്ടാം മുണ്ടും തോളിലിട്ട്, കാപ്പിത്തോട്ടത്തിലൂടെ പതിവു നടത്ത ത്തിനിറങ്ങിയ കൊച്ചൗസേപ്പ് ആ കാഴ്ച കണ്ട് ഞെട്ടിത്തരിച്ചു നിന്നു.

"ഏതു കഴുവേറീടെ കാളയാടാ ഇത്." എന്ന് അലറിക്കൊണ്ടയാൾ അരയിൽ സൂക്ഷിക്കാറുള്ള വെള്ളിപ്പിടിയുള്ള കത്തിയൂരി കാളയുടെ ചങ്കിലേക്ക് പിടി വരെ താഴ്ത്തി. വല്ലാത്തൊരമറലോടെ കാള ഒരു വശം ചരിഞ്ഞ് കുഴഞ്ഞുവീണു. പിന്നെ ചരിവിലൂടെ ഉരുണ്ട്, താഴെയുള്ള മുള ങ്കാട്ടിലേക്ക്.

നീലാണ്ടന്റെ കൊച്ചുമകനിൽനിന്നും വാർത്തയറിഞ്ഞ ചാത്തനും

ആദിച്ചനും കൊച്ചൗസേപ്പിന്റെ വീട്ടിലേക്ക് കുതിച്ചു. കണ്ടൻ പുലയൻ അവരെ ആവുന്നത്ര പിന്തിരിപ്പിക്കാൻ ശ്രമിച്ചിട്ടും ആ കുതിപ്പ് അവസാനിച്ചത് കൊച്ചൗസേപ്പിന്റെ വീട്ടുമുറ്റത്താണ്.

"പൊലയനും മക്കളും കൂടി പകരംചോദിക്കാൻ വന്നതാണോ?" എന്ന പരിഹാസച്ചിരിയോടെയാണ് കൊച്ചൗസേപ്പ് അവരെ എതിരേറ്റത്.

"ഒരു കാപ്പിത്തണ്ട് കടിച്ചതിനാണോ ഞങ്ങടെ കാളക്കുട്ടിയുടെ ചങ്കിൽ കത്തി കുത്തിയിറക്കിയത്. പകരം ചോദിക്കണമെങ്കി ചോദിക്കുക തന്നെ ചെയ്യും."

മക്കളുടെ നിലവിട്ട പെരുമാറ്റം കണ്ട കണ്ടൻ നിന്ന നിൽപ്പിൽ വിറയ്ക്കാൻ തുടങ്ങി.

ആദിച്ചനും ചാത്തനുമാകട്ടെ, യാതൊരു കൂസലുമുണ്ടായിരുന്നില്ല.

"ഇറങ്ങെടാ കഴുവേറി മക്കളേ, എന്റെ മുറ്റത്തു നിന്ന്." ആക്രോശത്തോടെ കൊച്ചൗസേപ്പ് കത്തി ഊരി ഉമ്മറത്തു നിന്ന് മുറ്റത്തേക്ക് ചാടി.

കണ്ടൻ പേടിച്ച് പിന്നാക്കം മാറിയെങ്കിലും ചാത്തനും ആദിച്ചനും ഒട്ടും ഭയന്നില്ല.

കാളക്കുട്ടിയുടെ ചങ്കിൽ കത്തിയിറക്കിയ കൊച്ചൗസേപ്പിന്റെ വീര്യം ചാത്തനും ആദിച്ചനും മുന്നിൽ വിലപ്പോയില്ല. ഉഗ്രപ്രതാപിയായ കൊച്ചൗസേപ്പിന് ഇത്തരമൊരനുഭവം ആദ്യമായിട്ടായിരുന്നു.

ചാത്തന്റെയും ആദിച്ചന്റെയും കണ്ണുകളിലെ തീക്ഷ്ണത കൊച്ചൗസേപ്പ് അതിനു മുൻപ് ആരിലും കണ്ടിരുന്നില്ല.

ഭയന്നുവിറച്ചു നിൽക്കുകയായിരുന്ന കണ്ടൻ പുലയൻ ഒരുവിധത്തിലാണ് മക്കളെ പിടിച്ചു വലിച്ച് വീട്ടിലേക്ക് കൊണ്ടുവന്നത്.

കൊച്ചൗസേപ്പിന്റെ കൃഷിയിടത്തിൽ ഇനിയൊരിക്കലും പണിക്കു പോവില്ല. എന്ന ദൃഢനിശ്ചയത്തോടെയാണ് ചാത്തനും ആദിച്ചനും അന്ന് വീട്ടിലെത്തിയത്.

മക്കളുടെ സങ്കടം കണ്ടൻ പുലയന് സഹിക്കാവുന്നതിലും അപ്പുറമായിരുന്നു. അതുകൊണ്ടു തന്നെയാണ്, ഒട്ടും താല്പര്യമില്ലാതിരുന്നിട്ടും അയാൾ മക്കളുടെ വാശിയ്ക്കൊപ്പം നിന്നത്. ഇനി എങ്ങനെ ജീവിക്കും എന്ന ആലോചന ഉണ്ടായപ്പോഴാണ്, നാട്ടിൽ ധാരാളമുണ്ടായിരുന്ന പുല്ലിൽ നിന്നും പുൽത്തൈലമുണ്ടാക്കി വിൽക്കാം എന്നൊരാശയം ചാത്തൻ അവതരിപ്പിക്കുന്നത്.

ലഘുവായ യന്ത്രങ്ങൾ ഉപയോഗിച്ച് പന്തളംദേശത്ത് പലരും പുൽത്തൈലം ഉണ്ടാക്കി വിൽപ്പന നടത്തുന്ന കാര്യം ചാത്തൻ പുലയന് അറിയാമായിരുന്നു. യന്ത്രങ്ങളുടെ പ്രവർത്തനരീതി അവൻ കണ്ടിട്ടുമുണ്ടാ

യിരുന്നു. യന്ത്രസാമഗ്രികളുടെ പ്രവർത്തനം മനസ്സിലാക്കിയ ചാത്തൻ പുൽത്തൈലം നിർമ്മിക്കാൻ ആരംഭിച്ചു. കണ്ടന്റെയും ആദിച്ചന്റെയും, അവരുടെ കൂട്ടുകാരായ നീലാണ്ടന്റെയും കുമരന്റെയും സഹായത്തോടെയാണ് ചാത്തൻ ഇത് ആരംഭിച്ചത്. ആറടിയോളം ഉയരവും ഒൻപതടിയോളം വ്യാസവുമുള്ള ഒരു ചെമ്പുപാത്രവും അതിനു മുകളിൽ ഘടിപ്പിച്ചിരുന്ന മുളകൊണ്ടുണ്ടാക്കിയ ഒരു കുഴലും തടികൊണ്ടു നിർമ്മിച്ച വാളറ എന്നു പേരുള്ള ഒരു തടി വീപ്പയുമാണ് ഇതിനായി അവർ തയ്യാറാക്കിയത്. വലിയ ചെമ്പു പാത്രത്തിൽ ആവശ്യത്തിന് വെള്ളമൊഴിച്ച് അതിൽ പച്ചപ്പുല്ല് നിറച്ച്, പ്രത്യേകം തയ്യാറാക്കിയിട്ടുള്ള അടുപ്പിൽ വെച്ച് ചൂടാക്കുന്നു. ചൂടിൽ വേവുന്ന പുല്ലിൽനിന്നും പുറത്തേക്കു വരുന്ന നീരാവിയെ കുഴലിൽക്കൂടി വാളറയിൽ തണുപ്പിച്ച് തൈലം ഉണ്ടാക്കുന്നു.

അങ്ങനെ കടലിക്കുന്നിലാദ്യമായി ഒരു കുടിൽവ്യവസായം ആരംഭിച്ചതിന്റെ ക്രഡിറ്റ് കണ്ടൻ പുലയന്റെ മകൻ ചാത്തൻ പുലയനു്.

ഡയറിയുടെ അഞ്ചാമത്തെ പേജ് വായിച്ചവസാനിപ്പിച്ചപ്പോൾ മനസ്സിൽ നിറഞ്ഞു നിന്ന രണ്ടുപേർ ചാത്തനും ആദിച്ചനും ആയിരുന്നു.

"**ച**ള്ള തെറിപ്പിക്കാതെ നടക്കാൻ നിനക്കറിയില്ലേടീ. എമീ ഞാനിത് ടീച്ചറിനോട്ട പറഞ്ഞു കൊടുക്കും."

"ഷാഹിന നീ ഈ കുട എടുത്തു കള. നനയാൻ എന്തു രസമാണെന്നറിയാമോ."

"പിന്നേ, നല്ല രസമാ. മഴയും നനഞ്ഞ് വീട്ടിലോട്ടു ചെന്നാൽ ഉപ്പയുടെ കയ്യീന്ന് നല്ല തല്ലു കിട്ടും."

"അല്ലേൽ നിനക്ക് തല്ലു കിട്ടാതിരിക്കുവാ."

"എമീ നീ കുട മറന്നെന്ന് പറഞ്ഞത് കള്ളമല്ലേ. മഴ നനയാൻ മനപ്പൂർവ്വം അവിടെ വെച്ചിട്ടു പോന്നതല്ലേ."

"നിനക്കത് മനസ്സിലായി അല്ലേ."

"എമീ നിന്റെ പാവാട മുഴുവൻ ചള്ളയാ."

"അതു സാരമില്ലെടീ."

"വീട്ടിൽ ചെല്ലുമ്പം അമ്മ വഴക്കു പറയില്ലേ."

"എടീ എന്റെ അമ്മ ഒരു പാവമല്ലേ. എമിക്കുട്ടീടെ കുറുമ്പൊക്കെ അമ്മയ്ക്കറിയാം."

"എന്നാ ഞാനൊന്നും പറയുന്നില്ല. ഞാൻ പോകുവാ."

"ഷാഹിന, ദേ ഞാനും വരുന്നു."

"എമീ നിന്റെ അമ്മ വാതിൽക്കൽ തന്നെയുണ്ട്."

"ഷാഹി ഞാൻ പോട്ടെ, പിന്നെ കാണാം."

"എമീ, മഴ നനയണ്ട. ഞാൻ കൊണ്ടുവിടാം."

"വേണ്ട വേണ്ട, ഞാൻ ഓടിപ്പൊക്കോളാം. നീ പൊയ്ക്കോ."

"എമീ നീ മഴ മുഴുവൻ നനഞ്ഞോ? നിന്റെ കുട എവിടെ?"

"അമ്മേ ഞാൻ കുടയെടുക്കാൻ മറന്നു പോയി."

"എന്നാ പിന്നെ ഷാഹിനയുടെ കൂടയിൽ വരരുതായിരുന്നോ?"

"അങ്ങനെയാ അമ്മേ വന്നത്."

"മോളേ പനി പിടിച്ച് കിടന്നാൽ പപ്പ എന്നെയാണ് വഴക്കു പറയുന്നത്. പ്ലസ്ടുവിനാണ് പഠിക്കുന്നതെന്ന യാതൊരു വിചാരവും നിനക്കില്ല."

അമ്മയുടെ പതിവു പരാതികളെ കെട്ടിപ്പിടിച്ചൊരു മുത്തംകൊണ്ട് തീർത്ത് നേരേ കുളിക്കാൻ പോയി.

കുളി കഴിഞ്ഞ് ടെറസിനു മുകളിലേക്ക്, അമ്മയുണ്ടാക്കിയ ചായയും പലഹാരങ്ങളുമായി കയറിച്ചെല്ലുമ്പോൾ മഴ വീണ്ടും ശക്തമാകാൻ തുടങ്ങുകയായിരുന്നു.

ടെറസിനു മുകളിൽ നിന്ന് ഷാഹിനയെ വിളിച്ചു, രണ്ടാമത്തെ വിളിക്ക് ഷാഹിന വന്നു. മഴ നനയുന്നത് അവൾക്ക് ഒട്ടും ഇഷ്ടമല്ല. സ്കൂളിൽ നിന്നും കൊണ്ടുവന്ന്, ടെറസിലെ ഗ്രോബാഗിൽ ഷാഹിന നട്ടുപിടിപ്പിച്ച രാജമല്ലി മഴയിൽ നനഞ്ഞു നിൽക്കുന്നുണ്ട്. മഴയിലും കുറേ ശലഭങ്ങൾ രാജമല്ലിയിൽ തേൻ കുടിക്കാൻ കൂടിയിട്ടുണ്ട്. സ്കൂളിൽ ഞങ്ങൾ തയ്യാറാക്കിയ ശലഭോദ്യാനത്തിൽ നിന്ന് റാണി ടീച്ചറാണ് രാജമല്ലിച്ചെടി കുട്ടികൾക്ക് തന്നു വിട്ടത്. ശലഭങ്ങളെക്കുറിച്ച് ഞങ്ങൾക്ക് പഠിക്കാനുണ്ടായിരുന്നു. അതിന്റെ ഭാഗമായി പ്രിയപ്പെട്ട ബോട്ടണി അദ്ധ്യാപിക റാണി ടീച്ചറിന്റെ നിർദ്ദേശപ്രകാരമായിരുന്നു ബട്ടർഫ്ലൈ ഗാർഡനുണ്ടാക്കാൻ തീരുമാനിച്ചത്. ബോട്ടണി ലാബിന്റെ പിറകിലുള്ള സ്ഥലമായിരുന്നു ഇതിനായി തെരഞ്ഞെടുത്തത്. വെള്ളിയാഴ്ച ഉച്ചഭക്ഷണത്തിനുശേഷം ടീച്ചറിന്റെ നേതൃത്വത്തിൽ ഞങ്ങൾ ബോട്ടണി ലാബിനു പിന്നിൽ ഒത്തുകൂടി. അടുത്തുള്ള കുട്ടികളുടെ വീടുകളിൽ നിന്നെടുത്ത മമ്മട്ടിയും മറ്റ് ആയുധങ്ങളുമുപയോഗിച്ച് സ്ഥലത്തെ കാടുകളഞ്ഞ് വൃത്തിയാക്കി. ചെടി നടാനായി കുഴികളെടുത്ത്, അതിൽ ചാരവും ചാണകവും നിറച്ചു. അത്രയും ചെയ്തപ്പോൾത്തന്നെ ഞങ്ങൾ ക്ഷീണിച്ചു തളർന്നിരുന്നു. സ്കൂളിനടുത്തുള്ള കടയിൽ നിന്ന് ടീച്ചർ ഞങ്ങൾക്ക് പഫ്സും ഫ്രൂട്ടിയും വാങ്ങിത്തന്നു. പിന്നെയും രണ്ടു മൂന്നു ദിവസം കഴിഞ്ഞാണ് തൈകൾ നട്ടത്. കുട്ടികൾ വീടുകളിൽ നിന്ന് കൊണ്ടുവന്ന ചെടികളും, ടീച്ചർ വാങ്ങിക്കൊണ്ടു വന്ന ചെടികളും ഞങ്ങൾ നട്ടുപിടിപ്പിച്ചു. ഓരോ ദിവസവും വെള്ളമൊഴിക്കാനും തൈകൾ പരിപാലിക്കാനും രണ്ടു കുട്ടികൾക്കു വീതമായിരുന്നു ചുമതല. എല്ലാ തിങ്കളാഴ്ചയും ചെടികളെ നോക്കുന്ന ജോലി എനിക്കും ഷാഹിനയ്ക്കുമായിരുന്നു. എന്നാൽ ഞങ്ങൾക്കു നിശ്ചയിച്ചിരുന്ന ദിവസങ്ങളിൽ മാത്രമായിരുന്നില്ല എല്ലാദിവസവും ഞങ്ങൾ അവിടെത്തന്നെ ആയിരുന്നു. ഓരോ ചെടിയേയും സൂക്ഷ്മമായി നിരീക്ഷിക്കും. ടീച്ചർ ഞങ്ങൾക്ക് ഓരോ ചെടിയുടെയും പേരും ശാസ്ത്രനാമവും

പറഞ്ഞു തന്നിരുന്നു. ഷാഹിന പലപ്പോഴും ചെടികളുടെ ശാസ്ത്രനാമമാണ് പറയാറ്.

"എടീ എമി, നീ ഇന്ന് പഗോഡ ഫ്ലവറിന് വെള്ളം ഒഴിച്ചില്ലേ?. ലെന്താന ക്യാമറ വാടിനിൽക്കുന്നല്ലോ." എന്നൊക്കെ.

ഇതു കേൾക്കുമ്പോഴെ ഞാനവളെ ഓടിക്കും. ശാസ്ത്രനാമം എനിക്കു പണ്ടേ ഇഷ്ടമല്ല. അത് ഷാഹിനയ്ക്ക് അറിയാം. എന്നെ ദേഷ്യം പിടിപ്പിക്കാനാണ് അവളിതുപറയുന്നത്.

മൂന്നു മാസം കഴിഞ്ഞപ്പോഴേക്ക് ചെടികൾ പൂവിട്ടു തുടങ്ങി. പൂക്കളിലേക്ക് എവിടെ നിന്നൊക്കെയോ ശലഭങ്ങളും വന്നു. വിവിധ വർണ്ണങ്ങളിലുള്ളവ. അക്കൂട്ടത്തിൽ ഞങ്ങൾക്കേറ്റവും ഇഷ്ടം നീലശലഭങ്ങളെയായിരുന്നു. പരസ്പരം മുക്കുരസി തേൻ കുടിക്കുന്ന നീല ശലഭങ്ങൾ. അവയെ കാണാൻ എത്ര ഭംഗിയാണെന്നോ! അവയുടെ ഓരോ ചലനവും ശ്രദ്ധയോടെ നിരീക്ഷിച്ച്, നീലശലഭങ്ങൾക്കു പിറകേ.....

ഷാഹിനയുടെ ടെറസിലെ രാജമല്ലിയിലേക്ക് കൂടുതൽ ശലഭങ്ങൾ എത്തിത്തുടങ്ങി.

കൂരയുടെ ചെരിവിലേക്ക് മാറി നിന്ന്, ഷാഹിന കയ്യിലിരുന്ന മാതളപ്പഴം എന്റെ നേർക്ക് എറിഞ്ഞു തന്നു.

ഞാൻ, എന്റെ കയ്യിലുണ്ടായിരുന്ന പലഹാരം അവളുടെ നേർക്ക് നീട്ടിയെറിഞ്ഞു കൊടുത്തു. എനിക്കൊരു ഫ്ലയിങ് കിസ് തന്ന് ഷാഹിന ടെറസിൽനിന്നും വീടിനുള്ളിലേക്ക് പോയി. ഞാനും തിരിച്ച് മുറിയിൽ വന്ന് വെറുതേ കിടന്നു. എപ്പോഴോ ഉറങ്ങിപ്പോയി.

അമ്മയുടെ വിളി കേട്ടാണ് ഞെട്ടിയുണർന്നത്

"എമീ, പപ്പ വരുന്നു. നീ ഇതുവരെ പഠിക്കാൻ തുടങ്ങിയില്ലേ?"

ചാടിയെഴുന്നേറ്റ് പുസ്തകങ്ങളുടെ മുൻപിലെത്തി. കയ്യിൽ കിട്ടിയ പുസ്തകം നിവർത്തിവെച്ച് വായിക്കാൻ തുടങ്ങി.

പപ്പ ബാങ്കിൽനിന്നും വീട്ടിൽ വന്നു കയറുമ്പോൾ ഞാൻ വായിച്ചു കൊണ്ടിരിക്കണമെന്നാണ് ശാസന. പപ്പയുടെ ബാഗ് വാങ്ങി ടിഫിൻ ബോക്സ് എടുത്ത് വെക്കാൻ റെഡിയായി അമ്മ സിറ്റൗട്ടിലും ഉണ്ടാകണം. പപ്പ എത്ര താമസിച്ചാലും അതിനു മാറ്റമില്ല. അമ്മ പ്രൈമറി സ്കൂൾ അദ്ധ്യാപികയാണ്. പപ്പയോട് അമ്മയ്ക്ക് സ്നേഹമല്ല, ഭയമാണ് ഉള്ളതെന്ന് പലപ്പോഴും തോന്നിയിട്ടുണ്ട്. പ്രജകളെ അടക്കി ഭരിക്കുന്നൊരു രാജാവിന്റെ ഭാവമാണ് പപ്പയ്ക്ക്. താൻ മാത്രമാണ് ശരി. എല്ലാവരും തനിക്ക് കീഴ്പ്പെട്ട് ജീവിക്കണം എന്നൊക്കെയാണ് പപ്പയുടെ ചിന്ത.

സ്കൂൾ ലൈബ്രറിയിൽ നിന്ന് അമ്മ കൊണ്ടുവരുന്ന പുസ്തകങ്ങൾ വലിയൊരു ആശ്വാസമായിരുന്നു. ദസ്തയേവ്സ്കിയും ടോൾസ്റ്റോയിയും ഇബ്സനുമൊക്കെ ഞാൻ ആവേശപൂർവ്വം വായിച്ച എഴുത്തുകാരായിരു

ന്നു. ഇബ്സന്റെ ഡോൾസ് ഹൗസിലെ നായികയായ നോറയുടെ സ്ഥാനത്ത് അമ്മയെ പലപ്പോഴും സങ്കല്പിച്ചിരുന്നു. ബാങ്ക് മാനേജരായ പപ്പയ്ക്ക് എന്നെ ഒരു സോഫ്റ്റ്വെയർ എഞ്ചിനീയറാക്കണമെന്ന വലിയ ആഗ്രഹമായിരുന്നു ഉണ്ടായിരുന്നത്. സോഫ്റ്റ്വെയർ എഞ്ചിനീയർമാർക്ക് ഏറെ ഡിമാൻഡുള്ള സമയമായിരുന്നു അത്. എനിക്ക് ആ ജോലിയോട് ഇഷ്ടക്കുറവ് ഉണ്ടായിരുന്നില്ല. പക്ഷേ, ഏറെ ഇഷ്ടം സാഹിത്യമായിരുന്നു. സാഹിത്യം പഠിക്കാൻ പപ്പ ഒരിക്കലും അനുവദിച്ചില്ല. സാഹിത്യം പഠിക്കുന്നത് ഏറ്റവും മോശപ്പെട്ട ഒന്നായിട്ടാണ് പപ്പ കരുതിയത്. നിയന്ത്രണങ്ങളുടെ ഉരുക്കുകോട്ടയ്ക്കുള്ളിൽ ശ്വാസംമുട്ടിയാണ് ഞാനും അമ്മയും ജീവിച്ചത്. ഒരിക്കൽ അമ്മയുടെ സ്കൂളിലെ കുട്ടികളെ സിനിമ കാണിക്കാൻ കൊണ്ടുപോയപ്പോൾ അമ്മയുംകൂടി പോയി. പപ്പയോടു പറയാതെയാണ് അമ്മ പോയത്. വിവരം എങ്ങനെയോ അറിഞ്ഞ പപ്പ അമ്മയെ തല്ലുക പോലും ഉണ്ടായി. അമ്മയ്ക്കു കിട്ടുന്ന ശമ്പളം മുഴുവൻ പപ്പയുടെ കയ്യിൽ കൊടുക്കും. ചെലവു ചെയ്യുന്നതു മുഴുവൻ പപ്പയാണ്. ഇവിടെ നിന്ന് എങ്ങോട്ടെങ്കിലും പോകാമെന്ന് പലവട്ടം ഞാൻ അമ്മയോടു പറഞ്ഞെങ്കിലും അമ്മ സമ്മതിച്ചില്ല. നാട്ടുകാരുടെ മുന്നിൽ കടുത്ത അപമാനമുണ്ടാകുമെന്നായിരുന്നു അമ്മയുടെ വാദം. ഒരു സഹോദരൻ ഇല്ലാത്തതിൽ ഒത്തിരി സന്തോഷം തോന്നി. അല്ലെങ്കിൽ അവന്റെ നിയന്ത്രണം കൂടി സഹിക്കേണ്ടി വന്നേനേ. സ്കൂളിൽനിന്ന് ഒരിക്കൽ മാത്രമാണ് വിനോദയാത്രയ്ക്ക് പോയിട്ടുള്ളത്. അതും കരഞ്ഞു കരഞ്ഞ് പപ്പയുടെ കാലുപിടിച്ച്. സ്കൂളിൽനിന്നും കൊടൈക്കനാലിലേക്കുള്ള ട്രിപ്പ് ശരിക്കും ആസ്വദിച്ചു. ഒരു ദിവസം ഞങ്ങൾ കൊടൈക്കനാലിൽ തങ്ങി. ഞാനും ഷാഹിനയും ജ്യോതിയും മഞ്ജുവും ഒന്നിച്ച് ഒരു മുറിയിലായിരുന്നു. പാതിരാത്രി വരെ സംസാരിച്ചും അന്താക്ഷരി കളിച്ചും ശരിക്കും മതി മറന്ന ദിവസം. പിന്നെ ഷാഹിനയെ കെട്ടിപ്പിടിച്ച് ഉറങ്ങി.

അടുത്തടുത്ത വീട്ടിൽ താമസിക്കുന്നതുകൊണ്ട്, സ്കൂൾ വിട്ടു വന്നാലും ഷാഹിനയെ കാണാമായിരുന്നു. ചിലപ്പോൾ ഞാൻ അവളുടെ വീട്ടിലേക്കു പോകും. മറ്റു ചിലപ്പോൾ അവൾ എന്റെ വീട്ടിലേക്കും. എന്റെ വിഷമങ്ങളൊക്കെ ഷാഹിനയുമായിട്ടാണ് പങ്കുവെച്ചിരുന്നത്. മണിക്കൂറുകളോളം ഞങ്ങൾ മുറിയടച്ചിരുന്ന് സംസാരിക്കും.

"ഈ പിള്ളേർക്കിത് എത്ര സംസാരിച്ചാലും മതിയാവില്ലേ?" എന്ന് അമ്മ അടുക്കളയിൽ നിന്ന് ചോദിക്കുന്നുണ്ടാവും. ഒരു വീട്ടിൽ ജീവിതം മുഴുവൻ ഒന്നിച്ചു കഴിയുന്നതിനെപ്പറ്റി ഞങ്ങൾ ഒരുപാടു സംസാരിച്ചിട്ടുണ്ട്. ഒരിക്കലും നടക്കില്ലെന്നറിഞ്ഞിട്ടു കൂടി. ഞങ്ങളുടെ വീട്ടുകാർ തമ്മിൽ വലിയ ഒരടുപ്പം ഇല്ലായിരുന്നു. അമ്മ ഷാഹിനയുടെ അമ്മയോട് ഗേറ്റിനു സമീപം നിന്ന് സംസാരിക്കുന്നത് കണ്ടിട്ടുണ്ട്, പപ്പ ഇല്ലാത്ത

സമയങ്ങളിൽ.

ഞാൻ ബി സി എയ്ക്ക് പഠിക്കുമ്പോഴായിരുന്നു ഷാഹിനയുടെ വിവാഹം. വിവാഹച്ചടങ്ങിൽ മൂകയായിട്ടിരിക്കുന്ന ഷാഹിനയെക്കുറിച്ച് പലരും പലതും പറഞ്ഞു. ഷാഹിനയുടെ സ്വപ്നങ്ങളെ പാടേ അവഗണിച്ചാണ് അവളുടെ ഉപ്പ വിവാഹം ഉറപ്പിച്ചത്. അതും പഠനം പൂർത്തിയാക്കുന്നതിനു മുൻപേ. ഷാഹിനയെ കെട്ടിപ്പിടിച്ച് അന്നു കുറേ കരഞ്ഞു. എന്തുകൊണ്ടോ അവളുടെ വിവാഹത്തിനു പോകാൻ തോന്നിയില്ല. പിന്നെ കണ്ടിട്ടുമില്ല. ക്യാംപസ് സെലക്ഷനിലൂടെ വിപ്രോയിലെത്തിയ സമയത്തായിരുന്നു, ഷാഹിന ഭർത്താവിനൊപ്പം ഗൾഫിലേക്കു പോയെന്നറിഞ്ഞത്.

മഴ നന്നായി പെയ്യുന്നുണ്ട്. നാല്പതു രാവും നാല്പതു പകലും തോരാതെ പെയ്ത മഴയിൽ നോഹയുടെ പെട്ടകം പൊങ്ങിയൊഴുകി. ഒടുവിലത് അറാറത്തു പർവ്വതത്തിൽ ഇടിച്ചുനിന്നു.

ഞെട്ടിയുണർന്നു നോക്കുമ്പോൾ ജീവനടുത്ത് കിടന്നുറങ്ങുന്നു. രാത്രിക്ക് ഇനിയും നീളമുണ്ട്. ജീവനോടു ചേർന്നു കിടന്നു.

"**ജീ**വാ, ഞാൻ ഇറങ്ങുവാ. എനിക്ക് ഇന്ന് നേരത്തേ പോണം."

"എമിലീ, നീ ഇറങ്ങിക്കോ. മിഥുനിന്ന് അല്പം താമസിക്കും. ഞങ്ങൾ ഒന്നിച്ച് പൊയ്ക്കോളാം."

എമിലി ഓഫീസിലേക്ക് പോയി പത്ത് മിനിറ്റിനുള്ളിൽ മിഥുനെത്തി.

"ജീവേട്ടാ, കഴിക്കുന്നതേ ഉള്ളോ? പോകണ്ടേ? എമിലിച്ചേച്ചി പോയോ?"

"എമിലി ഇറങ്ങി. നീ വാ എന്തെങ്കിലും കഴിക്ക്."

"വേണ്ട ഞാൻ കഴിച്ചതാ."

"നിനക്കെന്തു പറ്റി മുഖത്തൊരു വാട്ടം. ഇന്നലെ ഉറങ്ങിയില്ലേ. വീട്ടിലെന്തെങ്കിലും പ്രശ്നമുണ്ടോ?"

"ജീവേട്ടാ, അമ്മ വിളിച്ചിരുന്നു. അച്ഛൻ വീണ്ടും മാനസികമായ ചില ബുദ്ധിമുട്ടുകൾ കാണിക്കുന്നെന്ന് പറഞ്ഞു."

"എടാ, അച്ഛന് സുഖമായതല്ലിയോ."

"അസുഖം മാറിയതായിരുന്നു. അതുകൊണ്ട് അച്ഛൻ ഗുളിക നിർത്തി. കുറേ നാളായിട്ട് അച്ഛൻ കൃത്യമായി മരുന്നു കഴിക്കാറില്ല.

തനിക്ക് പ്രത്യേകിച്ച് കുഴപ്പമൊന്നും ഇല്ലെന്നാണ് അച്ഛന്റെ വാദം. അമ്മ തന്റേടത്തോടെ കാര്യങ്ങൾ ചെയ്യുന്നതാ ഒരാശ്വാസം. ഞാൻ നാട്ടിലൊന്നു പോയാലോ എന്ന് വിചാരിക്കുവാ."

മിഥുന്റെ അച്ഛൻ കരകൗശല വസ്തുക്കളുണ്ടാക്കുന്നതിൽ വിദഗ്ധനായിരുന്നു. പാഴ്വസ്തുക്കൾകൊണ്ടും. ചിരട്ടകൊണ്ടും ഉണ്ടാക്കി വെച്ചിരിക്കുന്ന രൂപങ്ങൾ കാണണം. ഭ്രാന്തമായ ഒരാവേശത്തിലാണ് ആ കര

കൗശല നിർമ്മിതി. പണിത്തിരക്കിനിടയിൽ ഭക്ഷണകാര്യമൊക്കെ മറക്കുന്ന ആൾ. മീനച്ചിലാറിന്റെ തീരത്തുള്ള മിഥുന്റെ വീട്ടിലേക്ക് ഒരിക്കൽ മിഥുനൊപ്പം പോയിട്ടുണ്ട്. അദ്ദേഹത്തിന്റെ കരകൗശല നിർമ്മാണത്തെക്കുറിച്ച് വർഷങ്ങൾക്കുമുൻപ് ടി വിയിൽ ഒരു ഡോക്യുമെന്ററി വന്നിരുന്നു. തടികൊണ്ട് കഥകളി രൂപങ്ങൾ ഉണ്ടാക്കുന്നതിൽ അതി വിദഗ്ധനായിരുന്നു. പച്ചയും കത്തിയും കരിയും മിനുക്കുമൊക്കെ ക്ഷണ നേരം കൊണ്ടാണ് ആ വിരലുകളിൽ വിരിയുന്നത്. എല്ലാം തകിടം മറിഞ്ഞത് പെട്ടെന്നായിരുന്നു. മിഥുൻ അന്ന് ഡിഗ്രിക്കു പഠിക്കുന്നു. മിഥുന്റെ അനുജൻ വിനീത് പത്താം ക്ലാസ് പാസായി നിൽക്കുന്ന സമയം. കാറ്റിൽ കടപുഴകി വീണ മാവിന്റെ തടികൊണ്ട് മിഥുന്റെ അച്ഛൻ ഒരു കൊച്ചു വള്ളം പണിതുവെച്ചിട്ടുണ്ടായിരുന്നു. കർക്കിടക മാസത്തെ തോരാമഴയിൽ, മിഥുന്റെ അനുജൻ ആ വള്ളവുംകൊണ്ട് മീനച്ചിലാറ്റിലേക്കിറങ്ങിയതാണ്. ശക്തമായ അടിയൊഴുക്കിൽ വള്ളം മറിഞ്ഞു. ഒരു ദിവസത്തിനു ശേഷമാണ് വിനീതിന്റെ നിശ്ചലമായ ശരീരം താഴേക്കടവിലടിഞ്ഞത്. ആ ആഘാതത്തിൽ നിന്ന് പുറത്തുവരാൻ മിഥുന്റെ അച്ഛന് പിന്നെ ഒരിക്കലും കഴിഞ്ഞില്ല. തന്റെ കൈകൊണ്ടുണ്ടാക്കിയ വള്ളം മറിഞ്ഞാണ് മകൻ മരിച്ചതെന്ന ചിന്ത അയാളെ വല്ലാതെ ഉലച്ചുകളഞ്ഞു. കുറേ ചികിത്സയ്ക്കുശേഷം ജീവിതത്തിലേക്കു തിരിച്ചു വന്നെങ്കിലും പിന്നെയൊരിക്കലും അയാൾ കരകൗശല നിർമ്മാണത്തിലേക്ക് മടങ്ങിപ്പോയില്ല. വീട്ടിൽ നിർമ്മിച്ചു വെച്ചിരുന്ന എല്ലാ നിർമ്മിതികളും പൊട്ടിക്കരഞ്ഞുകൊണ്ട് കത്തിച്ചുകളഞ്ഞു. വീടിനു പുറത്തിറങ്ങി വഴിയിലേക്കു നോക്കി കുന്തിച്ചിരിക്കും. വഴിയിലൂടെ ആരു പോയാലും കൈ വീശിക്കാണിക്കും. അച്ഛൻ പരിഹസിക്കപ്പെടുന്നതിലുള്ള സങ്കടം മിഥുനു നല്ലതുപോലെയുണ്ട്. ഈ പ്രതിസന്ധികളിലെല്ലാം കുസലന്യേ ഉറച്ചു നിൽക്കുന്ന ഒരാൾ മിഥുന്റെ അമ്മയാണ്.

"ജീവേട്ടാ, ഞാൻ ജോലി രാജി വെച്ചാലോ എന്ന് ഗൗരവമായിട്ട് ആലോചിക്കുവാ. അച്ഛനും അമ്മയ്ക്കുമൊപ്പം നാട്ടിൽ നിൽക്കണമെന്നൊരാഗ്രഹം. അവർ രണ്ടു പേരും പ്രായമായി വരികയല്ലേ."

"മിഥുനേ നീ ഇപ്പോൾ എടുത്തു ചാടി അങ്ങനെയൊരു തീരുമാനം എടുക്കണ്ട. വേണമെങ്കിൽ നാട്ടിലൊന്നു പോയിട്ടു വാ. അച്ഛന് പറയത്തക്ക കുഴപ്പമൊന്നും ഇല്ലല്ലോ. ഒരു ചെറിയ ബുദ്ധിമുട്ട് എന്നല്ലേയുള്ളു. അത് ചികിത്സകൊണ്ട് മാറ്റാവുന്നതുമാണ്. അതുകൊണ്ട് നീ ഇങ്ങനെ വീടിനെക്കുറിച്ച് വെറുതേ ആധി പിടിക്കേണ്ട കാര്യമില്ല."

"ജോലിയുടെ സ്ട്രസ് വേറെയുമുണ്ട് ജീവേട്ടാ. പ്രോജക്റ്റിൽ അത്ര ശ്രദ്ധ കൊടുക്കാനും പറ്റുന്നില്ല."

"മിഥുനേ, നീ എന്തായാലും ഒരു കാര്യം ചെയ്യ്. അവരെ ഒന്നു കണ്ടിട്ടു വാ. ബാക്കിയൊക്കെ പിന്നെ തീരുമാനിക്കാം.."

പറഞ്ഞതൊന്നും മിഥുന്റെ തലയിൽ കയറിയതായി തോന്നിയില്ല. വീട് അവനെ ശരിക്കും തിരിച്ചു വിളിക്കുന്നുണ്ട്. മിഥുൻ അധികകാലം ഇവിടെത്തുടരാനിടയില്ലെന്നു തോന്നുന്നു.

**ഓ**ഫീസിലെത്തി പാർക്കിംഗ് ഏരിയായിൽ സ്കൂട്ടി പാർക്ക് ചെയ്തു. പതിവായി പാർക്കു ചെയ്യുന്നിടം ആരോ കയ്യടക്കിയിട്ടുണ്ട്. എട്ടാം നിലയിലുള്ള ഓഫീസിലെത്തുമ്പോൾ അശ്വതിയും സോഫിയും ക്യാബിനിലിരുന്ന് സംസാരിക്കുന്നു. കണ്ടപാടേ രണ്ടുപേരും ഗുഡ് മോർണിംഗ് പറഞ്ഞു.

"ബംഗളൂർ എങ്ങനെ? ഇഷ്ടപ്പെട്ടോ?"

"ഇഷ്ടപ്പെട്ടു മാം."

"എന്നെ മാം എന്നു വിളിക്കണമെന്നില്ല. ഇവിടെ അങ്ങനെയൊരു പതിവില്ല. എമിലി എന്നു വിളിച്ചാൽ മതി. അല്ലെങ്കിൽ ചേച്ചി എന്നായാലും മതി."

അവർക്കത് കേട്ടിട്ട് എന്തോ ഒരു ബുദ്ധിമുട്ടുള്ളതായി തോന്നി. പ്രോജക്ട് മാനേജരെ പേരു വിളിക്കുന്നതിന്റെ ഔചിത്യമില്ലായ്മയെക്കുറിച്ചാവും അവർ ആലോചിക്കുന്നതെന്ന് തോന്നി. സോഫ്റ്റ്‌വെയർ കമ്പനികളിലൊന്നും മാം എന്നു വിളിക്കണമെന്ന് നിർബ്ബന്ധമില്ല എന്ന് അവരെ ബോദ്ധ്യപ്പെടുത്തിയപ്പോൾ അവർക്കത് സന്തോഷമായി. പുതിയ പ്രോജക്ടിനെക്കുറിച്ച് രണ്ടുപേരും ചില സംശയങ്ങൾ ചോദിച്ചു. സാധാരണ ടീം ലീഡറിനോടാണ് ഇത്തരം സംശയങ്ങൾ ചോദിക്കുന്നത്. എങ്കിലും മറുപടി നൽകി.

"നിങ്ങളുടെ താമസമൊക്കെ എങ്ങനെ?"

"നന്നായി പോകുന്നു ചേച്ചി. വീടിന്റെ മുകളിലെ നിലയാണ് ഞങ്ങൾ എടുത്തിരിക്കുന്നത്. താഴെ ഹൗസ് ഓണറും കുടുംബവുമാണ്. മലയാളികളാണ്. സന്തോഷത്തോടെ പോകുന്നു."

അശ്വതിയുടെയും സോഫിയുടെയും ഇരിപ്പിടങ്ങൾ അടുത്തടുത്താണ്. എല്ലാവരും എത്തിക്കഴിഞ്ഞപ്പോൾ പുതിയ പ്രോജക്ടിനെക്കുറിച്ച്

അവരോട്ട സംസാരിച്ചു. ജോലികൾ ഓരോരുത്തർക്കുമായി വീതിച്ചു നല്കി. പുതിയ പ്രശ്നങ്ങൾ എന്തെങ്കിലും ഉണ്ടെങ്കിൽ catch up call ൽ ചർച്ച ചെയ്യാമെന്ന് പറഞ്ഞ് മീറ്റിംഗ് അവസാനിപ്പിച്ചു.

ഉച്ചയ്ക്ക് ഉണ്ണാനായി ഡൈനിംഗ് റൂമിലെത്തിയപ്പോൾ അശ്വതിയും സോഫിയും തൊട്ടടുത്തു വന്നിരുന്നു.

"ചേച്ചീ ഞങ്ങൾ ഇന്നുണ്ടാക്കിയ ബീഫാ" എന്നു പറഞ്ഞ് കാസ്റോൾ തുറന്ന് രണ്ട് സ്പൂൺ ബീഫ് എന്റെ പാത്രത്തിലേക്കിട്ടു.

"കൊള്ളാം നന്നായിട്ടുണ്ട്. രണ്ടുപേരും നന്നായി പാചകം ചെയ്യുമെന്ന് തോന്നുന്നല്ലോ."

"ചേച്ചീ, ഞങ്ങൾ യുട്യൂബ് നോക്കി പുതിയ വിഭവങ്ങളൊക്കെ ഉണ്ടാക്കാനുള്ള ഒരു ശ്രമം നടത്താറുണ്ട്. ചേച്ചിക്ക് പാചകം ഇഷ്ടമാണോ?"

"പാചകത്തിൽ വലിയ താല്പര്യം ഇല്ല. ഞാനും ജീവനുംകൂടി എന്തെങ്കിലും ഉണ്ടാക്കും. അത്രതന്നെ."

ഭക്ഷണത്തിനുശേഷം ഇരുവരും എഴുന്നേറ്റ് കൈ കഴുകി വീണ്ടും ക്യാബിനിലേക്ക് പോയി. മറ്റ് സോഫ്റ്റ് വെയർ എഞ്ചിനീയർമാരുമായി ഒന്നും വലിയ അടുപ്പം അവർക്കുണ്ടെന്ന് തോന്നിയില്ല.

വൈകുന്നേരം ഞാനിറങ്ങാൻ അല്പം താമസിച്ചു. അശ്വതിയും സോഫിയും നേരത്തേ ഇറങ്ങിയിരുന്നു. അമ്മയുടെ മിസ്ഡ് കോൾ കിടക്കുന്നതു കണ്ട് തിരിച്ചുവിളിച്ചു. അമ്മ മാത്രമേ വീട്ടിലുള്ളു. പപ്പ പുറത്തെവിടെയോ പോയതാണ്. പപ്പ വീട്ടിലില്ലാത്ത സന്ദർഭങ്ങളിലേ അമ്മ വിളിക്കാറുള്ളു. പപ്പയുടെ സ്വഭാവം പഴയതുപോലെ തന്നെ. പരാതികൾ ഒന്നും ഇല്ലാതെ അമ്മ പപ്പയ്ക്കൊപ്പം ജീവിക്കുന്നു. പലതവണ അമ്മയെ ഇവിടേക്ക് വിളിച്ചതാണ്. എന്തുകൊണ്ടോ അമ്മ താല്പര്യം കാണിക്കുന്നില്ല. പപ്പ ഒറ്റയ്ക്കാകുമെന്ന് കരുതിയാവും. പാവം. ബാഗും ലാപ് ടോപ്പുമായി പുറത്തേക്കിറങ്ങി. തിരികെപ്പോകുമ്പോൾ ലൈബ്രറിയിലൊന്നു കയറണം. വായന മുടങ്ങിയിട്ട് കുറേ ദിവസങ്ങളായി.

ജീവനെ വിളിച്ചാലോ എന്ന് ആലോചിച്ചു. പിന്നെ വേണ്ടെന്നു വെച്ചു. ജീവനിപ്പോൾ വീട്ടിലെത്തിയിട്ടുണ്ടാകും. എത്തിയെങ്കിൽ ഡയറിയുമായി ബാൽക്കണിയിലാകും. ജീവനിൽ എന്തൊക്കെയോ ചില മാറ്റങ്ങളുണ്ട്. എന്താണെന്ന് വ്യക്തമാകുന്നില്ല. അമിതമായ ഗൃഹാതുരത്വം എന്നൊക്കെ കളിയായി പറയുമെങ്കിലും അതിനപ്പുറമുള്ള എന്തോ ചിലത്. എന്റെയൊപ്പമുള്ള ജീവിതം അവനിഷ്ടപ്പെടുന്നില്ല എന്നൊരു തോന്നൽ. വിവാഹം കഴിക്കാതെ ഒന്നിച്ചു ജീവിക്കുന്നെങ്കിലും അതൊരു വലിയ തെറ്റാണെന്ന ചിന്ത അവനിലുണ്ടെന്ന് തോന്നുന്നു.

എന്നിൽനിന്നും ഓടിയൊളിക്കാനുള്ള ശ്രമത്തിന്റെ ഭാഗമാണോ ഈ ഡയറി വായനയും, ഭൂതകാലത്തിലേക്കുള്ള പോക്കും. സംശയിക്കേണ്ടിയിരിക്കുന്നു.

**വീ**ട്ടിലെത്തിയപ്പോൾ എമിലി വന്നിട്ടില്ല. മിക്ക ദിവസങ്ങളിലും ആദ്യമെത്തുന്നത് ഞാനായിരിക്കും. എമിലി വരുന്നതുവരെ ഡയറി വായിക്കാമെന്ന കരുതി ബാൽക്കണിയിലേക്ക പോയി.

1931 ൽ മാൽക്കേൽ അബ്രോം കടലിക്കുന്നിലെ മാഞ്ഞാലിൽ തറവാട്ടിലെത്തുമ്പോൾ, മാഞ്ഞാലിൽ തരകൻ ദേശത്തിന്റെ തന്നെ പ്രതാപിയായ കാരണവരായിരുന്നു. തരകന്റെ അനുജൻ കോര മാർഗ്ഗംകളിയുടെ ആശാനും. പകലോമറ്റം കുടുംബത്തിൽ, മൂന്ന് തറവാട്ടുകാരാണ് ഒരു അനുഷ്ഠാനം പോലെ മാർഗ്ഗംകളി നടത്തിവന്നിരുന്നത്. അതിൽ പ്രധാനികൾ മാഞ്ഞാലിൽ തറവാട്ടുകാരും. മാന്തളിർദേശത്തെ പ്രധാന തിരുനാളുകളിലെല്ലാം കോരയുടെ നേതൃത്വത്തിൽ മാർഗ്ഗംകളി ഉണ്ടാവും. മാർഗ്ഗംകളി കാണാനും അഭ്യസിക്കാനും ദൂരെദേശങ്ങളിൽ നിന്നുവരെ ആളുകൾ എത്തും. കോരയും പതിനൊന്നു സുഹൃത്തുക്കളും കൂടിയാണ് മാർഗ്ഗംകളി നടത്തുന്നത്. കോരയുടെ സംഘത്തിലെ പ്രധാനിയായിരുന്ന ഇട്ടി ഐപ്പിനായിരുന്നു, പുതിയതായി മാർഗ്ഗംകളി പഠിക്കാനെത്തുന്നവരെ അഭ്യസിപ്പിക്കുന്ന ചുമതല. റാന്തൽ വിളക്കിന്റെ മങ്ങിയ പ്രകാശത്തിൽ മോശയുടെയും ഇസ്രായേല്യരുടെയും കഥകൾ പാടി അവർ ചുവടുകൾ വെക്കുമ്പോൾ കാഴ്ചക്കാരായി നാട്ടുകാർ മുഴുവനും ഉണ്ടാകും.

പുരുഷൻമാരുടെ മാർഗ്ഗംകളിയെക്കുറിച്ച് ഗവേഷണം ചെയ്യാനാണ് ജൂതനായ മാൽക്കേൽ അബ്രോം മാഞ്ഞാലിൽ തറവാട്ടിലെത്തുന്നത്. ആറു മാസത്തോളം തറവാട്ടിൽ താമസിച്ച് മാർഗ്ഗംകളിയുടെ ചിട്ടവട്ടങ്ങൾ മനസ്സിലാക്കി. കോരയും സുഹൃത്തുക്കളും നിരവധി തവണ മാൽക്കേൽ അബ്രാമിനു മുന്നിൽ മാർഗ്ഗംകളി അവതരിപ്പിച്ചു. നീളൻ മുടിയും നീലക്കണ്ണുകളും കുറ്റിത്താടിയുമുള്ള, ഇരുപത്തഞ്ചുകാരൻ ജൂതൻ

തറവാട്ടുമുറ്റത്ത് ചുവടുകൾ വെക്കുന്നതു കാണാൻ നാട്ടുകാരുടെ തിക്കും തിരക്കുമായിരുന്നു.

വൈകുന്നേരങ്ങളിൽ മാർഗ്ഗംകളി സംഘം കടലിക്കുന്നിനു മുകളിലേക്ക് കയറും. ചൂട്ടുകറ്റയുടെ വെളിച്ചത്തിൽ കോരയും സംഘവും ചുവടുകൾ വെക്കുമ്പോൾ, മാൽക്കേൽ അബ്രോം ആവേശത്തോടെ ഒപ്പം പാടും. പറങ്കിപ്പഴത്തിന്റെ മുന്തിയ ലഹരിയിൽ ഇടറിയ ചുവടുകൾ വെക്കും. ഭൂതനാട്ടിലെ വിശേഷങ്ങൾ പങ്കുവെക്കും. ചിലപ്പോഴൊക്കെ അവർ പന്നിയെ കെണി വെച്ചുപിടിക്കും. പന്നികളുടെ നടപ്പാത ഏതെന്നു മനസ്സിലാക്കി അവിടെ വലിയ മരവീപ്പ മണ്ണിൽ കുഴിച്ചിട്ട് അതിനു മുകളിൽ ഇലകളും ചെറു കമ്പുകളും വിതറും. നിലതെറ്റി വീപ്പയിലേക്ക് മൂക്കുകുത്തി വീഴുന്ന പന്നിയെ കൊന്ന്, തീയിൽ ചുട്ടെടുക്കും. എല്ലാം കഴിഞ്ഞ് സൂര്യനുദിക്കും മുന്നേ കുന്നിറങ്ങി മാഞ്ഞാലിൽ തറവാട്ടിൽ എത്തും. മിക്കപ്പോഴും തരകനും ഒപ്പമുണ്ടാകും.

ഡയറിയുടെ അടുത്ത രണ്ടു പേജുകളും ശൂന്യമായിരുന്നു. അടുക്കും ചിട്ടയുമില്ലാതെയാണ് അപ്പൻ ഡയറി എഴുതുന്നത്. സംഭവങ്ങളുടെ തുടർച്ചയ്ക്കായി നിരവധി പേജുകൾ മറിക്കേണ്ടി വരും.

അടുത്ത ഭാഗത്തിനായി പേജുകൾ മറിക്കുന്നതിനിടയിലാണ് അപ്പച്ചാവീട് എന്ന കുടുംബവാട്സാപ്പ് ഗ്രൂപ്പിൽ ലച്ചുവിന്റെ മെസേജ് വന്നത്. അപ്പന്റെ പെങ്ങളുടെ കൊച്ചുമകളാണ് ലച്ചു. വാട്സാപ്പ് ഗ്രൂപ്പ് തുടങ്ങാൻ മുൻകയ്യെടുത്തതും ലച്ചുവാണ്. ആദ്യമൊക്കെ എല്ലാവരും വളരെ സജീവമായിരുന്നു. ഓരോരോ തിരക്കുകൾ കാരണം പിന്നെപ്പിന്നെ ആരും മെസേജുകൾ അയയ്ക്കാതെ ആയി. ചിലപ്പോൾ ചില ഇമോജികൾ പ്രത്യക്ഷപ്പെടും. അത്രതന്നെ. അപ്പച്ചാവീടിനെ സജീവമാക്കി നിർത്തുന്ന ഒരേ ഒരാൾ ലച്ചുവാണ്. ഡിഗ്രി കഴിഞ്ഞ്, കാനഡയെ സ്വപ്നം കണ്ട് കഴിയുകയാണ് ലച്ചു. ജന്മദിനാശംസകളും വിവാഹ വാർഷികാശംസകളുമൊക്കെയാണ് സാധാരണയായി ഗ്രൂപ്പിൽ ഇടാറുള്ളത്. പിന്നെ ലച്ചുവിന്റെ കുറേ തമാശകളും ടിക് ടോക് വീഡിയോകളും കുറേ ട്രാവൽ വീഡിയോകളും. ഇപ്പോൾ അയച്ചിരിക്കുന്നതും ഒരു ട്രാവൽ വീഡിയോ ആണ്. മഞ്ജുവാര്യർ ബുള്ളറ്റിൽ ഹിമാലയത്തിലേക്ക് യാത്ര ചെയ്യുന്നതിന്റെ വീഡിയോ. അവരുടെ മുഖത്തെ സന്തോഷം അതിശയിപ്പിക്കുന്നതായിരുന്നു.

യാത്ര ചെയ്യാൻ ലച്ചുവിന് വലിയ ഇഷ്ടമാണ്. താൻ അയയ്ക്കുന്ന മെസേജുകൾക്കും വീഡിയോകൾക്കും ആരും പ്രതികരിക്കാത്തതിൽ അവൾക്ക് വലിയ സങ്കടമുണ്ട്. അതവൾ ഒരു മടിയും കൂടാതെ തുറന്നു പറയുകയും ചെയ്യും. ലച്ചുവിന്റെ പപ്പ ഗൾഫിലാണ്. അമ്മ നാട്ടിലുണ്ട്. ലച്ചുവിന്റെ ഏറ്റവും വലിയ ആഗ്രഹം ബുള്ളറ്റിൽ കാശ്മീർ വരെ പോകണമെന്നതാണ്. വീട്ടിലാരും അതിനെ സപ്പോർട്ട് ചെയ്യാത്തതിൽ അവൾ

ക്ക് വലിയ അമർഷമുണ്ട്. അവളുടെ പപ്പയുടെ ബുള്ളറ്റ് ഇപ്പോൾ ഉപയോഗിക്കുന്നത് ലച്ചുവാണ്. കാശ്മീർ യാത്രയെക്കുറിച്ച് അവൾ നന്നായി പഠിച്ചിട്ടുണ്ട്. കാശ്മീർ യാത്ര നടത്തിയ പലരിൽനിന്നും കുറേയേറെ വിവരങ്ങളും ശേഖരിച്ചിട്ടുണ്ട്.

"അങ്കിളേ, പപ്പയോടും അമ്മയോടും ഒന്നു പറ. ഞാൻ നല്ല തയ്യാറെടുപ്പു നടത്തിയിട്ടാണ് പോകുന്നത്. ഇതിൽ പേടിക്കാനൊന്നുമില്ലെന്ന്."

പക്ഷേ, ഞാൻ തന്നെ അവളെ നിരുത്സാഹപ്പെടുത്താനാണ് ശ്രമിച്ചത്. ലച്ചുവിനെ ഇക്കാര്യത്തിൽ സപ്പോർട്ട് ചെയ്തത് എമിലി മാത്രമായിരുന്നു .

"ജീവാ, അവൾ പോയിട്ടു വരട്ടെന്നേ. ഇതിലിത്ര പേടിക്കാനെന്താ ഉള്ളത്. എത്രയോ പെൺകുട്ടികൾ കാശ്മീർ വരെ ഒറ്റയ്ക്കു പോകുന്നു. അവളുടെ വലിയൊരു ആഗ്രഹമല്ലേ."

"എമിലീ നീ ഇത്ര ലാഘവത്തോടെ സംസാരിക്കരുത്. ഒറ്റയ്ക്കൊരു പെൺകുട്ടി ഇത്രയും ദൂരം താണ്ടി കാശ്മീർ വരെ പോകുന്നതിൽ ഒത്തിരി റിസ്കുണ്ട്. തനിയെ ഹോട്ടലിൽ തങ്ങണം. വഴിയിൽ വണ്ടിക്ക് എന്തെങ്കിലും സംഭവിക്കാം. അങ്ങനെ പലതും."

"ജീവാ, ഇതൊക്കെ വളരെ ബാലിശമായ കാര്യങ്ങളാണ്. വേണ്ട മുൻകരുതലുകളെടുത്താൽ ഇത്തരം ആശങ്കകൾക്കൊന്നും അടിസ്ഥാനമുണ്ടാവില്ല. നീ ഒന്നു പറഞ്ഞാൽ അവളുടെ പപ്പ സമ്മതിക്കും."

"എമിലി, അതെന്തായാലും വേണ്ട. ഇതൊരു അപകടം പിടിച്ച പണിയാ."

"ജീവാ, ഏതു പണിക്കാ അപകടമില്ലാത്തത്. നാളെ അവൾ കാനഡയിലേക്കു പോകണമെന്നു പറയുമ്പോഴും വേണ്ട എന്നു തന്നെയാവും എല്ലാവരും പറയുന്നത്. ലോകം ഒത്തിരി മാറി ജീവാ, ഓരോ പെൺകുട്ടിക്കും അവരുടെ സ്വപ്നങ്ങളും സന്തോഷങ്ങളും ഒക്കെ ഉണ്ട്. കരുതലിന്റെയും സ്നേഹത്തിന്റെയും പേരുപറഞ്ഞ് അവരെ തളർത്തരുത്. വീടുകളിലെ ഈ അമിതകരുതലും അപകട മുന്നറിയിപ്പും ഒക്കെയാണ് അവരെ ആത്മവിശ്വാസമില്ലാത്തവരാക്കി മാറ്റുന്നത്."

"എമിലീ, നീ എന്തു പറഞ്ഞാലും ഞാൻ സമ്മതിക്കില്ല."

"ജീവാ അസാമാന്യ ധൈര്യവും സ്വന്തമായ നിലപാടുകളും ഒക്കെയുള്ള ഒരു പെൺകുട്ടിയാണ് ലച്ചു. ദയവുചെയ്ത് അവളെ മടുപ്പിക്കരുത്."

എന്റെ ചില വാശികളും കടുംപിടിത്തങ്ങളും അനാവശ്യ ഭീതികളും എമിലിക്ക് ഒട്ടും ഇഷ്ടമാകുന്നില്ലെന്ന് അറിയാമായിരുന്നു. ഈയിടെയായി ചില നിസ്സാര കാര്യങ്ങൾക്കുപോലും എമിലിയുമായി തർക്കിക്കാറുണ്ട്. ഞാൻ പോലും അറിയാതെ, അധികാരം പ്രയോഗിക്കാനുള്ള ഒരു ചിന്ത എങ്ങനെയോ തലപൊക്കും. കഴിഞ്ഞ തലമുറയിലെ എല്ലാ

അപ്പൻമാരും ഭാര്യമാരുടെ മേൽ അധികാരം നന്നായി പ്രയോഗിച്ചവരാണ്. ഇന്നും അതങ്ങനെ തന്നെ തുടരുന്നുമുണ്ട്. ഇന്നത്തെ സ്ത്രീകൾ കുറേയൊക്കെ പ്രതികരിക്കുന്നുണ്ട്. എന്നേയുള്ളൂ.

തന്റെ ആഗ്രഹം നടക്കില്ലെന്നും ആരും സമ്മതിക്കില്ലെന്നും മനസ്സിലായപ്പോൾ ലച്ചു കുറേ നാൾ വിളിക്കാതിരുന്നു. മെസേജുകൾ ഒന്നും അയയ്ക്കാതിരുന്നു. ഇപ്പോളവൾ കാനഡയിലേക്കു പോകാനുള്ള തയ്യാറെടുപ്പിലാണ്. അതുതന്നെ വളരെ കഷ്ടപ്പെട്ടാണ് ലച്ചുവിന്റെ പപ്പ സമ്മതിച്ചത്. ലച്ചുവിന്റെ പപ്പയുടെ ഒരു ബന്ധുവും കുടുംബവും കാനഡയിൽ ഉള്ളതുകൊണ്ടു മാത്രം. അല്ലെങ്കിൽ അതും സംഭവിക്കില്ലായിരുന്നു.

മാസങ്ങൾക്കുശേഷം ലച്ചുവിന്റെ മെസേജ് കണ്ടപ്പോൾ ഒത്തിരി സന്തോഷം തോന്നി. ഒന്നെനിക്കുറപ്പാണ്. കാനഡയിലേക്കു പോകുന്നതിനു മുൻപ് ലച്ചു കാശ്മീരിലേക്കു പോകും. ബുള്ളറ്റിൽ. ഒറ്റയ്ക്ക്.

ലച്ചു അയച്ചു തന്ന ട്രാവൽ വീഡിയോ കണ്ടിട്ട് അഞ്ച് ഇമോജികൾ തിരിച്ചയച്ചു.

**ഓ**ഫീസിലേക്കുള്ള യാത്ര പലപ്പോഴും മിഥുന്റെ ഹോണ്ട യൂണി ക്കോൺ ബൈക്കിലാണ്. ബംഗളൂരിലെ വലിയ തിരക്കുമൂലം കാർ യാത്ര ഞങ്ങൾ ഒഴിവാക്കാറാണ് പതിവ്. എത്ര ട്രാഫിക്ബ്ലോക്കുണ്ടായാലും, ബൈക്കിലാണെങ്കിൽ എങ്ങനെയും അതിനെ മറികടക്കാം. ബംഗളൂർ നഗരത്തിലൂടെ ഒരിക്കലെങ്കിലും വണ്ടി ഓടിച്ചിട്ടുണ്ടെങ്കിൽ ലോകത്തെ വിടെയും വണ്ടിയോടിക്കാൻ കഴിയുമെന്നാണ് പൊതുവെയുള്ള ഒരു സംസാരം. ഒരു ട്രപ്പീസു കളിക്കാരന്റെ മെയ് വഴക്കത്തോടെ ചാഞ്ഞും ചരിഞ്ഞും ബാലൻസ് ഒട്ടും തെറ്റാതെ വണ്ടി ഓടിക്കാൻ വിദഗ്ധനാ ണ് മിഥുൻ. എനിക്കാണെങ്കിൽ പിറകിലിരിക്കാനാണ് കൂടുതലിഷ്ടം. എമിലിയോടൊപ്പമുള്ള യാത്രയിലാണെങ്കിലും മിക്കപ്പോഴും വണ്ടി ഓടിക്കുന്നത് അവൾ തന്നെയാകും. ഡ്രൈവിംഗ് സീറ്റിലാണെങ്കിൽ ഇടത്തേക്കും വലത്തേക്കും നോക്കാനാവാതെ മുന്നോട്ടു മാത്രം നോക്കി വണ്ടിയോടിക്കണം. എന്തൊരു ബോറാണത്. പിന്നിലിരുന്നാൽ ആരും കാണാത്ത ചില കാഴ്ചകൾ കാണാം. വമ്പൻ മാളുകൾക്ക് വശങ്ങളിലെ ചില ഒറ്റയടിപ്പാതകൾ. അത് നീണ്ടു നീണ്ട് ചെന്നവസാനിക്കുന്ന ചേരി പ്രദേശങ്ങൾ. ഒന്നോ രണ്ടോ ചാക്കുകൊണ്ടു മറച്ച, വീടെന്ന് ഒരിക്കലും വിളിക്കാനാവാത്ത നൂറുകണക്കിന് കുടുസുകൾ. ഓരോ കുടുസിലും ഏഴും എട്ടും ആളുകൾ. നഗരവാസികൾ കുളിശി എന്ന് ഓമനപ്പേരിട്ടു വിളിക്കു ന്ന നഗരത്തിലെ ചേരികൾ. തുരുമ്പിച്ച തകരഷീറ്റുകൾ കൊണ്ട് മറച്ചു വെച്ചിട്ടുള്ള നഗരത്തിന്റെ യഥാർത്ഥ മുഖം. പൊട്ടിയ തകരഷീറ്റുകളിലെ വിടവുകളിലൂടെ, ചളിവെള്ളത്തിൽ കളിക്കുന്ന കുട്ടികളെ കാണാം. ചാ ക്കുമറയുടെ വശത്ത് കുന്തിച്ചിരുന്ന് മൂത്രമൊഴിക്കുന്ന സ്ത്രീകളെ കാണാം.

വീട്ടിൽ നിന്ന് അക്സഞ്ചറിൽ എത്തുന്നതുവരെയുള്ള അഞ്ച് ട്രാഫിക്

സിഗ്നലുകളിൽ സിഗ്നൽ കാത്തു കിടക്കുമ്പോൾ ചെറിയസാധനങ്ങൾ വിൽപ്പന നടത്താനായി വരുന്ന കുട്ടികളുണ്ട്. വൃദ്ധരുണ്ട്. ചെറുപ്പക്കാരുണ്ട്. സേഫ്റ്റി പിന്നുകളും തുണിപ്പാവകളും, ദേശീയപതാകകളും ഓരോ ദിവസവും അവർ മാറി മാറി കൊണ്ടുവരും. ആരും ഒന്നും വാങ്ങുന്നതു കണ്ടിട്ടില്ല. പിന്നെ ഇവർ എങ്ങനെയാവും ജീവിക്കുന്നത്. കൈപ്പത്തിയുടെ അത്രയുമേ വലിപ്പം ഉള്ളു എന്നതു കൊണ്ടാകുമോ പതാകകൾ ആരും വാങ്ങാത്തത്. ആവശ്യമില്ലെങ്കിലും വാങ്ങിയാലോ എന്ന് ചിലപ്പോഴെല്ലാം ആലോചിച്ചിട്ടുണ്ട്. ഒരു തീരുമാനത്തിൽ എത്തുന്നതിനു മുന്നേ പച്ച സിഗ്നൽ തെളിഞ്ഞിട്ടുണ്ടാകും. എമിലിയാണെങ്കിൽ ഈ സാധനങ്ങൾ എല്ലാം വാങ്ങിയേനേ. ഒരാവശ്യവും ഇല്ലെങ്കിൽക്കൂടി.

മഡിവാളയിലെ തിരക്കും കടന്ന് ഞങ്ങൾ ഡയറി സർക്കിളിലെ ഓഫീസിലെത്തി. ഏതാണ്ട് മൂവായിരത്തോളം പേർ ഞങ്ങളുടെ കെട്ടിടത്തിൽത്തന്നെ ജോലി ചെയ്യുന്നുണ്ട്. ഓരോരുത്തരും എത്തിക്കൊണ്ടിരിക്കുന്നു. ക്യാംപസ് സെലക്ഷനിലൂടെ വന്ന പുതുമുഖങ്ങൾ, കോവിഡിനു ശേഷം ഇന്നാണ് ആദ്യമായി ഓഫീസിലെത്തുന്നത്. പ്രോജക്ട് മാനേജർമാരും ആർക്കിടെക്ടുമാരും ഒക്കെ പരസ്പരം പരിചയം പുതുക്കി പഞ്ച് കൊടുത്ത് ക്യാന്റീനിലേക്കും ഓഫീസിലേക്കും ഒക്കെ തിടുക്കത്തിൽ പോയി. മിഥുനും ഞാനും തേഡ് ഫ്ലോറിലുള്ള ഞങ്ങളുടെ ഓഫീസിലേക്കും. അഞ്ഞൂറോളം സോഫ്റ്റ്‌വെയർ എഞ്ചിനീയർമാരാണ് തേഡ് ഫ്ലോറിലുള്ളത്. ചെറിയ ക്യാബിനുകളിൽ ഓരോന്നിലും നാലുപേർ വീതം ജോലി ചെയ്യുന്നു. ജോലിക്ക് കൃത്യമായ ഒരു സമയക്രമം പലപ്പോഴുമില്ല. ഓരോരുത്തർക്കും നല്കിയിരിക്കുന്ന ജോലി പറഞ്ഞ സമയത്തിനുള്ളിൽ തീർക്കുക എന്നതാണ് പ്രധാനം. അതിനായി ചിലപ്പോൾ പതിനെട്ട് മണിക്കൂറുകൾ വരെ ജോലി ചെയ്യേണ്ടി വരാം. കോഫി ഷോപ്പുകളും ഫുഡ് കോർട്ടുകളും ജിംനേഷ്യവും ഒക്കെ ഓരോ ബിൽഡിംഗിലുമുണ്ടാകും. സ്ട്രസ് ഒഴിവാക്കി കൂടുതൽ ജോലി ചെയ്യിക്കാനുള്ള തന്ത്രം. ജിംനേഷ്യത്തിൽ മാത്രം അധികമാരും പോകുന്നതു കണ്ടിട്ടില്ല.

പ്രോജക്ട്മാനേജറുടെ ക്യാബിനിലെത്തി സിസ്റ്റം ഓണാക്കിയതിനുശേഷം ആദ്യം ചെയ്തത് വാട്സാപ്പ് നോക്കുകയായിരുന്നു. നാട്ടിലെ പ്രിയപ്പെട്ട സുഹൃത്ത് ഫാന്റം പൈലിയുടെ കുറേ ട്രോൾ വീഡിയോകൾ വന്നിട്ടുണ്ടായിരുന്നു. ഫാന്റം പൈലിയുടെ യഥാർത്ഥ പേര് സെബാസ്റ്റ്യനെന്നാണ്. പക്ഷേ, ആ പേര് അവൻ പോലും മറന്നു പോയിട്ടുണ്ടായിരുന്നു. മമ്മൂട്ടിയുടെ *ഫാന്റം* എന്ന സിനിമ ഇറങ്ങിയതിനു ശേഷമായിരുന്നു സെബാസ്റ്റ്യനെ എല്ലാവരും ഫാന്റം പൈലി എന്നു വിളിക്കാൻ തുടങ്ങിയത്. ചിരിക്കണമെന്ന് തോന്നുമ്പോഴൊക്കെ ആദ്യം ചെയ്യുന്നത് പൈലിയുടെ വാട്സാപ്പ് നോക്കുക എന്നതായിരുന്നു. അവന്റെ എല്ലാ

ട്രോളുകൾക്കും പൊട്ടിച്ചിരിച്ച് പകരം ഒരു സ്മൈലി അയയ്ക്കും.

നാട്ടിൽ വെച്ച് പണ്ട് പൈലിക്കും ചേവാലിടോണിക്കും ഒപ്പം പള്ളിഗോപുരത്തിൽ കയറിയിട്ടുണ്ട്. മരപ്പട്ടിയെ പിടിക്കാൻ. ടോണിക്ക്, ചേവാലി എന്ന പേരു വരാൻ ഒരു കാരണം കൂടി ഉണ്ടായിരുന്നു. ഒരിക്കൽ കടലിക്കുന്നിൽ മുഷിഞ്ഞ നീളൻ ഷർട്ടും, കാക്കിപ്പാന്റുമായി ഒരാൾ പ്രത്യക്ഷപ്പെട്ടു. അലഞ്ഞു നടക്കുന്ന ആ മനുഷ്യനെ ആരോ ചേവാലിയെന്ന് വിളിച്ചു. പകൽ സമയങ്ങളിൽ മരത്തണലിൽ ചുരുണ്ടുകൂടി കിടക്കും. രാത്രി ആയാൽ ഏതെങ്കിലും വീടിന്റെ ഉമ്മറവാതിലിൽ തലചായ്ക്കും. വെളിക്കിരിക്കാൻ ചേവാലി സ്ഥിരമായി എത്തിയിരുന്നത് ടോണിയുടെ പറമ്പിലെ കുറ്റിക്കാട്ടിൽ ആയിരുന്നു. ആ പറമ്പ് പിന്നീട് ചേവാലിപ്പറമ്പെന്ന് അറിയപ്പെട്ടു. ടോണി ചേവാലിടോണിയുമായി. ചേവാലി എവിടെനിന്ന് വന്നെന്നോ എന്തിനു വന്നെന്നോ ആർക്കും അറിയില്ലായിരുന്നു. ഒരു നാൾ ചേവാലി പെട്ടെന്ന് അപ്രത്യക്ഷനായി. എങ്ങോട്ടു പോയെന്ന് ആർക്കും പിടിയില്ലായിരുന്നു. ആരും അത് അന്വേഷിച്ചതുമില്ല.

പള്ളിയുടെ മേൽക്കൂരയിൽ കൂടുവച്ചിരുന്ന പ്രാവുകളെ പിടിക്കാനാണ് മരപ്പട്ടികയറിയത്. ഞായറാഴ്ചകളിലെ കുർബ്ബാനയിൽ സംബന്ധിക്കാനെത്തുന്നവരുടെ തലയിൽ മരപ്പട്ടിയുടെ കാഷ്ഠം വീണു തുടങ്ങിയപ്പോഴാണ് സംഗതി ഗുരുതരമായത്. പള്ളിക്കമ്മിറ്റി അടിയന്തരമായി യോഗം കൂടി മരപ്പട്ടിയെ ഉടൻ പിടികൂടണമെന്ന് തീരുമാനമെടുത്തു. അതിന്റെ ചുമതല യുവജനപ്രസ്ഥാനത്തിനും. പള്ളിക്കമ്മിറ്റി തീരുമാനമെടുത്ത ഞായറാഴ്ച, വൈകിട്ട് ഞങ്ങൾ മൂന്നുപേരും കൂടി പള്ളിയുടെ മേൽക്കൂരയിലേക്ക് കയറിത്തുടങ്ങി. ഉയരത്തോടു പൊതുവേ ഭയമുണ്ടായിരുന്നെങ്കിലും പ്രസ്ഥാനത്തിന്റെ പ്രസിഡന്റായതിനാൽ മുന്നിൽ നിന്നു നയിച്ചില്ലെങ്കിൽ നാണക്കേടല്ലേ എന്നോർത്താണ് ഭയം മാറ്റിവച്ച് ഞാൻ കൂടി കയറിയത്. കയ്യിൽ ഒരു ചണച്ചാക്കും ടോർച്ചുമായി പൈലിയും മുളവടിയുമായി ചേവാലി ടോണിയും പിന്നെ ഞാനും കൂടി ഒരു പഴയ ഏണിയിൽ പള്ളിയുടെ മുകളിലേക്ക്..

പള്ളിയുടെ തട്ടിൻമുകളിൽ നിറയെ പ്രാവിന്റെ അവശിഷ്ടങ്ങളായിരുന്നു. പൈലിയുടെ ടോർച്ചിന്റെ സഹായത്തോടെ തട്ടിൻമുകളിലെ ഇരുട്ടിനെ വകഞ്ഞു മാറ്റി ഞങ്ങൾ മൂവരും പതിയെ ചുവടുകൾ വച്ച് മുന്നോട്ട് പോയി. നൂറ്റിഇരുപതടിയോളം നീളം വരുന്ന തട്ടിൻമുകളിൽ മരപ്പട്ടിയെ കണ്ടെത്തുക എളുപ്പമായിരുന്നില്ല. ധൈര്യം സംഭരിച്ച കയറിയെങ്കിലും മൂന്നു പേരുടെയും ഉള്ളിൽ നല്ല ഭയമുണ്ടായിരുന്നു. മരപ്പട്ടിയെങ്ങാൻ ആക്രമിക്കുമോ എന്ന ഭയം. ഒടുവിൽ ഇരുളിൽ പതിയിരുന്ന മരപ്പട്ടിയെ ഞങ്ങൾ കണ്ടെത്തി. ടോർച്ചിന്റെ വെട്ടം അടിച്ചതും മരപ്പട്ടി മറുവശത്തേക്ക് ഓടിത്തുടങ്ങി. പഴയ പള്ളി ആയതിനാൽ വേഗത്തിൽ

ഓടാനും ഒരു ഭയം. കയ്യിലിരുന്ന മുളവടി ചേവാലി മരപ്പട്ടിയുടെ നേരേ ആഞ്ഞെറിഞ്ഞു. പ്രാണഭയത്താൽ പാഞ്ഞുകൊണ്ടിരുന്ന മരപ്പട്ടിയെ വീഴ്ത്താൻ അതു മതിയായിരുന്നില്ല. ഏതാണ്ട് മുക്കാൽ മണിക്കൂറോളം ഞങ്ങളും ആ സാധു ജീവിയുമായുള്ള മൽപ്പിടിത്തം തുടർന്നു. ഒടുവിൽ ഫാന്റം പൈലിയുടെ കനത്ത അടിയിൽ തല തകർന്ന് ആ ജീവിയുടെ ചലനം നിലയ്ക്കുമ്പോൾ ചേവാലി ആർത്തുവിളിക്കുന്നുണ്ടായിരുന്നു. എനിക്ക് പ്രത്യേകിച്ച് ഒന്നും തോന്നിയില്ല. ഒരാവേശത്തിന് ചാടിപ്പുറപ്പെട്ടതാണെങ്കിലും, വായിലൂടെ രക്തമൊലിപ്പിച്ച്, തുറിച്ച കണ്ണുകളോടെ കിടക്കുന്ന ആ ജീവിയെ കണ്ടപ്പോൾ വല്ലാത്ത സങ്കടം തോന്നി. വിജയശ്രീലാളിതരായി ഏണിപ്പടികൾ ഇറങ്ങുമ്പോൾ എന്റെ കയ്യും കാലും വല്ലാതെ വിറയ്ക്കുന്നുണ്ടായിരുന്നു.

പുതിയ പ്രോജക്ടിനെക്കുറിച്ചുള്ള വിവരങ്ങൾ പങ്കുവയ്ക്കാൻ പത്ത് മണിക്ക് മീറ്റിംഗ് കൂടുന്നുണ്ടെന്ന വിവരം ഓഫീസ് അസിസ്റ്റന്റായ വെങ്കിടിയാണ് അറിയിച്ചത്. പ്രോജക്ട് മാനേജർമാരും ആർക്കിടെക്റ്റുകളും സോഫ്റ്റ്‌വെയർ എഞ്ചിനീയർമാരുമാണ് ഈ മീറ്റിംഗിൽ പങ്കെടുക്കുന്നത്. വെങ്കിടിയോട് സുഖവിവരം അന്വേഷിക്കുന്നതിനിടയിലാണ് അമ്മയുടെ ഫോൺ വന്നത്. അപ്പന് സുഖമില്ലാതിരിക്കുന്നതിനാൽ അമ്മയുടെ ഫോൺ വരുമ്പോൾ വല്ലാത്തൊരാശങ്കയാണ്.

"ജീവാ, നീയെവിടെയാ, ഓഫീസിലാണോ?"

അമ്മയുടെ ചോദ്യത്തിലെ ശാന്തതയിൽ നിന്ന് എന്റെ ആശങ്ക ഒട്ടൊന്നു കുറഞ്ഞു.

"അമ്മാ, എന്തുണ്ട് വിശേഷം. ഞാൻ ഓഫീസിൽ ഇപ്പൊ എത്തിയതേ ഉള്ളൂ. അപ്പൻ എന്തു പറയുന്നു?"

"നീ ഇന്ന് വിളിച്ചില്ലേ എന്നു ചോദിച്ചു."

"രാവിലെ കുറച്ചു തിരക്കായിപ്പോയി. അതാ വിളിക്കാഞ്ഞത്. അപ്പന്റെ ചുമ എങ്ങനെയുണ്ട്?"

"ഇപ്പം കുറച്ചു ഭേദമുണ്ട്. രാത്രിയിൽ വലിയ ചുമയൊന്നും ഇല്ലായിരുന്നു."

"വേറേ വിശേഷമൊന്നും ഇല്ലെടാ. നിന്റെ ജോലി നടക്കട്ട്."

"ശരി, അമ്മേ. ഞാൻ വൈകിട്ട് വിളിക്കാം."

മാനേജിംഗ് ഡയറക്ടർ ദിനേശ് ഷെട്ടി വിളിച്ച മീറ്റിംഗിൽ ആർക്കിടെക്ടുകളും പ്രോജക്ട് അസിസ്റ്റന്റുകളുമുൾപ്പെടെ ഇരുപത്തിയഞ്ചു പേരുണ്ടായിരുന്നു. ദിനേശ്ഷെട്ടി കന്നടക്കാരനാണ്. ഇരുചെവിയുടെയും മുകൾഭാഗം നരച്ചു തുടങ്ങിയ, നെറ്റിയിൽ നിന്ന് മുകളിലേക്ക് കഷണ്ടി കയറിത്തുടങ്ങിയ ഒരു നാല്പത്തെട്ടുകാരൻ. ഓരോ വാക്കും അളന്നു തൂക്കി സംസാരിക്കുന്ന ആൾ. സിറ്റി ബാങ്ക് എന്ന അമേരിക്കൻ ബാങ്കിംഗ് സ്ഥാ

പനത്തിന്റെ പുതിയ പ്രോജക്ടിനെക്കുറിച്ച് സംസാരിച്ചു തുടങ്ങി. കേവലം ഇരുപത്തെട്ടു ദിവസങ്ങൾക്കുള്ളിൽ ചെയ്തു തീർക്കേണ്ട പ്രോജക്ടിലെ ജോലികൾ അയാൾ ഓരോരുത്തർക്കുമായി വീതിച്ചു നൽകി. ടെക്കികളുടെ സംശയങ്ങൾക്ക് കൃത്യമായി മറുപടി നല്കിക്കൊണ്ട്, ഒന്നര മണിക്കൂർ നീണ്ട തന്റെ സംസാരം ദിനേശ് ഷെട്ടി അവസാനിപ്പിച്ചു. മീറ്റിംഗിനുശേഷം ഓരോരുത്തരും തങ്ങളുടെ ക്യാബിനുകളിലേക്ക് മടങ്ങിപ്പോയി സിസ്റ്റം ഓണാക്കി ജോലികൾ തുടർന്നു.

**ഓ**ഫീസിൽ നിന്ന് ഞാനും മിഥുനും വീട്ടിലെത്തിയപ്പോൾ എമിലി എത്തിയിരുന്നില്ല. അപ്പോഴാണ് മോൻസൻ അങ്കിളിന്റെ പരിഭ്രമത്തോടെയുള്ള വിളി കേട്ടത്. ഞങ്ങൾ ഓടിച്ചെല്ലുമ്പോൾ സിൽവിയച്ചേച്ചി ബോധംകെട്ട് തറയിൽ കിടക്കുകയാണ്. മോൻസൻ അങ്കിൾ ചേച്ചിയുടെ മുഖത്ത് വെള്ളം തളിച്ചുകൊണ്ടിരിക്കുന്നു.

"എന്താ അങ്കിളേ എന്തു പറ്റി?"

"ജീവാ, എന്താന്നറിയില്ല. അവൾ അടുക്കളയിൽ ജോലിയിലായിരുന്നു.. പെട്ടെന്നാണ് നെഞ്ചിടിപ്പ് കൂടുന്നെന്ന് പറഞ്ഞത്. പിന്നെ ബോധംകെട്ട് വീഴുകയായിരുന്നു."

മുഖത്ത് വെള്ളം തളിച്ചപ്പോൾ സിൽവിയച്ചേച്ചിയുടെ ബോധക്കേട് മാറി.

"അങ്കിളേ. നമുക്ക് എത്രയും വേഗം ഹോസ്പിറ്റലിലേക്ക് പോകാം. മിഥുനേ നീ വേഗം വണ്ടിയിറക്ക്."

"വേണ്ട ജീവാ, ഹോസ്പിറ്റലിലൊന്നും പോകണ്ടാ. ഇപ്പം കുഴപ്പമൊന്നുമില്ല. ഇതിങ്ങനെ ഇടയ്ക്കിടയ്ക്ക് വരുന്നതാ." ക്ഷീണിച്ച സ്വരത്തിൽ സിൽവിയച്ചേച്ചി പറഞ്ഞൊപ്പിച്ചു.

ആശുപത്രിയിലേക്ക് പോകാൻ അങ്കിളും വലിയ താല്പര്യമൊന്നും കാണിച്ചില്ല എന്നത് എന്നെ അത്ഭുതപ്പെടുത്തി.

"നമുക്കൊന്ന് പോയിട്ടു വരാം അങ്കിളേ. ഇടയ്ക്കിടെ ഇങ്ങനെ വരുന്നതാണെങ്കിൽ വച്ചോണ്ടിരിക്കണ്ടാ."

അങ്കിളിന്റെ കയ്യിൽനിന്നും താക്കോൽ വാങ്ങി മിഥുൻ വണ്ടിയിറക്കി. സിൽവിയച്ചേച്ചി നടന്നു തന്നെയാണ് വണ്ടിക്കരികിലെത്തിയതും ഡോർ തുറന്ന് കയറിയതും. സെന്റ് ജോൺസ് ഹോസ്പിറ്റലിലേക്കാണ്

ഞങ്ങൾ പോയത്. പോകുന്ന വഴിക്കു തന്നെ ഞാൻ എമിലിയെ വിളിച്ച് വിവരം പറഞ്ഞിരുന്നു. ഞങ്ങൾ ആശുപത്രിയിൽ ചെന്ന്, കുറച്ചു കഴിഞ്ഞപ്പോഴേക്കും എമിലിയും എത്തി. ഇ സി ജിയും, ബ്ലഡ് ടെസ്റ്റുകളും ഉൾപ്പെടെ നടത്തി മറ്റ് കുഴപ്പമൊന്നും ഇല്ലെന്ന് ഡോക്ടർമാർ വിധിയെഴുതി. ക്ഷീണം മാറാനായി ഒരു ഡ്രിപ്പും ഇട്ടു.

"എമിലീ, നിനക്കു ബുദ്ധിമുട്ടായി അല്ലേ?" എന്ന സിൽവിയച്ചേച്ചിയുടെ വാക്കുകളെ പുഞ്ചിരികൊണ്ട് തള്ളിക്കളഞ്ഞ് എമിലി സിൽവിയച്ചേച്ചിയുടെ നെറ്റിത്തടം തടവിക്കൊണ്ടിരുന്നു.

"ചേച്ചീ, കുഴപ്പമൊന്നുമില്ല കേട്ടോ. ഈ ഡ്രിപ്പു കഴിയുമ്പോൾ നമുക്ക് വീട്ടിലേക്കു പോകാം."

അങ്കിൾ റിയൽ എസ്റ്റേറ്റ് ബിസിനസുമായി ഓടി നടക്കുമ്പോൾ അവർ വീട്ടിൽ ഒറ്റയ്ക്കാവും. അധികമാരോടും സംസാരിക്കില്ല. ഞങ്ങളോടല്ലാതെ മറ്റാരോടും സൗഹൃദവുമില്ല. ചിലപ്പോൾ വിദൂരതയിലേക്ക് നോക്കിയിരിക്കും. നാട്ടിലേക്കു പോയിട്ടും ഏറെക്കാലങ്ങളായി. ഒരു ദിവസം ബാൽക്കണിയിൽ ഒറ്റയ്ക്കിരുന്ന് കരയുന്നതു കണ്ടിട്ടുണ്ട്. കാര്യം അറിയാൻ എമിലി പല തവണ ശ്രമിച്ചെങ്കിലും അവർ ഒന്നും പറയാറില്ലായിരുന്നു.

"എമിലീ, നീ വീട്ടിലേക്കു പൊയ്ക്കോ. ഡ്രിപ്പ് തീരാൻ രണ്ടു മണിക്കൂറെങ്കിലും എടുക്കും. ഞങ്ങൾ വന്നേക്കാം."

"അത് സാരമില്ല ജീവാ. ഞാനിവിടെ നിൽക്കുന്നത് ചേച്ചിയ്ക്കൊരാശ്വാസമാകും. നമുക്ക് ഒന്നിച്ചു പോകാം."

മിഥുനെ വീട്ടിലേക്കു പറഞ്ഞു വിട്ട് ഞങ്ങൾ സിൽവിയച്ചേച്ചിയുടെ അടുത്തിരുന്നു. ഡോക്ടറെ കണ്ടിട്ട് മോൻസൻ അങ്കിൾ അപ്പോഴാണ് വന്നത്.

"എമിലി വീട്ടിൽ പോകാതെ ഇങ്ങോട്ടു പോന്നോ?"

"അതേ, അങ്കിൾ."

"മറ്റ് കുഴപ്പങ്ങൾ ഒന്നുമില്ലെന്നാണ് ഡോക്ടർ പറഞ്ഞത്."

ഡ്രിപ്പ് തീർന്ന് ഹോസ്പിറ്റലിൽ നിന്ന് ഇറങ്ങുമ്പോൾ സമയം ഒൻപത് കഴിഞ്ഞിരുന്നു.

സിൽവിയച്ചേച്ചിയേയുംകൊണ്ട് മോൻസൺ അങ്കിൾ തനിച്ചാണ് വീട്ടിലേക്ക് പുറപ്പെട്ടത്. ഞാൻ കൂടി വരാമെന്നു പറഞ്ഞെങ്കിലും അങ്കിൾ സമ്മതിച്ചില്ല.

"ജീവാ, എമിലി കൂടിയില്ലേ. നിങ്ങൾ ഒന്നിച്ചു പോര്. ഞങ്ങൾ പൊയ്ക്കോളാം."

പിന്നെ എതിരൊന്നും പറഞ്ഞില്ല. എമിലിയുടെ സ്കൂട്ടിയിൽ വീട്ടിലേക്കു പുറപ്പെട്ടു.

"ജീവാ, സമയം ഇത്രയുമായില്ലേ, നമുക്ക് മാസിൽനിന്നും ഓരോ ബിരിയാണി വാങ്ങിക്കാം. വീട്ടിൽ ചെന്ന് ഒന്നും ഉണ്ടാക്കാൻ മെനക്കെടണ്ട."

"അതു ശരിയാണല്ലോ. ഞാനത് ഓർത്തില്ല. എങ്കിൽ നീ വേഗം വിട്."

എമിലിയുടെ വയറിനെ ചുറ്റിപ്പിടിച്ചിരുന്ന എന്റെ കൈകൾ ഒന്നുകൂടി മുറുകി.

"എടാ ചുമ്മാതിരി, വണ്ടി കൈയിൽ നിന്ന് പോകും."

മുന്നിൽ പോയ സ്വിഫ്റ്റ് കാറിനെ ഓവർ ടേക്ക് ചെയ്ത് എമിലി വണ്ടി മിന്നിച്ചു വിട്ടു.

"ഹാലൊജൻ ബൾബുകളുടെ വെളിച്ചത്തിൽ ഈ നഗരത്തിലൂടെ ടൂവീലർ ഓടിക്കുന്നത് വല്ലാത്തൊരു ഹരമാ അല്ലേ ജീവാ?"

"പിന്നിലിരിക്കുന്നതാ എനിക്കു ഹരം."

തടാകങ്ങളില്ലാത്ത തടാകങ്ങളുടെ നഗരത്തിനു മീതേ വെളുത്ത മേഘങ്ങൾ പക്ഷികളെപ്പോലെ പറന്നുകൊണ്ടിരുന്നു. ഫ്ലൈ ഓവറുകളുടെ കനത്ത തൂണുകൾക്കു കീഴേ ചാക്കു മറയ്ക്കുള്ളിൽ ഉറങ്ങാൻ വട്ടം കൂട്ടുന്ന ഒരു കുടുംബം. ചുറ്റിലും കുറേ തെരുവുനായ്ക്കളും. തൊട്ടടുത്ത റൺവേയിൽ നിന്നും പറന്നുയർന്ന ഒരു വിമാനം തൊട്ടു തൊട്ടില്ല എന്ന മട്ടിൽ കയ്യെത്തും ദൂരത്ത്. ഹാലൊജൻ ബൾബുകളുടെ തീവ്രപ്രകാശത്തിൽ ഒരു നഗരം ഉറങ്ങാതിരിക്കുന്നു. നഗരങ്ങൾക്ക് ഉറക്കമില്ലാതായിട്ട് കാലം ഏറെയായി.

വീട്ടിലെത്തി വസ്ത്രങ്ങൾ മാറുന്നതിനു മുൻപു തന്നെ ടി വി ഓണാക്കി. ചാനൽ ഓരോന്നായി മാറ്റി നോക്കി. സൂര്യാ ടീ വിയിൽ മജീഷ്യൻ മുതുകാടിന്റെ മാജിക് പ്രദർശനം.

വീടിനടുത്ത് ഒരു മജീഷ്യൻ ഉണ്ടായിരുന്നു. നാട്ടുകാർ സ്നേഹത്തോടെ വിളിക്കുന്ന എസ്തപ്പാൻ മജീഷ്യൻ. മാജിക്കിനെ വല്ലാതെ പ്രണയിച്ചിരുന്ന എസ്തപ്പാൻ തന്റെ സ്വപ്നമാജിക്കായ ഫയർ എസ്കേപ്പ് നടത്തുന്നതിനിടയിലാണ് മരിക്കുന്നത്. അസാമാന്യ കയ്യടക്കത്തോടെ, നാട്ടിലും കൂട്ടുകാരുടെ ഇടയിലും ഒരു ഹീറോ ആയി തിളങ്ങി നിൽക്കുന്ന സമയത്താണ്, എസ്തപ്പാൻ ഫയർ എസ്കേപ്പ് നടത്തുന്നത്. സ്കൂൾ മൈതാനിയിൽ തടിച്ചുകൂടിയ ആയിരങ്ങൾക്കു നടുവിൽ ദേഹം മുഴുവൻ ചങ്ങലകളാൽ ബന്ധിക്കപ്പെട്ട് ഒരു വലിയ കച്ചിക്കൂനയ്ക്കുള്ളിൽ ആവേശത്തോടെ നിലയുറപ്പിച്ചിരുന്ന മജീഷ്യൻ എസ്തപ്പാന്, കച്ചിക്കൂന കത്തിയമരും മുൻപ് പുറത്തു കടക്കാനായില്ല. ശരീരത്തെ ബന്ധിച്ചിരുന്ന പതിനൊന്നു പൂട്ടുകളിൽ പത്തും തുറന്നെങ്കിലും പതിനൊന്നാമത്തെ പൂട്ടിനു മുന്നിൽ എസ്തപ്പാന് പിഴച്ചു. ആളിപ്പടർന്ന തീ എസ്തപ്പാനെ മുഴുവനായി വിഴുങ്ങു

മ്പോൾ ഞങ്ങൾ മൈതാനത്തിന്റെ മറുവശത്തേക്ക് നോക്കി നില്ക്കുകയായിരുന്നു. ലോകം കീഴടക്കിയ സന്തോഷത്തിൽ എസ്തപ്പാൻ വരുന്നതും കാത്ത്. അതിൽ പിന്നെ എന്തുകൊണ്ടോ മാജിക്കു കാണാൻ തോന്നിയിട്ടില്ല.

ഭക്ഷണത്തിനുശേഷം എമിലി, "അത്യാവശ്യമായി ചെയ്യേണ്ട കുറേ ജോലികളുണ്ടെടാ" എന്ന് പറഞ്ഞ് സിസ്റ്റത്തിനു മുന്നിലേക്ക് പോയി.

ഞാൻ ഡയറിയുമായി ബാൽക്കണിയിലേക്കും.

**പ**തിനെട്ടാം വയസ്സിൽ മലേപ്പള്ളിയിലേക്കു വരുന്നതിനുമുൻപ് മാന്തളിർ പള്ളിയിലാണ് ആരാധനയ്ക്ക് കൂടിയിരുന്നത്. കടലിക്കുന്നിലെ വീട്ടിൽ നിന്ന് ഓലച്ചൂട്ടും കത്തിച്ച് പിറവിത്തിരുനാളിന്റെ പാതിരാക്കുർബ്ബാനയ്ക്കായി ഒരു പോക്കുണ്ട്. തലേദിവസം ഉണ്ടാക്കിവെച്ച ക്രിസ്തുമസ് വിളക്കുമായി. നക്ഷത്രാകൃതിയിൽ ഈറ കൊണ്ടൊരു ചട്ടക്കൂടുണ്ടാക്കി അതിനുള്ളിലൊരു ചെറുവിളക്ക് വെക്കും. കൈതക്കാടിറങ്ങി, കക്കുന്നിലെ ചാക്കോ വല്യപ്പന്റെ വീടിനടുത്തെത്തുമ്പോൾ അവിടുന്ന് ഒരു സംഘം കൂടെ കൂടും. നാട്ടിലെ അറിയപ്പെടുന്നൊരു വൈദ്യനായിരുന്നു ചാക്കോ വല്യപ്പൻ. ദൂരസ്ഥലങ്ങളിൽ നിന്നുപോലും രോഗികൾ വല്യപ്പനെ കാണാൻ കക്കുന്നിലേക്ക് വരുമായിരുന്നു. പേരറിയാത്ത കുറേയേറെ പച്ചമരുന്നുകളും തേനുംകൊണ്ട് വല്യപ്പൻ കാട്ടുന്ന മായാജാലം ഒട്ടേറേ രോഗികളെ സുഖപ്പെടുത്തിയിരുന്നു. വല്യപ്പന്റെ വീടിനു ചുറ്റും ഔഷധച്ചെടികളുടെ കാടാണ്. ഒന്നും വെട്ടിയൊരുക്കാതെ തഴച്ചുവളരുന്ന ഒരു ഔഷധക്കാട്. ഒരിക്കൽ ഇളയ പെങ്ങളെ കഠിനമായ ഒരു ജ്വരം ബാധിച്ചു. തീ പോലെ പൊള്ളലും നിലയ്ക്കാത്ത ഛർദ്ദിയും. രാവും പകലും അറിയാതെ മൂന്നു ദിവസം ഒരേ കിടപ്പ്. ചാക്കോ വല്യപ്പന്റെ പച്ചമരുന്നുകളുടെ പിൻബലത്തിലാണ് അവൾ ജീവിതത്തിലേക്കു തിരിച്ചു വന്നത്. വീടിനോടു ചേർന്നുള്ള ചെറിയ നിലവറയിലെ ഭീമൻ ഭരണികളിലെ ഔഷധക്കൂട്ടുകളുടെ ലഹരിപിടിപ്പിക്കുന്ന മണം നിലവറയെ ഭേദിച്ച് പുറത്തെത്തും. കാറ്റിൽ ഒഴുകിപ്പരക്കുന്ന പച്ചമരുന്നുകളുടെ അത്ഭുതസിദ്ധി കൊണ്ടാവണം സമീപ വീടുകളിലൊന്നും രോഗമുണ്ടായിരുന്നില്ല. നാടൊട്ടുക്കും വസൂരിയും കോളറയും സംഹാരതാണ്ഡവമാടിയപ്പോഴും കടലിക്കുന്നിനെ ബാധിക്കാതിരുന്നതും വല്യപ്പന്റെ ഔഷധഇലകളുടെ കരുത്തുകൊണ്ടാണ്. വസൂരി ബാധിച്ചവരെ പനമ്പായിൽ പൊതിഞ്ഞാ

ണ്ണ് സമീപദേശങ്ങളിൽ നിന്ന് വല്യപ്പന്റെ അടുക്കലെത്തിച്ചിരുന്നത്. തേനും പച്ചിലകളും ചേർത്ത് ഔഷധക്കൂട്ടുണ്ടാക്കി രോഗിയുടെ ദേഹമാസകലം തേച്ചു പിടിപ്പിക്കും. ഒരു രാത്രിയും ഒരു പകലും കഴിയുമ്പോൾ രോഗിയുടെ പനി വിട്ടുമാറാൻ തുടങ്ങും. പനമ്പായയിൽ പൊതിഞ്ഞ്, ആളുകൾ എടുത്തു കൊണ്ടുവന്ന വന്ന രോഗി തിരികെ പോകുന്നത് നടന്നാണ്. തൊടിയിലെമ്പാടുമുള്ള പനിനീർച്ചാമ്പകൾക്കും ജാതിച്ചെടികൾക്കും ഇടയിലായി മുളങ്കമ്പുകൾ ചീകിയൊരുക്കി നിർമ്മിച്ച ചെറിയ ചെറിയ തേനീച്ചക്കൂടുകൾ കാണാം. വല്യപ്പന്റെ ഔഷധക്കൂട്ടിലെ പ്രധാനിയായ ചെറുതേൻ തൊടിയിലെ ഈ തേനീച്ചക്കൂടുകളിൽ നിന്നായിരുന്നു.

പുതുവാക്കലെത്തുമ്പോൾ വരിയുടെ നീളം പിന്നെയും കൂടും. മാതാവിന്റെ കരിശടിക്കു പിന്നിലെ നടവരമ്പിലൂടെ തണുപ്പ് പുതച്ച് മാഞ്ഞുകപ്പഞ്ചു മുറിച്ചുകടന്ന്, മാന്തളിരിലെത്തുമ്പോൾ നൂറോളം പേർ ഒപ്പമുണ്ടാകും. ഓരോ സംഘത്തിന്റെയും കയ്യിൽ മുനിഞ്ഞു കത്തുന്ന ഒരു നക്ഷത്രവിളക്കും. വിയർത്തു കുളിച്ച് ദേവാലയമുറ്റത്ത് എത്തുമ്പോൾ ശുശ്രൂഷയുടെ ഒരു ഘട്ടം കഴിഞ്ഞിട്ടുണ്ടാകും.

ദേവാലയത്തിന്റെ നടുമുറ്റത്ത് കുരുത്തോലയും കുന്തിരിക്കവും നിറഞ്ഞു കത്തുന്ന തീക്കുണ്ഡത്തിന്റെ കിഴക്കുഭാഗത്ത് പുരോഹിതൻ യേശുവിന്റെ ജനനത്തെക്കുറിച്ചുള്ള *ബൈബിൾ* ഭാഗം വായിക്കുന്നുണ്ടാകും. കാലിത്തൊഴുത്തിലെ വൈക്കോൽച്ചൂടിൽ പുഞ്ചിരിച്ചുറങ്ങുന്ന ഉണ്ണി ഈശോയേയും കൊട്ടുംതണുപ്പിൽ തീ കാഞ്ഞിരിക്കുന്ന ആട്ടിടയൻമാരെയും ഓർമ്മ വരും. കുർബ്ബാനയ്ക്കുശേഷം, തിരുപ്പിറവിയുടെ സന്തോഷം പങ്കിട്ട്, ദേവാലയത്തിൽ നിന്ന് വിതരണം ചെയ്യുന്ന ഒരു തുണ്ട് ശർക്കരയും നുണഞ്ഞ് വീട്ടിലേക്ക് തിരിക്കുമ്പോൾ പുലരി തെളിയാൻ തുടങ്ങിയിട്ടുണ്ടാവില്ല. രാത്രിയിൽ വഴികാട്ടിയ ചൂട്ട്, ദേവാലയ മുറ്റത്ത് ഭദ്രമായി സൂക്ഷിച്ചു വെച്ചിരുന്നത് വീണ്ടും എടുത്ത് വീശിത്തുടങ്ങും. വഴുക്കലുള്ള വരമ്പിലൂടെ പുഞ്ചപ്പാടം താണ്ടി കൈതക്കാട്ടെത്തുമ്പോൾ പാട്ടുകളത്തിലെ കളംപാട്ടിന്റെയും തുടിയുടെയും ഒച്ച അവസാനിച്ചിട്ടുണ്ടാവില്ല.

കടലിക്കുന്നു മലയുടെ കിഴക്കേച്ചരുവിലാണ് പാട്ടുകളം. കളം പാട്ടുകളും കോഴിയെ കുരുതി നൽകലും നടന്ന സ്ഥലമായതുകൊണ്ടാണ് പാട്ടുകളം എന്ന പേരു വന്നത്. തറനിരപ്പിൽ നിന്ന് അരയടി പൊക്കത്തിൽ ചെങ്കല്ലുകൊണ്ട് കെട്ടി ഉയർത്തി അതിനു മുകളിൽ ചാണകം മെഴുകിയാണ് കളം ഒരുക്കുന്നത്. പച്ചയും മഞ്ഞയും ചുവപ്പും നീലയും കറുപ്പും വെളുപ്പുംകൊണ്ട് കളം വരയ്ക്കും. നടുവിൽ ഒരു നിലവിളക്കും വെക്കും. കളത്തിനു ചുറ്റും കുരുത്തോലയും ചുവന്ന പട്ടും കെട്ടി മനോഹരമാക്കിയിട്ടുണ്ടാകും. കുരുതിക്കുള്ള കോഴിയെ കളത്തിനുള്ളിലെ ബലിക്കല്ലിൽ ബന്ധിച്ചിട്ടുണ്ടാകും.

പാട്ടുകളത്തിലെ കളംപാട്ടുകളെല്ലാം നടന്നിട്ടുള്ളത് അയ്യപ്പൻ പുലയന്റെ നേതൃത്വത്തിലായിരുന്നു. പൂർവ്വികരേയും പരേതാത്മാക്കളേയും സ്തുതിച്ചുകൊണ്ട് അയ്യപ്പൻ പുലയൻ ഉറക്കെപ്പാടുമ്പോൾ, വന്നു ചേർന്നിരിക്കുന്ന പുലയരെല്ലാം കൈവളയങ്ങളും ഉടുക്കുകളുമായി അയ്യപ്പന്റെ പാട്ടിന് അകമ്പടി പാടും. പാട്ടിനിടയിൽ, തനിക്കു മാത്രം അറിയാവുന്ന ഭാഷയിൽ പൂർവ്വികരോട് സംസാരിക്കും. രാത്രി ഏഴു മണിയോടെ ആരംഭിക്കുന്ന കളംപാട്ട് അവസാനിക്കുന്നത് പുലർച്ചെ ആയിരിക്കും. കളംപാട്ടിനൊടുവിലാണ് കോഴിയെ കുരുതി നൽകുന്നത്. പൂർവ്വികരുടെ തൃപ്തിക്കും ദേശത്തിന്റെ സമൃദ്ധിക്കും ഈതിബാധകളിൽ നിന്നുള്ള മോചനത്തിനുമായിട്ടാണ് ഇത് നടത്തിയിരുന്നത്. ചുവന്ന പൂവും അങ്കവാലുമുള്ള തടിച്ച പൂവൻകോഴിയെ വലം കയ്യിലുയർത്തി ഇടംകയ്യിലെ മൂർച്ചയേറിയ കത്തികൊണ്ട് ഒറ്റവെട്ട്. കഴുത്തറ്റ പൂവൻകോഴിയുടെ ചോര പൂക്കുറ്റിപോലെ തെറിക്കും. ബലിക്കല്ലിലേക്കും അയ്യപ്പൻ പുലയന്റെ മുഖത്തേക്കും. പൂവൻകോഴി നിശ്ചലമാകാൻ പിന്നെയും കുറേസമയം എടുക്കും.

കുരുതിക്കളത്തിലെത്തുന്നവർ പുലയർ മാത്രമല്ല. ക്രിസ്ത്യാനികളും ഉണ്ടാകും. കുരുതിക്കുശേഷം പുലർച്ചെ ആളുകൾ വീടുകളിലേക്കു മടങ്ങും. ഇടംകയ്യിൽ തുടിയുമായി കോഴിച്ചോരയിൽ കുതിർന്ന് അയ്യപ്പൻ പുലയൻ അപ്പോഴും ബലിക്കല്ലിനോടു ചേർന്നു കിടക്കുന്നുണ്ടാവും. ചോരയുടെയും പേരറിയാപ്പൂക്കളുടെയും കുന്തിരിക്കപ്പുകയുടെയും കുരുത്തോലകളുടെയും സമ്മിശ്ര ഗന്ധത്തിൽ നിന്ന് പൂർവ്വികർ മറഞ്ഞു കഴിഞ്ഞിരിക്കും. കേട്ടിട്ടില്ലാത്ത ഭാഷകളുടെ പെരുക്കവും തുടിയുടെ ശബ്ദവും ഇരുണ്ട ആകാശത്തിൽ അപ്പോഴും മുഴങ്ങിക്കൊണ്ടിരിക്കും.

അയ്യപ്പൻ പുലയനെ ക്രിസ്ത്യാനിയാക്കാൻ മാഞ്ഞാലിൽ തരകൻ കുറേ ശ്രമിച്ചതാ. പക്ഷേ, നടന്നില്ല

കടലിക്കുന്നു മലയുടെ ചരിവിലൂടെ പിന്നെ വീട്ടിലേക്ക്.

വീട്ടിലെത്തുന്നതിനു മുൻപുതന്നെ പറയരുടെ ഒരു സംഘത്തെ കാണാം. പറക്കോട്ടുചന്തയിൽനിന്നും ഈറയുമായി വരുന്നതാണ്. നാണിപ്പറയിയുടെ നേതൃത്വത്തിലുള്ള സംഘത്തിൽ അൻപതോളം ആളുകൾ ഉണ്ടാകും. രാത്രി പത്തു മണിയോടെ കടലിക്കുന്നിൽനിന്നും പറക്കോട്ടേക്കു പുറപ്പെടുന്ന സംഘം തിരികെ വരുന്നത് വെളുപ്പാകുമ്പോഴാണ്. ഈറയുമായി പാട്ടിന്റെ അകമ്പടിയോടെ വരുന്ന സംഘത്തെ കാണാൻ നല്ല ചേലാണ്. മുന്നിലും പിന്നിലും നടക്കുന്നവരുടെ കയ്യിൽ ഒരു ചെറു പന്തവും ഉണ്ടാകും. പന്തത്തിന്റെ വെളിച്ചത്തിൽ പന്തളവും കുളനടയും പൈവഴിയും കടന്നാണ് കടലിക്കുന്നിലെത്തുന്നത്. തലയിലെ ചുമടിന്റെ ഭാരമോ, കിലോമീറ്ററുകൾ നീണ്ട നടത്തത്തിന്റെ തളർച്ചയോ അവരുടെ കരുത്തുറ്റ ശരീരത്തിൽ കാണാനാവില്ല. കെട്ടുകളായി കൊണ്ടുവരുന്ന ഈറകൾ ഉണക്കാനിടുന്നതും അവ കീറി മിനുസപ്പെടുത്തി പായും

പരമ്പും വട്ടിയും നിർമ്മിക്കുന്നതും പെണ്ണുങ്ങളാണ്. ഇവ തലച്ചുമടായി കുളനടയിലോ പന്തളത്തോ കൊണ്ടുപോയി വിൽക്കും. കടലിക്കുന്നിൽ ആദ്യമായി ഒരു സ്ത്രീക്കൂട്ടായ്മയ്ക്ക് തുടക്കമിട്ടത് നാണിപ്പറയി ആയിരുന്നു. ഈറ്റവെട്ടാനും തഴപ്പായ ഉണ്ടാക്കാനും അവ വിലപേശി വിൽക്കാനും അവർ കൂട്ടുകാരെ പഠിപ്പിച്ചു. നാണിപ്പറയിയുടെ ഭർത്താവ് കുഞ്ഞിപ്പറയൻ ഒരു സാധു ആയിരുന്നു. മാഞ്ഞാലിൽ പാടത്ത് പകലന്തിയോളം പണിയെടുത്ത് തളർന്ന് വീട്ടിലേക്ക് പോകുന്ന ഒരു മനുഷ്യൻ. കൂലി കൊടുത്താൽ വാങ്ങും. കൂലി ഇല്ലെന്നു പറഞ്ഞാൽ ഒന്നും മിണ്ടാതെ വീട്ടിലേക്കു പോകും. ശരീരം പണിയെടുക്കാൻ മാത്രമുള്ളതല്ലെന്നും നിവർന്നു നിന്ന് ചോദ്യങ്ങൾ ചോദിക്കാനുള്ളതു കൂടിയാണെന്നും കുഞ്ഞിപ്പറയനെയും പറയ സഹോദരങ്ങളെയും പഠിപ്പിച്ചത് നാണി ആയിരുന്നു. നാണിയുടെ അച്ഛൻ ചിരുതൻ പൊയ്കയിലപ്പച്ചന്റെ രക്ഷാസംഘത്തിലെ പ്രധാനി ആയിരുന്നു. ഇരവിപേരൂരും പരിസരപ്രദേശങ്ങളിലും അപ്പച്ചൻ പ്രസംഗിക്കുമ്പോൾ കൂടെ കാവലാളായി ചിരുതനുമുണ്ടാകും. ഒരിക്കൽ എതിരാളികൾ സംഘം ചേർന്ന് പൊയ്കയിലപ്പച്ചനെ ആക്രമിക്കാനെത്തിയപ്പോൾ, സ്വന്തം ശരീരത്തിന്റെ കരുത്തുകൊണ്ട് അവരെ കീഴടക്കിയത് ചിരുതനായിരുന്നു.

നാണിയുടെ ഭർത്താവ് കുഞ്ഞിപ്പറയൻ കേൾവിക്കുറവ് ഉള്ള ആളായിരുന്നു. കുഞ്ഞിപ്പറയന്റെ കേൾവി കുറഞ്ഞതിനു പിന്നിൽ ഒരു സംഭവമുണ്ട്. പൊട്ടിപ്പോയ പള്ളിമണിക്ക് പകരം പുതിയതൊന്ന് വാങ്ങാൻ പള്ളിക്കാർ തീരുമാനിച്ചു. മാന്നാറിൽനിന്നും കുളനടയിലെത്തിച്ച മണിക്ക് നൂറു റാത്തലോളം തൂക്കമുണ്ടായിരുന്നു. കുളനടയിൽനിന്നും ആഘോഷമായിട്ടാണ് മണി പള്ളിയിലെത്തിച്ചത്. നാലു കിലോമീറ്റർ ദൂരം മണിയും തലയിൽ വെച്ച് നടന്നത് കുഞ്ഞിപ്പറയൻ ഒറ്റയ്ക്കായിരുന്നു. പള്ളിമുറ്റത്തെത്തിയപ്പോഴേക്ക് കുഞ്ഞിപ്പറയന്റെ ചെവിയുടെ ഞരമ്പ് പൊട്ടിപ്പോയിരുന്നു.

ഡയറി മടക്കി മേശവലിപ്പിൽവെച്ചു.

എമിലി അപ്പോഴേക്കും ഉറങ്ങിക്കഴിഞ്ഞിരുന്നു. തുറന്നു കിടന്ന ജനാലയ്ക്കപ്പുറം സെന്റ് ഫ്രാൻസിസ് പള്ളി കാണാം. പള്ളിമുറ്റത്തെ മണൽക്കൂനയിലും സെമിത്തേരിയിലെ മാർബിൾ സ്ലാബുകളിലും നായ്ക്കൾ സുഖമായി ഉറങ്ങുന്നു. സെന്റ് ഫ്രാൻസിസ് സ്കൂളിലെ ചാരുബെഞ്ചുകളും കളിയൂഞ്ഞാലുകളും മഞ്ഞവെളിച്ചത്തിൽ ഉറങ്ങാതിരിപ്പുണ്ട്. പ്രഭാതമാകാൻ ഇനിയും മണിക്കൂറുകൾ ബാക്കിയുണ്ട്. എമിലിയോടു ചേർന്നു കിടന്നു. ഉണർത്താതെ, പതിയെ തലോടിക്കൊണ്ട്.

**ല**ഞ്ചിനുശേഷം ക്യാബിനിലേക്കു വന്നപ്പോഴാണ് എമിലിയുടെ വാട്സാപ്പ് മെസേജ് കണ്ടത്.

'വൈകിട്ടെന്താ പരിപാടി, ലാൽബാഗിലേക്ക് പോയാലോ?' എന്നായിരുന്നു മെസേജ്.

ബംഗളൂരിൽ വന്നിട്ട് വർഷങ്ങളായെങ്കിലും ലാൽബാഗിൽ വളരെ കുറച്ചു തവണയെ പോയിട്ടുള്ളൂ. ബംഗളൂരിൽ തന്നെ, ഇതുവരെ പോകാത്ത സ്ഥലങ്ങൾ ധാരാളമുണ്ട്. യാത്രയോട് അത്ര വലിയ കമ്പം തോന്നിയിട്ടില്ല. എമിലി പക്ഷേ, അങ്ങനെയല്ല. ധാരാളം യാത്ര ചെയ്യും. ബംഗളൂർ അവൾക്ക് ഏറെ പരിചിതമാണ്. ഞങ്ങൾ ഒന്നിച്ചു താമസിക്കാൻ തുടങ്ങിയതിനുശേഷമാണ് എമിലിയുടെ യാത്രകളും കുറഞ്ഞു തുടങ്ങിയത്. ഓഫീസിൽ നിന്നിറങ്ങിയിട്ട് ലാൽബാഗിലേക്ക് പോകാമെന്ന് തീരുമാനിച്ചു.

ജോലിയുടെ മടുപ്പ് മാറ്റാൻ യൂട്യൂബ് ചാനൽ ഓണാക്കി. മെസിയുടെ മികച്ച പത്ത് ഗോളുകൾ എന്ന വീഡിയോ കണ്ടുതുടങ്ങി. ശരീരം മുഴുവൻ പച്ചകുത്തിയ ആ ചെറുപ്പക്കാരന്റെ ഇടം കാലിന്റെ പ്രഹരശേഷി ശരിക്കും അത്ഭുതപ്പെടുത്തി. തൊണ്ണൂറുകളിലെ ലോകകപ്പ് ഫുട്ബോളാണ് ഓർമ്മയിൽ വരുന്നത്. ഗബ്രിയേൽ ബാറ്റിസ്റ്റ്യൂട്ടയുടെയും റോബർട്ടോ കാർലോസിന്റെയും കാൽപ്പന്തുകളി കണ്ട രാവുകൾ. അന്ന് വീട്ടിൽ ടി വി ഉണ്ടായിരുന്നില്ല. നാട്ടിൽ ടി വി ഉണ്ടായിരുന്നത് ചെറിയാൻ വൈദ്യന്റെ വീട്ടിൽ മാത്രമായിരുന്നു. സിനിമയ്ക്കും ഫുട്ബോളിനും ഞങ്ങൾ പോകുന്ന സ്ഥലം. ചെറിയാൻ വൈദ്യന്റെ മകൻ സണ്ണിയുടെ ബലത്തിലാണ് ഞങ്ങൾ അവിടെ കളി കാണാൻ പോയിരുന്നത്. അർജന്റീനയുടെയും ബ്രസീലിന്റെയും കളി നടക്കുന്ന സമയം. രാത്രി ഒരു മണി ആയിട്ടുണ്ടാ

കം. ബാറ്റിസ്റ്റ്യൂട്ടയുടെ ഗോൾ ബ്രസീൽ പ്രതിരോധത്തെ കീറിമുറിച്ച് വലയിലെത്തുമ്പോൾ, ഞങ്ങൾ അർജന്റീനയുടെ ആരാധകർ ആർത്തുവിളിച്ചു. മുറിയിൽ ഉറങ്ങിക്കിടന്ന ചെറിയാൻ വൈദ്യൻ, അഴിഞ്ഞു പോയ ഉടുമുണ്ട് താങ്ങിപ്പിടിച്ച്,

"കഴുവേറട മക്കളേ, പാതിരാത്രിയാന്നോടാ നിന്റെയൊക്കെ കളി', എറങ്ങടാ വീട്ടിന്ന്"

എന്ന് ആക്രോശിച്ചുകൊണ്ട് കൊടുങ്കാറ്റുപോലെ പാഞ്ഞു വന്നു. ചേവാലി ടോണിയും ഞാനും അപ്പോഴേക്കും മുറ്റത്ത് എത്തിയിട്ടുണ്ടായിരുന്നു. സണ്ണി അപ്പന്റെ കാലു പിടിച്ചു പറഞ്ഞതുകൊണ്ടാണ് പിന്നെ കളി കാണാനായത്. ഫുട്ബോൾ കളി കഴിഞ്ഞ് വീട്ടിലെത്തുമ്പോൾ നേരം വെളുക്കാറായിട്ടുണ്ടാകും. ജനലരികിൽ ഒളിപ്പിച്ചു വെച്ച താക്കോലെടുത്ത് ഉള്ളിൽ കയറും. ആരെയും ബുദ്ധിമുട്ടിക്കാതെ.

എമിലി ലാൽബാഗിന്റെ വലിയ ഗേറ്റു കടന്ന് ഉള്ളിലേക്ക് കയറി. സ്കൂട്ടി പാർക്ക് ചെയ്ത്, ഐസ്ക്രീം വിൽപ്പനക്കാരന്റെ കയ്യിൽ നിന്ന് അമുലിന്റെ ബട്ടർ സ്കോച്ച് ഐസ്ക്രീം വാങ്ങി നുണഞ്ഞ് പാറക്കൂട്ടത്തിനു മുകളിലേക്കു നടന്നു. തൊട്ടടുത്ത എയർപോർട്ടിൽനിന്നും പറന്നുയർന്ന വിമാനങ്ങൾ തലയ്ക്കു തൊട്ടു മുകളിലൂടെ കൂറ്റൻ ചിറകുകൾ വിരിച്ച് ചീറിപ്പായുന്നു. ഐസ്ക്രീം കഴിച്ച് ഓടി നടക്കുന്ന കുട്ടികളും ഇണകളെ ചേർത്തു പിടിച്ച് നടക്കുന്നവരും ധാരാളം. പാറക്കൂട്ടത്തിനു മുകളിലൂടെ ഒന്നു ചുറ്റിയടിച്ചപ്പോഴേക്കും ഐസ്ക്രീം തീർന്നിരുന്നു. പതിയെ താഴെയിറങ്ങി, നടപ്പാതയിലൂടെ നടന്നു തുടങ്ങി. പാതയ്ക്കിരുവശവും പലതരം സാധനങ്ങൾ വില്പനയ്ക്കു വെച്ചിട്ടുണ്ട്. ലാൽബാഗിലെ ഒരു പ്രത്യേകത, സാധനങ്ങൾ വില്ക്കാനിരിക്കുന്നവരിൽ കൂടുതലും സ്ത്രീകളാണെന്നതാണ്. പൂക്കൾ വിൽക്കുന്നവരും തൊപ്പികൾ വിൽക്കുന്നവരും ചോളം വിൽക്കുന്നവരും അക്കൂട്ടത്തിലുണ്ട്. ഒരു വലിയ മൺപാത്രത്തിൽ കനലുകളിട്ട് അതിൻമേൽ ചോളം ചുട്ടെടുക്കുന്ന ഒരു സ്ത്രീയുടെ അടുത്തെത്തി. ഇടംകയ്യിലെ ചെറിയ പലക വീശി കനൽ കത്തിച്ച് വലംകൈകൊണ്ട് ചോളം തിരിച്ചും മറിച്ചും ചൂടാക്കുന്ന കാഴ്ച കുറേനേരം നോക്കി നിന്നു.

കനലിൽ ചുട്ടെടുത്ത ചോളത്തിലേക്ക് അവർ നാരങ്ങാനീരും ഉപ്പും മുളകുപൊടിയും തേച്ച് ചോളത്തിന്റെ വലിയ പുറം പോളയിലാക്കി കൈയിലേക്കു വെച്ചു തന്നു. ചൂടു ചോളം കടിച്ച് നടപ്പാതയിലൂടെ നടക്കുമ്പോഴാണ് ജീവന്റെ വിളിയെത്തിയത്. നിന്ന സ്ഥലം പറഞ്ഞുകൊടുത്തു. പെട്ടെന്നു തന്നെ ജീവനെത്തി.

"എടാ കഴിക്ക്."

ചോളം അവന്റെ നേർക്ക് നീട്ടിയെങ്കിലും ജീവൻ വേണ്ടെന്ന് പറഞ്ഞു.

പുല്ല് നിറഞ്ഞ മൈതാനത്ത് ധാരാളം ആളുകൾ വിശ്രമിക്കുന്നുണ്ട്. പൈൻ മരങ്ങൾക്കിടയിലെ ചാരുബെഞ്ചുകളിൽ ഒക്കെയും സ്നേഹം പങ്കു വയ്ക്കുന്നവർ.

"ജീവാ, ആ രണ്ടു പെൺകുട്ടികളെ നീ കണ്ടോ? അവർ രണ്ടുപേരും എന്റെ ഓഫീസിലെ സോഫ്റ്റ്‌വെയർ എഞ്ചിനിയേഴ്സാണ്."

ജീവൻ അവരെ കാണുന്നത് അപ്പോഴാണ്.

ഇരുവരും മരത്തണലിൽ പരസ്പരം കെട്ടിപ്പുണർന്നിരിക്കുന്നു.

"എമിലീ, ഇവരെന്താ ഇങ്ങനെ?"

"എങ്ങനെ? അവരങ്ങനെ ഇരിക്കുന്നതുകൊണ്ടാണോ? ആണും പെണ്ണും തമ്മിൽ മാത്രമല്ലല്ലോ പരസ്പരം സ്നേഹിക്കുന്നത്. പെണ്ണും പെണ്ണും തമ്മിലും ആണും ആണും തമ്മിലും, ബൈസെക്ഷ്വലും ഒക്കെ ഇല്ലേ.

അശ്വതിയും സോഫിയും ഒന്നിച്ചാണ് താമസിക്കുന്നത്. അവർ തമ്മിൽ പ്രണയത്തിലുമാണ്."

"എമിലീ, എന്നാലും ഇത് ശരിയാണോ?"

"ജീവാ, ഇതിലെന്താ ഇത്ര ശരികേട്. അവർ പരസ്പരം സ്നേഹിക്കുന്നു. സന്തോഷിക്കുന്നു. അതിനെ ശരികേട് എന്നുപറഞ്ഞ് പരിഹസിക്കരുത്. അത് അവരുടെ സ്വാതന്ത്ര്യം. അതിലിടപെടാനോ ഒരാളുടെ സ്വകാര്യതയിൽ കടന്നു കയറാനോ, പലതിലും അതിർവരമ്പുനിശ്ചയിക്കാനോ ആർക്കും കഴിയില്ല."

"എമിലീ, നീ എന്തു പറഞ്ഞാലും ഇതൊന്നും അംഗീകരിച്ചു കൊടുക്കാൻ എനിക്കു പറ്റില്ല."

"ജീവാ, നിന്റെ അംഗീകാരം ആർക്കു വേണം. അവരുടെ കാര്യം നോക്കാൻ അവർക്കറിയാം. നീ ഒത്തിരി ഉൽക്കണ്ഠപ്പെടേണ്ട."

ചോളത്തിന്റെ ചൂട് അപ്പോഴും ഒട്ടും കുറഞ്ഞിരുന്നില്ല. തണ്ടുമാത്രം ബാക്കിയായപ്പോൾ വേസ്റ്റ്ബിന്നിലേക്കിട്ടു. വീണ്ടും നടന്നു തുടങ്ങി.

ജീവനെ നോക്കിയപ്പോൾ പാവം തോന്നി. മതവും സമൂഹവും അനുശാസിക്കുന്ന എല്ലാ നിയമങ്ങളും അക്ഷരംപ്രതി അനുസരിക്കുന്നവൻ.

രണ്ടു പെൺകുട്ടികൾ സ്നേഹം പങ്കിടുന്നത് ജീവനെ സംബന്ധിച്ച് തെറ്റാണ്. വിവാഹം കഴിക്കാതെ ഒന്നിച്ചു ജീവിക്കുന്നതും തെറ്റ്. നിയമങ്ങൾക്കുള്ളിൽ ജീവിച്ചിട്ടും വിവാഹം കഴിക്കാതെ എന്റെയൊപ്പം താമസിക്കാൻ ഇവൻ എങ്ങനെ ധൈര്യപ്പെട്ടു? ഉണ്ണീശോയുടെ പള്ളിയിൽ വെച്ചാണ് ജീവൻ എന്നെ പലതവണയും കണ്ടിട്ടുള്ളത്. ഒരുപക്ഷേ, എന്നെ ഇഷ്ടപ്പെടാനുള്ള കാരണവും അതു തന്നെയാവും.

രണ്ടു മണിക്കൂറോളം സമയം ലാൽബാഗിൽ ചെലവഴിച്ചു. പിന്നെ വീട്ടിലേക്ക് പോയി.

ഡയറിയുടെ തുടർന്നുള്ള ഭാഗത്ത് ഒരു മാർഗ്ഗംകളിപ്പാട്ടാണ് ഉണ്ടാ യിരുന്നത്.

ആഗ്നേയ സർപ്പത്തിൻ
ദംശനമേറ്റിസ്രയേല്യർ
വലഞ്ഞല്ലോ കരമുയർത്തി
ഉച്ചത്തിൽ നിലവിളിച്ചു.
പർവ്വത മുകളിൽ നിന്നും
മോശയപ്പോൾ താഴെ വന്നു.
ജ്വലിച്ചോരു കോപം പിന്നെ
കനിവായി മാറിയപ്പോൾ
പിച്ചള സർപ്പത്തെ നാട്ടി
ജനത്തെ രക്ഷിച്ചല്ലോ.

മോശയുടെ നേതൃത്വത്തിൽ ഈജിപ്റ്റിൽനിന്നും രക്ഷപ്പെട്ടു വന്ന ഇസ്രയേൽജനം ഏദോമിലേക്കുള്ള യാത്രാമദ്ധ്യേ ദൈവത്തിനെതിരാ യി സംസാരിച്ചു. ദൈവം അവരുടെ ഇടയിലേക്ക് ആഗ്നേയസർപ്പങ്ങ ളെ അയച്ചു. സർപ്പദംശനമേറ്റ് വളരെയേറെ ഇസ്രയേൽക്കാർ മരിച്ചു വീണു. ഭയന്നു വിറച്ച അവർ മോശയെ ശരണം പ്രാപിച്ചു. തങ്ങൾക്കു വേണ്ടി പ്രാർത്ഥിക്കാൻ അവർ മോശയോടു കേണപേക്ഷിച്ചു. കർത്താ വിന്റെ അരുളപ്പാടനുസരിച്ച് മോശ ഒരു പിത്തള സർപ്പത്തെ ഉണ്ടാക്കി വടിയിൽ ഉയർത്തി നിർത്തി. സർപ്പദംശനമേറ്റവർ ആ പിത്തള സർപ്പ ത്തെ നോക്കി മരണത്തിൽനിന്നും രക്ഷപ്പെട്ടു.

ഇസ്രയേൽക്കാർ മരണത്തിൽനിന്നും രക്ഷപ്പെട്ട സംഭവത്തെ മുൻ നിർത്തിയുള്ള പാട്ടിന്റെ അകമ്പടിയോടെ മാഞ്ഞാലിൽ തറവാടിന്റെ

നടുമുറ്റത്ത്, വെള്ളമുണ്ടുടുത്ത് തലയിലൊരു കെട്ടുമായി കോരയും സുഹൃത്തുക്കളും ചുവടുകൾ വെക്കുന്നത് ദൂരെ നിന്നു വരുമ്പോഴേ കാണാം. അവരെ സംബന്ധിച്ച് മാർഗ്ഗംകളി ഒരു വിനോദം ആയിരുന്നില്ല. ജീവിതത്തിന്റെ ഭാഗം ആയിരുന്നു. അതിരാവിലെ എഴുന്നേറ്റ് ദേഹം മുഴുവൻ എണ്ണ തേച്ച്, തറവാടിന്റെ നടുമുറ്റത്ത് പരിശീലനം തുടങ്ങും. കോരയുടെ കറുത്ത മിനുമിനുപ്പുള്ള ശരീരം പാട്ടിന്റെ താളത്തിൽ ഇടത്തോട്ടും വലത്തോട്ടും വളഞ്ഞു പൊങ്ങുന്നതു കാണാൻ തന്നെ ഒരു ചേലാണ്.

കോരയും ഇട്ടി ഐപ്പും കൂടിയാണ് മാൽക്കേൽ അബ്രാമിന് മാർഗ്ഗംകളിയുടെ പാഠങ്ങൾ പകർന്നുകൊടുത്തത്. ഗവേഷണത്തിനാവശ്യമായ വിവരങ്ങൾ ശേഖരിക്കുന്നതിനൊപ്പം ചുരുങ്ങിയ സമയത്തിനുള്ളിൽ അയാൾ മാർഗ്ഗംകളി പഠിക്കുക കൂടി ചെയ്തു. മലയാളം വശമില്ലാതിരുന്നിട്ടുകൂടി കോരയുടെ ശിക്ഷണത്തിൽ മാൽക്കേൽ അബ്രാം ഉച്ചാരണപ്പിശകോടെ മാർഗ്ഗംകളിപ്പാട്ടുകൾ ആവേശത്തോടെ ഉച്ചത്തിൽ പാടി. അയാളുടെ പാട്ടുകേൾക്കാൻ തറവാട്ടിലുള്ള അംഗങ്ങളെല്ലാവരും പൂമുഖത്തെത്തും. വൈകുന്നേരങ്ങളിൽ തരകനൊപ്പം അയാൾ നാട്ടുചുറ്റാനിറങ്ങും. മാഞ്ഞാലിൽ തറവാടിന്റെ വകയായുള്ള പാടത്ത് പണിക്കാർക്കൊപ്പം കൂടും. പാടത്തിറങ്ങി ഇരുകൈകൊണ്ടും ചേറ് വാരി മുകളിലേക്കെറിയും. പണിക്കാരും തരകനും അതുകണ്ട് പൊട്ടിച്ചിരിക്കും.

മാർഗ്ഗംകളിയുടെ ആശാനായിരുന്നെങ്കിലും തറവാട്ടിൽ ഒട്ടും വിലയില്ലാത്ത ഒരാളുകൂടി ആയിരുന്നു കോര. അപ്പനായ മാഞ്ഞാലിൽ തൊമ്മി ഉതുപ്പ്, തന്റെ രണ്ടു മക്കളെ വൈദികവൃത്തിക്കയച്ചതുപോലെ കോരയേയും സെമിനാരിയിലേക്കയച്ചു, ഒരു വൈദികനാകാൻ. എന്നാൽ നാലാംവർഷം പഠനം അവസാനിപ്പിച്ച് തറവാട്ടിലേക്കു തിരിച്ചുവന്ന കോരയെ, അപ്പൻ പൊതിരെ തല്ലി. കയ്യിലിരുന്ന ഉണക്കമടൽ ഒടിയും വരെ. സെമിനാരിയിൽ നിന്ന് തിരികെപ്പോന്ന മകനെ വിവാഹം കഴിപ്പിക്കില്ല എന്ന ഉറച്ച വാശിയും തൊമ്മി ഉതുപ്പിനുണ്ടായിരുന്നു. പാതിയച്ചൻ എന്ന, നാട്ടുകാരുടെയും വീട്ടുകാരുടെയും പരിഹാസം ഏറ്റ് തറവാട്ടിൽ കോര ഒറ്റാന്തടിയായി ജീവിച്ചു. അപ്പോഴും തികഞ്ഞ ഒരു ഓർത്തഡോക്സ് വിശ്വാസിയായിരുന്നു കോര.

അപ്പനോടുള്ള നീരസം, തറവാട്ടിലെ പ്രധാനിയായ മൂത്ത ജ്യേഷ്ഠൻ തരകനോടും കോരയ്ക്ക് ഉണ്ടായിരുന്നു. മാർഗ്ഗംകളിയുടെ പരിശീലനം കഴിഞ്ഞുള്ള സമയം കൂട്ടുകാരുമൊത്ത് കോര കടലിക്കുന്നു മലയുടെ ഉച്ചിയിലെത്തും. മാനം നോക്കി മലർന്നു കിടക്കും. പറങ്കിപ്പഴം വാറ്റിയെടുത്ത ലഹരി നുണഞ്ഞ് മാർഗ്ഗംകളിപ്പാട്ട് ഉച്ചത്തിൽ പാടും. ലഹരി മൂത്തു തുടങ്ങിയാൽ പിന്നത്തെ സംസാരമെല്ലാം ഇംഗ്ലീഷിലായിരിക്കും. സെമിനാരിയിൽ വെച്ചാണ് കോര ഇംഗ്ലീഷ് പഠിക്കുന്നത്.

അപ്പനോട്ടും അപ്പന്റെ മാനസപുത്രനായ തരകനോട്ടും കോരയ്ക്കുണ്ടായിരുന്ന നീരസം അതിന്റെ തീവ്രതയിലെത്തുന്നതിന് മറ്റൊരു സംഭവം കൂടി കാരണമായി.

ഓർത്തഡോക്സ് സഭാ വിശ്വാസിയായ മാഞ്ഞാലിൽ തരകൻ കത്തോലിക്കാ സഭയിലേക്ക് ചേർന്നു. അപ്പനും കുടുംബാംഗങ്ങളെല്ലാവരും തരകന്റെ വാക്കുകേട്ട് കത്തോലിക്കാ സഭയിലേക്ക് മാറി. എന്നാൽ കോരയ്ക്ക് ഇതൊട്ടും ഉൾക്കൊള്ളാനാവുമായിരുന്നില്ല. അണ പൊട്ടിയ രോഷത്തോടെ, കോര തരകനു നേരേ ചീറിയടുത്തു. കോര ഒരു ഭാഗത്തും, മറ്റുള്ളവർ എതിർ ഭാഗത്തും. കോരയിൽനിന്നും ഇത്തരമൊരു പ്രതികരണം ആരും പ്രതീക്ഷിച്ചിരുന്നില്ല. ആ രാത്രിയിൽ മാഞ്ഞാലിൽ തറവാട്ടിൽ ആരും ഉറങ്ങിയതുമില്ല. കരുത്തനായ തരകനു മുന്നിൽ തന്റെ എതിർപ്പുകൾ വിഫലമായപ്പോൾ, അവിടെ നിന്ന് തല താഴ്ത്തി ഇറങ്ങി നടന്ന കോര ആ രാത്രിയിൽ മറ്റൊരാളെ കാണാനായി പോയി.

മാഞ്ഞാലിൽ തരകൻ കത്തോലിക്കാ സഭയിലേക്ക് ചേരുമ്പോൾ സംഭവിക്കുന്ന മറ്റൊരു വിപത്തിനെ മുൻകൂട്ടി കണ്ട്, ആ ആശങ്കയിൽ ഉറക്കം നഷ്ടപ്പെട്ട ഒരാൾ കടലിക്കുന്നിലുണ്ടായിരുന്നു.

അയാളെ കാണാനാണ് കോര ആ രാത്രിയിൽ പോയത്.

വായിച്ചവസാനിപ്പിച്ച പേജിൽ അടയാളം വെച്ച് ഡയറി മടക്കി വെച്ചു.

ലാൽബാഗിൽ നിന്ന് മടങ്ങി വന്നപ്പോൾ മുതൽ എമിലി മൂഡ് ഔട്ടിലാണ്. എന്റെ കാഴ്ചപ്പാടുകൾ അവൾക്ക് വേദനയുണ്ടാക്കുന്നുവെന്ന് തോന്നുന്നു. രണ്ടാളും രണ്ടു ദിശയിൽ സഞ്ചരിക്കുന്നവരാണ്. അകലം കൂടി വരുന്നതേയുള്ളൂ, കുറയുന്നില്ല.

**കു**റേ ദിവസങ്ങൾക്കു ശേഷമാണ് സിൽവിയച്ചേച്ചിയെ കാണാൻ പോയത്. ഞാൻ ചെല്ലുമ്പോൾ സിൽവിയച്ചേച്ചി മാത്രമേ ഉണ്ടായിരുന്നു ള്ളൂ. മോൻസൻ അങ്കിൾ റിയൽ എസ്റ്റേറ്റ് ബിസിനസുമായി ബന്ധപ്പെ ട്ട് പുറത്തെവിടെയോ പോയിരിക്കുകയായിരുന്നു. ചേച്ചി കേക്ക് ഉണ്ടാ ക്കാനായി മാവു കുഴച്ചു കൊണ്ടിരിക്കുന്നു.. സിൽവിയച്ചേച്ചി നന്നായി കേക്ക് ഉണ്ടാക്കും. കേക്ക് മാത്രമല്ല, പുതിയ രുചികളെല്ലാം ചേച്ചി പരീ ക്ഷിക്കും..

"ചേച്ചീ, എന്തുണ്ട് വിശേഷങ്ങൾ?"

"എമിലിയോ, വാ വാ. ഇന്ന് ഓഫീസിൽ പോയില്ലേ?"

"ഇന്ന് ഞാൻ പോയില്ല ചേച്ചീ. ചേച്ചി നന്നായി കേക്ക് ഉണ്ടാക്കും അല്ലേ."

"അത്യാവശ്യം. മോൻസൺ അച്ചായൻ പോയിക്കഴിഞ്ഞാൽ പിന്നെ ഞാനൊറ്റയ്ക്കല്ലേ. സമയം പോകാൻ എന്തെങ്കിലും പൊടിക്കൈകൾ ഒക്കെ വേണ്ടേ."

സംസാരത്തിനിടയിൽത്തന്നെ ചേച്ചി കോഫിയും കേക്കും കൊ ണ്ടുവന്നു.

"നല്ല കേക്ക് ചേച്ചി. ചേച്ചിക്ക് ഇത് നല്ലൊരു ബിസിനസായി തു ടങ്ങരുതോ? മായം ഒട്ടും ഇല്ലാത്ത ഇത്തരം കേക്കിന് എന്തൊരു ഡിമാ ന്റാണെന്നറിയാമോ?"

"ഒരിക്കൽ ഞാനൊന്ന് ആലോചിച്ചതാ എമിലി. മോൻസനച്ചായ ന് അതൊന്നും ഇഷ്ടമല്ല. അതുകൊണ്ട് ഞാനത് വേണ്ടെന്നു വെച്ചു."

"ചേച്ചിക്ക് ചേച്ചിയുടെ ഇഷ്ടങ്ങളില്ലേ. മോൻസൻ അങ്കിൾ അദ്ദേഹ ത്തിന്റെ ഇഷ്ടമനുസരിച്ച് എല്ലാ കാര്യങ്ങളും ചെയ്യാറില്ലേ. ചേച്ചി ഇടപെ

ടാറില്ലല്ലോ. "

"എമിലീ, നാലാളറിഞ്ഞ് വിവാഹം കഴിച്ചാൽ പലതിനോടും യോജിച്ച പോകേണ്ടി വരും. സ്ത്രീയുടെ ഇഷ്ടാനിഷ്ടങ്ങൾക്ക് വലിയ പ്രാധാന്യമൊന്നും അവിടെയില്ല. ഇഷ്ടങ്ങളോ അഭിപ്രായങ്ങളോ പറഞ്ഞാൽ അതൊക്കെ വലിയ അപരാധങ്ങളാ."

"ചേച്ചീ, പങ്കാളിയുടെ അവകാശങ്ങളെക്കുറിച്ച് ഒരു ചിന്തയുമില്ലാത്ത ഒരാളുടെ കൂടെ എങ്ങനെ ജീവിച്ച പോകാനാവും. എല്ലാം കേട്ടും, കീഴടങ്ങിയും എത്രനാൾ മുന്നോട്ട പോകും."

"വിവാഹമെന്ന കരാറിന്റെ ഭാരമില്ലാത്തതിനാൽ നിനക്ക് അങ്ങനെ പറയാം എമിലി."

"സ്വന്തം സന്തോഷത്തെ ബലികൊടുത്ത് ആ ഭാരം ചുമന്ന നടന്നിട്ട് ആർക്ക് എന്ത് പ്രയോജനമാ കിട്ടുക."

ജനാലയിലൂടെ പുറത്തേക്ക നോക്കി നിന്നതല്ലാതെ, അതിനവർ മറുപടിയൊന്നും പറഞ്ഞില്ല.

സിൽവിയച്ചേച്ചിയെ ദുഃഖിപ്പിക്കേണ്ടെന്ന കരുതി ആ വിഷയം പിന്നെ സംസാരിച്ചില്ല.

"ചേച്ചിയുടെ വീട് വയനാട്ടിലാണെന്നറിയാം. വീട്ടിൽ ഇപ്പോൾ ആരൊക്കെയുണ്ട് ?"

"ഇപ്പോൾ വീട്ടിൽ ആരുമില്ല. രണ്ടു വർഷം മുൻപ് ആയിരുന്ന അപ്പന്റെ മരണം. അപ്പൻ പോയതോടെ അമ്മ ഒറ്റയ്ക്കായി. അമ്മയെ ഇവിടേക്ക് ഒത്തിരി വിളിച്ചതാ. അമ്മയ്ക്ക് നഗരത്തിലെ താമസം ഒട്ടും ഇഷ്ടമായിരുന്നില്ല. രണ്ടു മാസം മുൻപ് ഞങ്ങളെയൊക്കെ ഞെട്ടിച്ച ഒരു തീരുമാനം അമ്മ എടുത്തു. വീടും സ്ഥലവും എല്ലാം വിറ്റു. കിട്ടിയ പണത്തിന്റെ ഒരു ഭാഗം എന്റെ പേരിൽ ബാങ്കിലിട്ടിട്ട് ബാക്കി അടുത്തുള്ളൊരു വൃദ്ധസദനത്തിന് നല്കി. പിന്നെ അവിടേക്ക് താമസം മാറ്റി.

അറിഞ്ഞപ്പോൾ ഞാൻ കുറേ ദേഷ്യപ്പെട്ടു സംസാരിച്ച. അമ്മയുടെ ഭാഗത്തുനിന്ന് ചിന്തിക്കുമ്പോൾ ഒരുപക്ഷേ, അതാവും ശരി. തന്റെ കാര്യങ്ങൾക്ക് ആരെയും ബുദ്ധിമുട്ടിക്കരുതെന്ന ചിന്തയാവും അമ്മയ്ക്കുണ്ടായിരുന്നത്. ഒറ്റയ്ക്ക് ഒരു വീട്ടിൽ മടുപ്പോടെ ജീവിച്ച തീർക്കുന്നതിനെക്കാൾ, സമപ്രായക്കാരുമായുള്ള സന്തോഷകരമായ ഒരു ജീവിതം അമ്മയ്ക്കിപ്പോൾ കിട്ടുന്നുണ്ട്."

"ചേച്ചിയുടെ അമ്മ കിടുവാണല്ലോ? ഒരു സാധാരണ സ്ത്രീ ഒരിക്കലും ഇങ്ങനെ ചിന്തിക്കില്ല."

സിൽവിയച്ചേച്ചിയോട് ആദ്യമായിട്ടാണ് അത്രയും സംസാരിക്കുന്നത്. അവരുടെ വിഷാദത്തിന്റെയും മടുപ്പിന്റെയും തീവ്രത അന്നാദ്യമായി ബോദ്ധ്യപ്പെട്ടു. ഓരോ സ്ത്രീയും എത്ര വലിയ വിഷാദത്തിലൂടെയാവും

കടന്നു പോകുന്നത്.

തിരികെ പോകാൻ എഴുന്നേറ്റപ്പോൾ ചേച്ചി ഒരു കേക്കുമായി വന്നു. വേണ്ടെന്നു പറഞ്ഞെങ്കിലും ആ സ്നേഹത്തിനു മുന്നിൽ കീഴടങ്ങി. വീട്ടിലേക്കു പോരുമ്പോൾ ഒന്ന് ഉറപ്പിച്ചിരുന്നു. എല്ലാ ദിവസവും ചേച്ചി യോട് സംസാരിക്കണം.

**അ**ഞ്ചു മണിയോടെയാണ് അശ്വതിയും സോഫിയും ഓഫീസിൽ നിന്ന് ഇറങ്ങിയത്. ഇലക്ട്രോണിക് സിറ്റിയിൽനിന്നും നേരേ മഡിവാളയിലേക്ക്. മാർക്കറ്റിൽനിന്നും പച്ചക്കറി വാങ്ങി, സ്ഥിരം കയറാറുള്ള തിലക് കോഫീഷോപ്പിലേക്ക്. രണ്ട് കോഫിക്കും രണ്ട് ബർഗറിനും ഓർഡർ കൊടുത്ത് പതിഞ്ഞ ശബ്ദത്തിലവർ സംസാരിക്കുമ്പോൾ തൊട്ടടുത്ത ടേബിളിലെ രണ്ട് ചെറുപ്പക്കാർ അവരെ ശ്രദ്ധിക്കുന്നുണ്ടായിരുന്നു. അശ്വതിയിലും സോഫിയിലും അത് യാതൊരു ഭാവമാറ്റവും വരുത്തിയില്ല. കോഫി കുടിക്കുന്നതിനിടയിലാണ് സോഫിയയുടെ ഫോൺ ശബ്ദിച്ചത്. നാട്ടിൽനിന്നും അമ്മയാണ്. സോഫിയയ്ക്ക് അമ്മയും ഒരു സഹോദരനുമാണുള്ളത്. സോഫിയുടെ അച്ഛൻ പട്ടാളത്തിലായിരുന്നു. അതിർത്തിയിൽ വെച്ചുണ്ടായ വെടിവെയ്പ്പിൽ കൊല്ലപ്പെട്ടു. ഇരുപത്തെട്ടു വയസ്സായ സോഫിയുടെ വിവാഹത്തെക്കുറിച്ചാണ് അവരുടെ ആധി മുഴുവൻ. പല ആലോചനകൾ വന്നിട്ടും ഓരോരോ കാരണങ്ങൾ പറഞ്ഞ് സോഫി തന്നെ അതു മുടക്കുന്നതായിരുന്നു പതിവ്. അമ്മയുടെ ഫോൺ കണ്ടപ്പോൾത്തന്നെ വിവാഹക്കാര്യമാണെന്നവൾ ഊഹിച്ചു.

"മോളേ, സോഫി"

"ആ പറയൂ അമ്മേ."

"ഒന്നുമില്ലെടീ, വെറുതേ വിളിച്ചതാ. നീ എവിടെയാ ഓഫീസിലാണോ?"

"ഞാൻ ഓഫീസിൽ നിന്നിറങ്ങി."

"നിനക്കൊരു പുതിയ ആലോചന വന്നിട്ടുണ്ട്. അതു പറയാനാ ഞാൻ വിളിച്ചത്."

"അമ്മേ ഞാൻ നേരത്തേ തന്നെ പറഞ്ഞതല്ലേ. എനിക്ക് വിവാഹ

ത്തിന് താല്പര്യമില്ലെന്ന്. ഇതു പറയാനാണെങ്കിൽ ഇനി എന്നെ വിളിക്കരുത്."

"പിന്നെ നീ എന്തു ചെയ്യാൻ പോവ്വാ. ജീവിതകാലം മുഴുവൻ ഒറ്റയ്ക്കു കഴിയാനാണോ. അതോ അവിടെ നിനക്ക് മറ്റ് എന്തെങ്കിലും ചുറ്റിക്കളിയുണ്ടോ?"

"ഒരു ചുറ്റിക്കളിയുമില്ല. അമ്മ ഫോൺ വയ്ക്ക്."

സോഫിയുടെ അമ്മയുടെ ഫോണാണെന്നും വിവാഹക്കാര്യമാണെന്നും മനസ്സിലാക്കിയ അശ്വതിയുടെ കണ്ണിൽ നനവു പടർന്നു.

ഒരേദിവസം തന്നെയാണ് രണ്ടാളും ജോലിയിൽ പ്രവേശിച്ചത്. കമ്പനിയുടെ ഓൺലൈൻ മീറ്റിംഗിലെ പരിചയപ്പെടൽ ചടങ്ങിൽ വെച്ചാണ് രണ്ടുപേരും ആദ്യം കാണുന്നത്. കേരളത്തിൽ നിന്നുള്ളവരായതുകൊണ്ടും അടുത്തടുത്ത ജില്ലക്കാരായതുകൊണ്ടും രണ്ടുപേരും പരസ്പരം ശ്രദ്ധിച്ചിരുന്നു. പിന്നീട് ഫോണിലൂടെ കൂടുതൽ അടുത്തു. വർക്ക് ഫ്രം ഹോം ആയിരുന്നപ്പോൾ, അശ്വതി പലപ്രാവശ്യവും സോഫിയെ കാണാൻ അവളുടെ വീട്ടിൽ പോയിരുന്നു. ബംഗളൂരിൽ എത്തിയ അന്നു മുതൽ ഒരുമിച്ച് താമസിച്ച്, ഒരുമിച്ച് കഴിച്ച്, ഒരുമിച്ച് ഉറങ്ങി. പറഞ്ഞു ഫലിപ്പിക്കാനാവാത്ത തീവ്രമായ അനുഭൂതിയുടെ രാസലായനിയിൽ ഒരു മനസ്സും ഒരു ശരീരവുമായി ഉരുകിയും ഒലിച്ചും, ഒരിക്കലും വേർപെടാനാവാത്ത വിധം ഒട്ടിച്ചേർന്നും കഴിഞ്ഞ എത്രയോ ദിവസങ്ങൾ.

"അശ്വതി, എന്തായിത്. അമ്മയോട് ഞാൻ പറഞ്ഞ കാര്യങ്ങൾ നീയും കേട്ടതല്ലേ. പിന്നെന്തിനാ."

അശ്വതി സോഫിയുടെ കൈകൾ ചേർത്തുപിടിച്ച് പൊട്ടിക്കരയാൻ തുടങ്ങി. അവളെ ആശ്വസിപ്പിക്കാനാവാതെ സോഫിയും.

ഡയറി സർക്കിളിലെ ട്രാഫിക് സിഗ്നലിൽ വെച്ചാണ് ആ സംഭവം നടന്നത്. സിഗ്നൽ കാത്തു കിടക്കുമ്പോൾ, തൊട്ടപ്പുറത്ത് ബൈക്കിൽ വന്ന യുവാവിനെയും യുവതിയെയും ഒരുക്കൂട്ടം ആളുകൾ ക്രൂരമായി മർദ്ദിക്കുന്നു. കൺമുന്നിൽ രണ്ടു ചെറുപ്പക്കാർ അടിയേറ്റു പുളയുന്നതു കാണാൻ മനസ്സനുവദിച്ചില്ല. എന്തും വരട്ടെന്നു കരുതിയാണ് കയറി ഇടപെട്ടത്. തടയാൻ ശ്രമിച്ച എന്നെ അവർ കന്നഡയിൽ കുറേ ചീത്ത വിളിച്ചു. അപ്പോഴേക്കും ആളുകൾ ഓടിക്കൂടിയതിനാൽ അവർ തങ്ങളുടെ ബൈക്കുകളിൽ കയറി രക്ഷപ്പെട്ടു. അവരുടെ ബൈക്കിന്റെ നമ്പർ നോട്ടു ചെയ്ത് ആ പെൺകുട്ടിയേയും സുഹൃത്തിനേയും ആശുപത്രിയിലെത്തിച്ചു. ബൈക്കിലെത്തിയവർ മർദ്ദിച്ചത് രണ്ട് കാര്യം പറഞ്ഞായിരുന്നു. ഹിജാബ് ധരിച്ചില്ല എന്നും ആൺകുട്ടിക്കൊപ്പം ബൈക്കിൽ യാത്ര ചെയ്തു എന്നും. ആക്രമണത്തിൽ ഭയന്ന അവർ കേസിനു പോകാൻ ഏറെ ഭയപ്പെട്ടു. കേസെടുക്കാൻ പൊലീസുകാർക്കും വലിയ താല്പര്യം ഉണ്ടായിരുന്നില്ല.

"അവർക്ക് കേസിനു പോകാൻ താല്പര്യമില്ലെങ്കിൽ പിന്നെ എന്തിനാണ് നിങ്ങളവരെ നിർബന്ധിക്കുന്നത്?", എന്നായിരുന്നു പൊലീസുകാർ ദേഷ്യത്തോടെ എന്നോടു ചോദിച്ചത്.

"ഭയന്നു തുടങ്ങിയാൽ പിന്നെ ജീവിതകാലം മുഴുവൻ ഭയന്നു കൊണ്ടേയിരിക്കണം. അതുകൊണ്ട് നിങ്ങളെ ഉപദ്രവിച്ചവരെ നിയമത്തിനു കീഴിൽ കൊണ്ടുവരണം. കേസ് കൊടുക്കണം."

എന്നൊക്കെ പലവട്ടം പറഞ്ഞപ്പോഴാണ് ആ കുട്ടികൾ സമ്മതിച്ചത്. പെൺകുട്ടിയുടെ പേര് ജാസ്മിൻ എന്നും ആൺകുട്ടിയുടെ പേര് ആദിത്യൻ എന്നും ആയിരുന്നു. അതിനുശേഷം നേരേ ഓഫീസിലേക്കു

പോയി. പോയ വഴിക്കെല്ലാം ഫോൺ റിംഗ് ചെയ്തു കൊണ്ടേയിരുന്നു. ഓഫീസിൽ ചെന്ന് നോക്കിയപ്പോഴാണ് പതിനഞ്ചോളം മിസ്ഡ് കോളുകൾ. പല നമ്പരുകളിൽ നിന്ന്. ആരാണ് ഇത്രയും വിളിക്കാൻ എന്ന് അത്ഭുതപ്പെട്ടു നിൽക്കുമ്പോഴാണ് വീണ്ടും മൊബൈൽ റിംഗ് ചെയ്തത്. ഫോൺ ചെവിയിലേക്കു വെച്ചപ്പോഴേക്കും. ഉച്ചത്തിലുള്ള തെറി വിളിയാണ് കേട്ടത്.

"നീ കേസു കൊടുപ്പിക്കും അല്ലേടീ. ഞങ്ങളെ നിനക്കറിയില്ല. നിന്നെ വെച്ചേക്കില്ല." എന്നും മറ്റും കന്നഡ ഭാഷയിൽ ആക്രോശിക്കുകയും പിന്നെ എന്തൊക്കെയോ ചീത്ത വിളികളും.

അന്നത്തെ ദിവസം ഒട്ടും സ്വൈര്യം തരാതെ ഫോൺ ശബ്ദിച്ചു കൊണ്ടേയിരുന്നു. കുറേയൊക്കെ റെക്കാർഡ് ചെയ്തു. ചിലതിനൊക്കെ ചുട്ട മറുപടിയും കൊടുത്തു. ആരൊക്കെയോ മാറിമാറി വിളിക്കുന്നു. എല്ലാത്തിലും ഭീഷണിയുടെ സ്വരം. ഇങ്ങനൊരനുഭവം മുൻപുണ്ടായിട്ടില്ല. റെക്കാർഡ് ചെയ്ത ഫോൺ സംഭാഷണങ്ങളുമായി പൊലീസ് സ്റ്റേഷനിലേക്കു പോയി. പൊലീസുകാരുടെ ഭാഗത്തുനിന്ന് ഒരു നടപടിയും ഉണ്ടാവില്ലെന്ന് ബോദ്ധ്യപ്പെട്ടെങ്കിലും പരാതി കൊടുത്ത് മടങ്ങി. ആണിനും പെണ്ണിനും ഒന്നിച്ചു യാത്ര ചെയ്യാനാവാത്ത വിധം, സമൂഹം കൂടുതൽ കൂടുതൽ സങ്കുചിതത്വം കാണിക്കുന്നു.

ജീവനോട് ഈ കാര്യങ്ങൾ പറയേണ്ടെന്നു കരുതി.

വീട്ടിലെത്തിയപ്പോൾ ജീവൻ വന്നിട്ടുണ്ട്. വല്ലാതെ കലിയിളകി നിൽക്കുന്നു.

"എമിലീ, ഇന്ന് നീ പൊലീസ് സ്റ്റേഷനിൽ പോയിരുന്നോ?"

"ആരു പറഞ്ഞു?"

"ഇന്ന് ഉച്ചമുതൽ എന്നെ ആരൊക്കെയോ വിളിക്കുന്നു. ഫോൺ എടുത്താൽ ചീത്ത വിളിയാണ്. നിന്റെ ഭാര്യയെ വെച്ചേക്കില്ലെന്നും ഒക്കെ പറഞ്ഞ് വലിയ ബഹളം. നീ ഇതെന്തിനുള്ള പുറപ്പാടാ."

"ജീവാ, രാവിലെ പോയ വഴിയിൽ, ഒരു പെൺകുട്ടിയെയും കൂടെയുണ്ടായിരുന്ന പയ്യനെയും ആരൊക്കെയോ തടഞ്ഞു നിർത്തി ഉപദ്രവിക്കുന്നതു കണ്ടു. ബൈക്കിൽ ഒന്നിച്ചു പോയെന്നും ഹിജാബ് ധരിച്ചില്ലെന്നും ഒക്കെ പറഞ്ഞായിരുന്നു അവരുടെ മർദ്ദനം. അതു കണ്ടുനിൽക്കാൻ തോന്നിയില്ല. അത്രയും ക്രൂരത കാണിച്ചവർ രക്ഷപ്പെടരുതല്ലോ എന്നു കരുതി."

"നീ ഇത്തരം പ്രശ്നങ്ങളിലൊക്കെ എന്തിനാ ചെന്നു ചാടുന്നത്. അവർ ആരൊക്കെ ആണെന്നും എന്താ ചെയ്യുകയെന്നും വല്ല ധാരണയുമുണ്ടോ?"

"ജീവാ, നമ്മുടെ കൺമുന്നിൽ ഒരു അതിക്രമം നടക്കുമ്പോൾ മാറി

പ്പോകുന്നതെങ്ങനെയാ? അതിന്റെ വരുംവരായ്മകളെക്കുറിച്ച് ചിന്തിക്കേണ്ടതുണ്ടെന്ന് തോന്നിയില്ല."

"എമിലീ, ദയവു ചെയ്ത് നീ ആവശ്യമില്ലാത്ത പ്രശ്നങ്ങളിൽ ചെന്ന് ചാടരുത്. നമ്മുടെ സമാധാനമാ നഷ്ടപ്പെടുന്നത്. നീ ചെയ്യുന്നതു പലതും തീക്കളിയാ. പറഞ്ഞില്ലെന്നു വേണ്ട."

ജീവന് നല്ല പേടിയുണ്ടെന്ന് മനസ്സിലായി. പാവം ഇന്നു രാത്രിയിൽ ഉറങ്ങുമെന്ന് തോന്നുന്നില്ല. എന്തു ചെയ്യാം. ഞാൻ ഇങ്ങനെയൊക്കെയാ. അവന്മാരുടെ ഭീഷണിക്കു മുന്നിൽ മുട്ടുമടക്കാതിരുന്നപ്പോൾ, ഉള്ളിൽ വല്ലാത്ത സന്തോഷം.

കൊടുത്ത കേസ് പിൻവലിക്കാൻ ജീവൻ ഒത്തിരി നിർബന്ധിച്ചെങ്കിലും പിൻവലിച്ചില്ല. അതിന്റെ പേരിൽ ജീവൻ കുറേ ദിവസത്തേക്ക് എന്നോടു സംസാരിക്കാതിരുന്നു.

**പി**റ്റേദിവസം ആദ്യം പോയത് ആശുപത്രിയിലേക്ക് ആയിരുന്നു. ജാസ്മിനെയും ആദിത്യനെയും കാണാൻ. എന്നാൽ തലേന്നു രാത്രിയിൽത്തന്നെ അവരുടെ ബന്ധുക്കൾ വന്ന് അവരെ കൂട്ടിക്കൊണ്ടുപോയിരുന്നു. കേസിനെക്കുറിച്ച് അറിയാൻ പൊലീസ് സ്റ്റേഷനിലേക്ക് ചെന്നപ്പോൾ, അവർ തങ്ങളുടെ കേസ് പിൻവലിച്ചിരുന്നുവെന്ന് മനസ്സിലായി. അത്ഭുതം തോന്നി. ഈ കുട്ടികളൊക്കെ എന്തുമാത്രം ഭയന്നാണ് ജീവിക്കുന്നത്. അവരെ കുറ്റം പറഞ്ഞിട്ടു കാര്യമില്ല. കഴിഞ്ഞ രാത്രിയിൽ അവരുടെ മാതാപിതാക്കൾ എത്രമാത്രം ഭയന്നിട്ടുണ്ടാവും. തനിക്കുണ്ടായ അനുഭവംതന്നെ എത്ര ഭയാനകമായിരുന്നു. സാധാരണക്കാരെ കൊടുംഭീതിയിലും കൊടിയ സമ്മർദ്ദത്തിലും നിർത്തി കാര്യം സാധിക്കുന്ന കൂട്ടരെ നേരിടണമെങ്കിൽ അസാമാന്യ ധൈര്യംതന്നെ വേണം. പൊലീസുകാർ കുറേ നല്ല വാക്കുകൾ പറഞ്ഞ് എന്റെ കേസ് പിൻവലിപ്പിക്കാൻ ശ്രമിച്ചെങ്കിലും അതിനു വഴങ്ങിയില്ല. വരുന്നിടത്തു വെച്ച് കാണാമെന്ന് കരുതി. തെറ്റുകൾ ആവർത്തിക്കപ്പെടാതിരിക്കാൻ ആരെങ്കിലുമൊക്കെ പൊരുതേണ്ടതുണ്ട്.

അന്നത്തെ ദിവസവും കുറേയേറെ കോളുകൾ വന്നു. എല്ലാറ്റിനോടും അതിശക്തമായിത്തന്നെ പ്രതികരിച്ചു. ജാസ്മിനെയും ആദിത്യനെയും കാണണമെന്നുണ്ടായിരുന്നെങ്കിലും അവരെക്കുറിച്ച് കൂടുതൽ വിവരങ്ങൾ ഒന്നുംതന്നെ കൈവശമുണ്ടായിരുന്നില്ല. ആശുപത്രിയിൽ അഡ്രസ് നല്കിയിട്ടുണ്ടാകുമല്ലോ എന്ന് അപ്പോഴാണ് ഓർത്തത്. ജാസ്മിന്റെ വിലാസം ആശുപത്രിയിൽ നിന്ന് അറിഞ്ഞ്, വൈകുന്നേരം ഓഫീസ് സമയം കഴിഞ്ഞപ്പോൾ നേരേ അവളുടെ വീട്ടിലേക്ക് പോയി. വിജയ് നഗറിലെ ലെയ്ൻ നമ്പർ പതിനാറിലേക്ക്. എന്നെ കണ്ടപ്പോഴേ ഓടി വന്ന്

സന്തോഷത്തോടെ അകത്തേക്ക് കൂട്ടിക്കൊണ്ടുപോയി.

"ജാസ്മി, നിങ്ങളെ കാണാൻ ഞാൻ ഹോസ്പിറ്റലിൽ പോയി രുന്നു. പക്ഷേ, രണ്ടാളും രാത്രി തന്നെ അവിടെനിന്നും പോയെന്നറിഞ്ഞു. സത്യത്തിൽ എന്താ ഉണ്ടായത് ?"

"ചേച്ചി, ക്ഷമിക്കണം. പേടിച്ചിട്ടാണ് അങ്ങനെ ചെയ്തത്. കുറേപ്പേർ വന്ന് ഞങ്ങളെ ഭീഷണിപ്പെടുത്തി. കേസ് പിൻവലിച്ചില്ലെങ്കിൽ കൊന്നു കളയുമെന്നും മറ്റും പറഞ്ഞപ്പോൾ, ഞങ്ങൾ വല്ലാതെ ഭയന്നുപോയി. "

ഞങ്ങളുടെ സംസാരത്തിനിടയിൽ അടുത്തേക്കു വന്ന ജാസ്മിയുടെ ഉമ്മയ്ക്ക് എന്നെ പരിചയപ്പെടുത്തി.

"മോളേ, ഇന്നലെ ഇവരെ രക്ഷിച്ചതിന് ഒത്തിരി നന്ദി. ജാസ്മിയുടെ സുഹൃത്താണ് ആ പയ്യൻ. തൊട്ടടുത്ത ലെയ്നിലാണ് അവൻ താമസി ക്കുന്നത്. ദിവസവും ഇവരൊന്നിച്ചാണ് കോളേജിലേക്കു പോകുന്നത്. ആദ്യമായിട്ടാണ് ഇങ്ങനെ ഒരനുഭവം. മോള് ഇടപെട്ടില്ലായിരുന്നെങ്കിൽ അവരിവളെ കൊന്നേനെ."

ജാസ്മിയോടും ഉമ്മയോടും കുറേനേരം സംസാരിച്ചിരുന്നു. പിന്നെ വീട്ടിലേക്കു പോയി. വീട്ടിലെത്തിയപ്പോൾ, ജീവനോട് ജാസ്മിയെ കാണാൻ പോയ വിവരം പറഞ്ഞു. ജീവന്റെ കലിതുള്ളൽ പ്രതീക്ഷിച്ച തന്നെയാണ് കാര്യങ്ങൾ പറഞ്ഞത്. പക്ഷേ, മറുപടി ഒന്നും പറയാതെ എന്നെ രൂക്ഷമായി നോക്കി, അപ്പന്റെ ഡയറിയുമായി ജീവൻ ബാൽക്ക ണിയിലേക്കു പോയി. എന്റെ പ്രവൃത്തികൾ ദഹിക്കാതെ വരുമ്പോഴെ ല്ലാം ജീവൻ ഇപ്പോൾ ഇങ്ങനെയാണ്. ഡയറി വായനയിൽ മുഴുകും.

**മാ**ഞ്ഞാലിൽ തറവാട്ടിൽ നിന്ന് കുപിതനായി ഇറങ്ങി നടന്ന കോര നേരേ പോയത് അധികാരത്തിൽ കുടുംബത്തിലേക്കായിരുന്നു. അർദ്ധരാത്രിയിൽ വാതിലിൽ ആരോ മുട്ടുന്നതു കേട്ട് കതകു തുറന്ന ഔസേപ്പ്, പതിവില്ലാത്ത അതിഥിയെ രാത്രിയിൽ കണ്ട് ആദ്യം അമ്പരന്നു.

താൻ തരകന്റെ അനുജനായതിനാൽ ഔസേപ്പിന് തന്നോട് നീരസം ഉണ്ടാകും എന്ന ധാരണയിൽ തന്നെയാണ് കോര അവിടേക്ക് പോയത്. പള്ളിയിലുണ്ടായിട്ടുള്ള പല തർക്കങ്ങളിലും തരകന്റെ ഒപ്പം നിന്ന് കോര ഔസേപ്പിനെ എതിർത്തിട്ടുമുണ്ട്. എന്നാൽ ഉള്ളിലെ നീരസം പുറത്തു കാട്ടാതെ കോരയെ ഔസേപ്പ് അകത്തേക്കു ക്ഷണിച്ചു.

"ഔസേപ്പേട്ടാ, വളരെ പ്രധാനപ്പെട്ട ഒരു കാര്യം പറയാനാ, ഈ സമയത്ത് ഞാൻ വന്നത്. മറ്റാരോടും പറഞ്ഞതുകൊണ്ട് പ്രയോജനമൊന്നും ഇല്ലെന്നും അറിയാം."

"നീ, വളച്ചുകെട്ടാതെ കാര്യം പറയെടാ."

"ജ്യേഷ്ഠനും തറവാട്ടിലുള്ളവരുമെല്ലാം കത്തോലിക്കാസഭയിലേക്കു ചേരാൻ തീരുമാനിച്ചിരിക്കുവാ.

അപ്പനും അതിനു സമ്മതമാ. ഞാൻ കുറേ എതിർത്തെങ്കിലും അതൊന്നും വിലപ്പോയില്ല. തരകൻ ജ്യേഷ്ഠൻ പറയുന്നതിനപ്പുറം അപ്പനും മറ്റുള്ളവർക്കും ഇല്ല. ഔസേപ്പേട്ടനു മാത്രമേ എന്തെങ്കിലും ചെയ്യാൻ കഴിയൂ."

"അതുശരി. ഔസേപ്പിന്റെ സഹായം ഇപ്പൊ വേണം, അല്ലേ. എടാ കോരേ എനിക്കിതു നേരത്തേ അറിയാമായിരുന്നു. സഭാ സ്നേഹിയെന്നും, സഭയുടെ പോരാളിയെന്നും ഒക്കെ പറഞ്ഞ് പള്ളിക്കാരെല്ലാരുംകൂടി

അവനെ എടുത്തു തോളേ വച്ചേക്കുവാരുന്നില്ലേ. ആളുകളുടെ കണ്ണിൽ പൊടിയിടാൻ നാടൊട്ടുക്കു നടന്ന് പ്രസംഗവും."

"ഔസേപ്പേട്ടാ, കാര്യം അയാളെന്റെ ജ്യേഷ്ഠനാ. പക്ഷേ, ഇക്കാര്യത്തിൽ ഒരു വിട്ടുവീഴ്ചയ്ക്കും ഞാനില്ല. സഭയെ തൊട്ടുള്ള ഒരു കളിയും വേണ്ട. ഉടൻ എന്തെങ്കിലും ചെയ്യേ പറ്റൂ."

"എടാ കോരേ, തരകൻ കത്തോലിക്കാ സഭയിലേക്കു പോകുമ്പോൾ കൂടെ പോകാൻ കുറേ ആളുകളെങ്കിലും ഉണ്ടാവും. നിങ്ങടെ പറമ്പിൽ വെച്ചിരിക്കുന്ന പള്ളിയുണ്ടല്ലോ. അതിനി കത്തോലിക്കാപ്പള്ളിയാവും. അതു നിനക്കറിയാമോ?"

കോര ഒരിക്കലും അങ്ങനൊരു കാര്യത്തെക്കുറിച്ച് ചിന്തിച്ചിരുന്നില്ല. താൻ ഇത്രയും നാൾ കൂടി നടന്നിരുന്ന പള്ളി, റീത്ത് പള്ളിയാകുന്നത് സഹിക്കാവുന്നതിനും അപ്പുറമായിരുന്നു.

"ഔസേപ്പേട്ടാ, എങ്ങനെയും അത് തടയണം."

"എടാ കോരേ, നീ നോക്കിക്കോടാ. മാഞ്ഞാലിൽ തരകന്റെ ആഗ്രഹം അത്ര പെട്ടെന്നൊന്നും നടക്കാൻ പോകുന്നില്ല. അതിന് ആദ്യം ചെയ്യേണ്ടത്, ആളുകൾക്കിടയിൽ അവനുള്ള സ്വാധീനം ഇല്ലാതാക്കണം. അതിന് നിന്റെ സഹായം കൂടി വേണം."

"ഔസേപ്പേട്ടാ, ആളുകൾ സഭ വിട്ടു പോകുന്നതു തടയാൻ, ഞാൻ എന്തിനും തയ്യാറാണ്."

"അങ്ങനെയാണെങ്കിൽ ആദ്യം ചെയ്യേണ്ടത് എന്താണെന്നറിയാമോ? ആ ഓലപ്പള്ളി, അതവിടെ ഉണ്ടാവരുത്. അതു മാത്രമല്ല. അതു ചെയ്തത് തരകനാണെന്ന് പറഞ്ഞു പരത്തുകയും വേണം. അപ്പോൾ പിന്നെ ആളുകൾ തരകനെതിരെ തിരിയും. പിന്നെയാരും റീത്ത് സഭയിലേക്ക് പോവില്ല."

തരകന്റെ അനുജനാണെങ്കിലും, തരകനേക്കാളും തറവാടിനേക്കാളും കോര സ്നേഹിക്കുന്നത് സഭയെയാണെന്ന് ഔസേപ്പിന് നന്നായി അറിയാമായിരുന്നു. അതുകൊണ്ടാണ് ഒട്ടും മടിയില്ലാതെ, തന്റെ മനസ്സിലുള്ള പദ്ധതി ഔസേപ്പ് വിവരിച്ചു കൊടുത്തത്.

"ഔസേപ്പേട്ടാ, നമ്മളാണ് ഇത് ചെയ്തതെന്ന് ആരെങ്കിലും അറിഞ്ഞാൽ?"

"ആരും അറിയാൻ പോകുന്നില്ലെടാ. നീ ധൈര്യമായിരിക്ക്."

പിറവിത്തിരുനാൾ കഴിഞ്ഞുള്ള ആദ്യ ദിവസം രാത്രിയിൽ തങ്ങളുടെ പദ്ധതി നടപ്പിൽ വരുത്താൻ അവർ തീരുമാനിച്ചു.

**സാ**ധാരണയായി ഞായറാഴ്ച ആണ് ആകെയുള്ള ഒരു അവധി ദിവസം. അന്ന് രാവിലെ പള്ളിയിൽ പോയിട്ടു വന്നാൽ പിന്നെ ആ ദിവസം മുഴുവൻ ഫ്രീ ആണ്. തുണി അലക്കിയതുമായി ടെറസിന്റെ മുകളിൽ നിൽക്കുമ്പോഴാണ് സിൽവിയച്ചേച്ചിയെ കണ്ടത്. ചെടിച്ച ട്ടിയിൽ വിളറി നിൽക്കുന്ന ഓർക്കിഡ് ചെടിയിലെ പൂക്കളെ സൂക്ഷ്മമാ യി നിരീക്ഷിക്കുകയായിരുന്നു അവരപ്പോൾ. സിൽവിയച്ചേച്ചിയോട് എന്തെങ്കിലും മിണ്ടിപ്പറഞ്ഞിട്ട് ഒരാഴ്ചയായി. തുണികൾ വിരിച്ചതിനു ശേഷം അപ്പുറത്തേക്കു പോകണം. ചേച്ചിയോട് കുറേ സംസാരിക്കണം. പള്ളിയിൽ നിന്നു വന്നിട്ട് ജീവൻ വീണ്ടും പുറത്തു പോയിരിക്കുകയാണ്. കുറേ സാധനങ്ങൾ വാങ്ങാനുണ്ടായിരുന്നു.

ഗേറ്റ് കടന്ന് സിൽവിയച്ചേച്ചിയുടെ വീട്ടിലേക്ക് ചെന്നു. ചേച്ചി അപ്പോഴും ചെടികളെ നോക്കിക്കൊണ്ടു നിൽക്കുകയായിരുന്നു. എന്നെ ക്കണ്ടപ്പോൾ സന്തോഷത്തോടെ ഓടി വന്ന്, അകത്തേക്കു കൂട്ടിക്കൊ ണ്ടുപോയി. മോൻസൻ അങ്കിളും പള്ളിയിൽ നിന്ന് വന്നിട്ടില്ല. വീടെല്ലാം വൃത്തിയായി സൂക്ഷിച്ചിരിക്കുന്നു. എല്ലാം ചേച്ചിയുടെ പണിയാണ്.

"ചേച്ചിയെ ഇന്ന് പള്ളിയിൽ കണ്ടില്ലല്ലോ.?"

"രാവിലെ എഴുന്നേറ്റപ്പോൾ എന്തോ ഒരു വല്ലായ്മ. അതുകൊണ്ട് വിശ്രമിക്കാൻ തീരുമാനിച്ചു. എമിലീ കുടിക്കാൻ എന്താ വേണ്ടത് ?"

മറുപടിക്കു കാത്തു നിൽക്കാതെ വേഗം അകത്തേക്കു പോയി. സ്വന്തം കൈകൊണ്ടുണ്ടാക്കിയ കേക്കും, മുന്തിരി വീഞ്ഞുമായിട്ടാണ് തിരികെ എത്തിയത്.

"മോൻസൻ അങ്കിൾ വന്നില്ലേ ചേച്ചീ?"

"പുള്ളിക്കാരൻ വരണമെങ്കിൽ ഉച്ചയാകും."

"കേക്കും വൈനും സൂപ്പറാ ചേച്ചീ."

"എമിലീ, നിന്നോടൊരു കാര്യം പറയണമെന്ന് കരുതിയിട്ട് കുറേ ആയി."

"എന്താ ചേച്ചി. എന്താ കാര്യം?"

"അതേ...... ഈ ടാറ്റു ചെയ്യുന്ന സ്ഥലം എവിടെയാണെന്നറിയാമോ?"

"എന്തിനാ ചേച്ചീ, ചേച്ചിക്ക് ടാറ്റു ചെയ്യാനാണോ?"

"അതേ എമിലീ."

"ചേച്ചിക്കിഷ്ടമാ ടാറ്റു ചെയ്യുന്നത്?"

"മെസിയേയും കോഹ് ലിയേയും ഒക്കെ കണ്ടിട്ടില്ലേ. ദേഹം മുഴുവൻ ടാറ്റു ചെയ്ത്."

"ചേച്ചി കൊള്ളാമല്ലോ?"

"എമിലിക്ക് ഇഷ്ടമല്ലേ ടാറ്റു ചെയ്യുന്നത് ?"

"ഇഷ്ടമാ. പക്ഷേ, ദേഹം മുഴുവൻ ടാറ്റു ചെയ്യുന്നത് ഇഷ്ടമല്ല."

"ടാറ്റു ചെയ്യുന്നതിൽ ഒരാനന്ദമുണ്ട്. നിഗൂഢമായ ഒരാനന്ദം."

"അതിരിക്കട്ടെ, ചേച്ചിക്ക് ഏതു രൂപം ടാറ്റു ചെയ്യുന്നതാ ഇഷ്ടം?"

"പാപിനിയായ സ്ത്രീയുടെ മുന്നിൽ, തല കുനിച്ച് നിലത്തെഴുതി നില്ക്കുന്ന യേശുവിന്റെ രൂപം."

"ചേച്ചീ, ആ ചിത്രത്തിന്റെ പ്രത്യേകത എന്താ?"

"പാപിനിയെന്ന് മുദ്രകുത്തി സമൂഹം കല്ലെറിയാൻ തുടങ്ങിയ അവൾക്ക് തന്റെ നോട്ടം പോലും അസഹ്യമാകുമെന്ന് അവനറിയാമായിരുന്നു. അതു കൊണ്ടാണവൻ നിലത്തേക്കു നോക്കി വിധി പ്രസ്താവിച്ചത്. പാപം ഇല്ലാത്തവർ, ആദ്യം കല്ലെറിയട്ടെ എന്ന്.

*ബൈബിളി*ലെ ഏറ്റവും മിഴിവുള്ള ഭാഗം ഇതല്ലേ എമിലീ?" എത്ര വലിയ തെറ്റിനും പുഞ്ചിരിയോടെ മാപ്പു കൊടുക്കുന്ന ഒരു ദൈവം."

"ചേച്ചി ഇന്ന് വളരെ ഫിലോസഫിക്കലായിട്ടാണല്ലോ സംസാരിക്കുന്നത്. എന്നാ കാര്യം. എന്നതാ പറ്റിയത് ?"

"എമിലീ, ചിലപ്പോഴെങ്കിലും നമ്മളെല്ലാവരും ഫിലോസഫിക്കലായിട്ട് സംസാരിക്കണ്ടെ."

"പിന്നെയും ഫിലോസഫി. നമുക്ക് സെഫോറ ബ്യൂട്ടിക്കിലേക്കു പോകാം. അവിടെ നന്നായി ടാറ്റൂ ചെയ്യും."

"ഇന്നു വേണ്ട. നാളെ പോകാം. വൈകുന്നേരം എമിലി ഓഫീസിൽ നിന്ന് വന്നിട്ടാകാം."

"ഓകെ ചേച്ചീ. അപ്പോൾ നാളെ കാണാം."

സിൽവിയച്ചേച്ചിയോട് യാത്ര പറഞ്ഞ് ഇറങ്ങുമ്പോൾ ചേച്ചിയുടെ മുഖത്തെ സങ്കടം ശ്രദ്ധിച്ചു. കുറച്ചു നേരം കൂടി താനവിടെ ഇരിക്കണമെന്ന്

അവർ ആഗ്രഹിക്കുന്നുണ്ടാകും. വാതിൽപ്പടിയോളം വന്ന് യാത്ര ആക്കു മ്പോഴും അവർ ഒന്നും മിണ്ടിയില്ല. വെറുതേ കണ്ണിൽ നോക്കി നിന്നതേ ഉള്ളൂ. എന്നും ഉള്ളുതുറന്നു സംസാരിക്കാൻ ഒരു പെൺസുഹൃത്തുണ്ടാകു ന്നത് സ്ത്രീകൾക്ക് ഒരു അനുഗ്രഹമാണ്. പുരുഷനെപ്പോലെ അടിച്ചമർ ത്താൻ വരില്ലല്ലോ. ഞാൻ വീടിനുള്ളിലേക്ക് കയറുന്നതു വരെ അവർ വാതിൽക്കൽത്തന്നെ ഉണ്ടായിരുന്നു. പിന്നെ സാവധാനം അകത്തേക്കു കയറിപ്പോയി. ഇഷ്ടങ്ങളെ കുഴിച്ചുമൂടി ജീവിക്കുന്ന ഒരു സ്ത്രീയാണവർ. അതവരെ നന്നായി പൊള്ളിക്കുന്നുമുണ്ട്. കഴിവും സെൽഫ് റെസ്പെ ക്ടും നന്നായിട്ടുള്ള ഒരു സ്ത്രീ. അല്ലെങ്കിൽ ഏതു സ്ത്രീക്കാണ് ഇതില്ലാത്തത്. ആരുടെയൊക്കെയോ അനുവാദം വാങ്ങി കാര്യങ്ങൾ ചെയ്യേണ്ട ദുരവ സ്ഥ ഇന്നും മാറിയിട്ടില്ല.

**ലൈ**ബ്രറിയിൽ നിന്നെടുത്ത പുസ്തകം മേശമേലുണ്ട്. സാഫോയുടെ *ദി ലൗ സോംഗ്സ് ഓഫ് സാഫോ.* വേണമെങ്കിൽ കുറേ സമയം വായിക്കാം. ജീവൻ ഇനിയും എത്തിയിട്ടില്ല. മിക്കവാറും ഉച്ചകഴിയും. ഞായറാഴ്ച അതാണ് പതിവ്. ജീവന്റെ കുറേ ബന്ധുക്കൾ ഇവിടെയുണ്ട്. അവരെക്കൂടി കണ്ടിട്ടേ വരൂ. ജീവനൊപ്പം ഞാൻ താമസിക്കുന്നത് അവർക്കൊന്നും ഇഷ്ടമായിട്ടില്ല.

ബി സി ഏഴാം നൂറ്റാണ്ടിലാണ് സാഫോ ജനിച്ചത്. വികാരങ്ങളെ വിശുദ്ധമായി കരുതിയ എഴുത്തുകാരി. സാഫോയെ മുൻപു വായിച്ചിട്ടില്ല. പുറന്താളിലെ എഴുത്തുകാരിയുടെ ചിത്രമാണ് ആദ്യം ശ്രദ്ധിച്ചത്. ആ കണ്ണുകളുടെ വശ്യതയിൽ ശരിക്കും വീണു പോയി. പിന്നെയാണ് കവിത വായിക്കുന്നത്.

പ്രണയമേ,
നിന്റെ അധരങ്ങളിലെ വീഞ്ഞ്
എന്റെ അധരങ്ങളിലേക്ക് ഒഴുക്കിയാലും.
നിന്റെ ഹൃദയത്തിന്റെ കുളിർമ്മ
എന്റെ വേനലിനോടു ചേർത്താലും.
പ്രണയമേ,
എന്നെ വിവസ്ത്രയാക്കും മുൻപ്
നിന്റെ വീഞ്ഞാൽ എന്നെ മയക്കുക.

സിരകളെ ലഹരിപിടിപ്പിക്കുന്ന എഴുത്തുകാരി. സാഫോയുടെ സ്വപ്നങ്ങളിൽ ജീവിതത്തിന്റെ ഉത്സവഘോഷങ്ങൾ വേണ്ടുവോളമുണ്ടായിരുന്നു. ആനന്ദത്തെ അവൾ മറച്ചുവെച്ചില്ല. ഉള്ളിലെ പ്രണയാഗ്നിയെ വീണ്ടും വീണ്ടും ജ്വലിപ്പിച്ച്, തന്റെ പെൺസുഹൃത്തുക്കൾക്കൊപ്പം ജീവി

തത്തിന്റെ സൗന്ദര്യത്തെ ആവോളം മുകർന്നവൾ. ആ കണ്ണുകളിലെ നിഗൂഢതയിലേക്ക് സ്വയം മറന്ന് വഴുതി വീണവർ അനവധി. വികാരത്താൽ ശുദ്ധീകരിക്കപ്പെട്ട ശരീരത്തിന്റെയും മനസ്സിന്റെയും ഉടമ. സാഫോയുടെ കണ്ണുകളും കവിതകളും മാംസം തുളച്ച് അസ്ഥിയിലേക്കിറങ്ങുന്നതാണ്. നിഷേധിയെന്നു മുദ്രകുത്തിയ സാഫോയുടെ പ്രണയത്തെ സമൂഹം തച്ചുതകർത്തത് ഒരു വൃദ്ധനെക്കൊണ്ട് വിവാഹം ചെയ്യിപ്പിച്ചായിരുന്നു. ആ കവിതകൾ നല്കിയ അമ്പരപ്പിൽ സ്വയം മറന്നിരിക്കുമ്പോളാണ് ജീവന്റെ വരവ്. പിന്നിലൂടെ വന്ന്, പുസ്തകം തട്ടിയെടുത്ത് തലക്കെട്ട് വായിച്ച് പിന്നെ പൊട്ടിച്ചിരിച്ചു. പ്രണയഗീതങ്ങൾ എന്നു കണ്ടതാവാം ജീവനിൽ ചിരിയുണർത്തിയത്. ജീവന്റെ പരിഹാസം ഒട്ടും ഇഷ്ടമായില്ല. പ്രണയത്തിന്റെ പേരിൽ ലോകത്തിന്റെ മുഴുവൻ ആക്ഷേപവും ശിരസ്സിൽ ഏറ്റു വാങ്ങിയ സാഫോ ആരെന്ന് ജീവനറിയില്ല. പത്തിലെ പരീക്ഷാസമയം പുസ്തകത്തിനുള്ളിൽ ഒളിപ്പിച്ചു വെച്ച്, മാധവിക്കുട്ടിയുടെ 'പക്ഷിയുടെ മണം' എന്ന കഥ വായിച്ചതിനെക്കുറിച്ച് മുൻപൊരിക്കൽ ജീവനോടു പറഞ്ഞപ്പോഴും പ്രതികരണം തണുപ്പനും പുച്ഛം നിറഞ്ഞതുമായിരുന്നു. അതിന്റെ കഥ അറിയാൻ ജീവനൊരിക്കലും താല്പര്യം കാണിച്ചില്ല. ജീവന്റെ പ്രതികരണം വല്ലാത്ത ഒരു ശൂന്യതയാണുണ്ടാക്കിയത്.

സിൽവിയച്ചേച്ചിയുടെ വീട്ടിൽനിന്നു വരുമ്പോൾ കൊണ്ടുവന്ന റോസാപ്പൂക്കൾ മേശമേൽ കിടന്നത് ജീവനെടുത്ത് മണത്തു നോക്കി അവിടെത്തന്നെ ഉപേക്ഷിച്ചു. പിന്നെ കളിക്കാനായി പോയി.

സഞ്ചാരികൾക്ക് ബംഗളൂർ ഏറെ പ്രിയപ്പെട്ട നഗരമാണ്. എന്നാൽ എന്നെ സംബന്ധിച്ച് ബംഗളൂർ നഗരത്തിന്റെ ആകർഷകത്വം പണ്ടേ നഷ്ടപ്പെട്ടിരുന്നു. ഓഫീസിൽനിന്നും ഹാഫ് ഡേ ലീവെടുത്ത് വീട്ടിലേക്ക്. അവിടെനിന്നും സിൽവിയച്ചേച്ചിയുമായി, കാറിൽ സെഫോറ ബ്യൂട്ടിക്കിലേക്ക്. ഇരുവശത്തുമുള്ള കൂറ്റൻ ഷോപ്പിംഗ് മാളുകളും മൾട്ടിപ്ലസുകളും കടന്ന് കൂടുതൽ തിരക്കിലേക്ക്. സെഫോറയിൽ ചെല്ലുന്നതിനു മുൻപ് ഫോറം മാളിന്റെ പുതിയ ഷോപ്പിൽ വെറുതെയൊന്നു കയറി. സിൽവിയച്ചേച്ചി അവിടെ പോയിട്ടില്ല എന്നു പറഞ്ഞതുകൊണ്ടാണ് അവിടെ കയറിയത്. ബ്രാൻഡഡ് സാധനങ്ങൾ മാത്രം വിൽക്കുന്ന ഇടം. എട്ട് നിലകളിലായി ഒരു ഭീമൻ കച്ചവടസ്ഥാപനം. ഓരോ സാധനവും എടുത്തു നോക്കി. ഒന്നും വാങ്ങണമെന്നു തോന്നിയില്ല. കഴിഞ്ഞയാഴ്ചയാണ് ആമസോണിൽനിന്നും ജീൻസും കുർത്തയും വാങ്ങിയത്. വമ്പൻമാളുകളിൽ സാധനങ്ങൾ വാങ്ങാൻ വരുന്നവരുണ്ട്. വെറുതേ കണ്ടു പോകാൻ വരുന്നവരുമുണ്ട്. വ്യത്യസ്ത രുചികൾ അനുഭവിക്കാനെത്തുന്നവരും ധാരാളം. ഏറ്റവും താഴെയുള്ള ഹൈപ്പർ മാർക്കറ്റ് വലിയ ആകർഷകമാണ്. അവിടെ കിട്ടാത്തതായി ഒന്നുമില്ല. ആളുകൾ അവിടെനിന്നും ഭക്ഷണം വാങ്ങി മുകളിൽ കൊണ്ടുപോയി കഴിക്കും. മുകളിലെ ഫുഡ് കോർട്ടിൽ കിട്ടുന്നതിനെക്കാളും ലാഭകരമായ രീതിയിൽ ഹൈപ്പർ മാർക്കറ്റിൽ കിട്ടും. വറുത്തതും വിവിധയിനം മസാലക്കറികളും ഗ്രിൽഡ് വിഭവങ്ങളും എല്ലാം സുലഭം. ഏറ്റവും തിരക്ക് ഹൈപ്പർ മാർക്കറ്റിലെ ഫുഡ് കൗണ്ടറിലാണ്. എല്ലായിടത്തും മസാലയുടെ അടിപൊളിമണം.

"ചേച്ചീ നമുക്കെന്തെങ്കിലും കഴിച്ചാലോ?"

"എമിലീ നമുക്ക് മട്ടൻ ബിരിയാണി വാങ്ങാം" എന്ന് ഉടൻ മറുപടി

വന്നു.

കൗണ്ടറിൽ നിന്ന മംഗോളിയൻ പെൺകുട്ടിയോട് ഒരു കിലോ മട്ടൺ ബിരിയാണി ഓർഡർ ചെയ്തു. നന്നായി പായ്ക്ക് ചെയ്തു തന്ന ബിരിയാണിയുമായി ഞങ്ങൾ ക്യാഷ് കൗണ്ടറിലേക്ക് ചെന്നു. ബിൽ ചെയ്ത് ലിഫ്റ്റിൽ ഏറ്റവും മുകളിലെ ഫുഡ് കോർട്ടിലേക്ക്. ഏതാണ്ട് അഞ്ഞൂറോളം ആളുകൾ അപ്പോൾ അവിടെയുണ്ട്. അവിടെത്തന്നെ ഇരുപതോളം ഫുഡ് സ്റ്റാളുകൾ. ഓരോന്നിലും വ്യത്യസ്ത വിഭവങ്ങൾ. നോർത്ത്ഇൻഡ്യനും ചൈനീസും അറബിക്കും തുർക്കിഷ് വിഭവങ്ങളും എല്ലാം യഥേഷ്ടം കിട്ടും. അഫ്ഗാൻ വിഭവങ്ങൾ മാത്രം ലഭിക്കുന്ന സ്റ്റാളും ഉണ്ട്. അവിടെ നല്ല തിരക്കാണ്. പണ്ടൊരിക്കൽ ജീവനുമൊന്നിച്ച് വന്നപ്പോൾ അഫ്ഗാൻ വിഭവമായിരുന്നു വാങ്ങിയത്. മട്ടൻ ചെറുതായി അരിഞ്ഞെടുത്തത്, അഫ്ഗാൻമസാല പുരട്ടിവെക്കും. ഒലിവെണ്ണയിൽ പാകംചെയ്ത റൈസും, അഫ്ഗാൻമസാലയിൽ വേവിച്ചെടുത്ത മട്ടനും. കപ്പാമ എന്നാണ് പേര്. ആവി പറക്കുന്ന കപ്പാമയും, ചീസും ചിക്കനും ചേർത്തുള്ള അഫ്ഗാൻ കബാബും. അന്നത്തെ രുചി നാവിൽ ഇപ്പോഴുമുണ്ട്. എരിവ് അല്പം ജാസ്തിയാണെന്നേ ഉള്ളൂ. എരിവ് എനിക്ക് പണ്ടേ ഇഷ്ടമാണ്. ജീവന് എരിവ് ഒട്ടും പിടിക്കില്ല. ഏതെങ്കിലും കറിക്ക് എരിവ് അല്പം കൂടിപ്പോയാൽ പിന്നെ ജീവന് ആകെക്കൂടി അസ്വസ്ഥതയായിരിക്കും. 'ഗ്യാസ് കയറുന്നു. എത്ര തവണ പറഞ്ഞിട്ടുള്ളതാ എരിവ് കുറയ്ക്കണമെന്ന്' തുടങ്ങിയുള്ള പല്ലവികളായിരിക്കും. എനിക്കാണെങ്കിൽ ഇതു കേൾക്കുന്നതേ കലിയാണ്. അല്പം എരിവില്ലാതെ ഭക്ഷണം കഴിക്കുന്നതെങ്ങനെയാണ്. ഫുഡ് കോർട്ടിൽ സാമാന്യം നല്ല തിരക്കാണ്. ഒഴിഞ്ഞുകിടന്ന ഒരു ടേബിളിനടുത്തുള്ള കസേരകളിൽ ഞങ്ങൾ ഇരിപ്പുറപ്പിച്ചു.

ബിരിയാണി പായ്ക്കറ്റ് പൊട്ടിച്ച് രണ്ട് പ്ലേറ്റിലായി നിറച്ചു. വെന്തുപൊടിഞ്ഞമട്ടനും നല്ല ഒന്നാന്തരം ജീരകശാലാ റൈസും.

"എമിലീ, ഞാൻ കൈ കഴുകി വരാം." എന്ന് പറഞ്ഞ് സിൽവിയച്ചേച്ചി എഴുന്നേറ്റപ്പോഴേക്കും ഞാൻ കഴിക്കാൻ തുടങ്ങിയിരുന്നു.

"അവിടെയിരി ചേച്ചീ. കഴുകുന്നതൊക്കെ കഴിച്ചിട്ടാകാം."

"എമിലീ, എല്ലായിടത്തും കോവിഡാ. കൈ കഴുകാതെ എങ്ങനെയാ കഴിക്കുന്നത്."

"കോവിഡ്. പോകാൻ പറ. ചേച്ചി ഇവിടെ ഇരിക്ക്."

എന്റെ കൂസലില്ലായ്മ അവരെ അമ്പരപ്പിച്ചതായി തോന്നിയില്ല. ചേച്ചി പിന്നെ കൈകഴുകാൻ പോയില്ല.

"ഒരു കിലോ ബിരിയാണി എങ്ങനെ തീർക്കും എന്ന ചിന്തയായിരുന്നു വാങ്ങിയപ്പോൾ. കഴിച്ചു തുടങ്ങിയപ്പോൾ മനസ്സിലായി ഇതൊന്നു

മല്ലെന്ന്. ഇല്ലേ ചേച്ചി."

മറുപടിയായി ചേച്ചി ഒന്ന് പുഞ്ചിരിച്ചതേ ഉള്ളൂ.

സിൽവിയച്ചേച്ചി വളരെ സാവധാനമാണ് കഴിക്കുന്നത്. ഒട്ടും തിടുക്കമില്ലാതെ, ശരിക്കും ആസ്വദിച്ച്. എനിക്കാണെങ്കിൽ ഇക്കാര്യത്തിൽ തിടുക്കം കുറച്ചു കൂടുതലാണ്. അടുത്തിരിക്കുന്ന ആളെക്കൂടി ശ്രദ്ധിക്കാതെ വാരിവലിച്ചു കഴിക്കും.

"എമിലീ, പതിയെ കഴിക്ക്" എന്ന് ഇടയ്ക്കിടെ ചേച്ചി പറയുന്നുണ്ട്.

ഞാനാകട്ടെ പ്ലേറ്റ് വേഗം കാലിയാക്കി, ചേച്ചി കഴിക്കുന്നതും നോക്കിയിരുന്നു.

"ചേച്ചി, ബിരിയാണി എങ്ങനുണ്ട്, സൂപ്പറല്ലേ?"

എന്ന എന്റെ ചോദ്യത്തിന് ഇളംമട്ടന്റെ എരിവിലും ചൂടിലും 'അടിപൊളി' എന്ന് ചേച്ചി പറഞ്ഞൊപ്പിച്ചു. മട്ടന്റെ എരിവ് ഇരുകണ്ണുകളിലൂടെ പുറത്തേക്കൊഴുകുന്ന ചേച്ചിയെ കണ്ട് ഞാൻ പൊട്ടിച്ചിരിച്ചു.

"എമിലി പതിയെ. ആളുകൾ ശ്രദ്ധിക്കുന്നുണ്ട് കേട്ടോ."

"ആളുകൾ ശ്രദ്ധിക്കട്ടെന്നേ, അതിനിപ്പം എന്താ കുഴപ്പം."

പൊട്ടിച്ചിരിച്ചുകൊണ്ട്, രണ്ട് ജ്യൂസ് കൂടി വാങ്ങിവരാം എന്നു പറഞ്ഞ് ഞാൻ കൈ കഴുകാനായി എഴുന്നേറ്റു. തിരികെ വന്നത് രണ്ട് മൂസംബി ജ്യൂസുമായി. ചേച്ചി അപ്പോഴും കഴിച്ച് തീർന്നിട്ടുണ്ടായിരുന്നില്ല.

വ്യത്യസ്ത രുചിക്കൂട്ടുകൾ നുണഞ്ഞ് ചുറ്റുമിരുന്ന് സൊറ പറയുന്നവരെ നോക്കി ഞാൻ ജ്യൂസ് വലിച്ചു കുടിക്കാൻ തുടങ്ങി.

ഫുഡ്ക്കോർട്ടിലേക്ക് ആളുകൾ ധാരാളമായി എത്തിക്കൊണ്ടേയിരുന്നു. കൂടുതലും പിള്ളേരാണ്. തമാശ പറഞ്ഞും പൊട്ടിച്ചിരിച്ചും തോളിൽ തട്ടിയും ഇഷ്ടപ്പെട്ട ഭക്ഷണം ആവോളം കഴിച്ചും ജീവിതം ഒരുത്സവമാക്കുന്നവർ. ശരിക്കും ഇവരോട് അസൂയ തോന്നുന്നുണ്ട്.

കുറേപ്പേർ തങ്ങളെപ്പോലെ താഴെയുള്ള ഹൈപ്പർ മാർക്കറ്റിൽ നിന്നും ഭക്ഷണം വാങ്ങി വന്നവരാണ്. കലപില കൂട്ടുന്ന പിള്ളേരുടെ കൂട്ടം, ഫുഡ്കോർട്ടിലെ വിവിധ റെസ്റ്റോറന്റുകളിൽനിന്നും ഇഷ്ടാനുസരണം ഭക്ഷണം ഓർഡർ ചെയ്യുന്നുണ്ട്. ആട്ടും പോത്തും കോഴിയുമെല്ലാം വലിയ തളികകളിൽ, അടിയിൽ തീക്കനലോടെ ഓരോ മേശയിലും എത്താൻ തുടങ്ങി. തീ കൂട്ടി മാംസം ചുട്ടു തിന്നുന്ന പ്രാചീനരെ ഓർമ്മ വന്നു.

"ചേച്ചി, ജ്യൂസ് കുടിക്ക്. താമസിക്കുന്തോറും മൂസംബി ജ്യൂസിന് കയ്പ്പ് കൂടും."

"ശരിയാ. വല്ലാത്തൊരു കയ്പ്പ്. "

സിൽവിയച്ചേച്ചി അല്പം മാത്രമേ സംസാരിക്കൂ. കൂടുതൽ സമയവും എന്തോ ഗാഢമായ ചിന്തയിലായിരിക്കും.

"ചേച്ചി എന്താണിത്ര ആലോചിക്കുന്നത്?"

"ഒന്നുമില്ല, ഞാനീ കുട്ടികളെ ശ്രദ്ധിക്കുകയായിരുന്നു. പുതിയ തല മുറയിലെ കുട്ടികളെ കാണുമ്പോൾ ഒത്തിരി സന്തോഷം തോന്നുന്നു. ആരോടും പരിഭവമില്ലാതെ, ഒന്നിനെയും അകറ്റി നിർത്താതെ, ജീവിത ത്തെ ഗാഢമായി സ്നേഹിക്കുന്നവർ."

"ചേച്ചീ, ഇവിടെ ഇങ്ങനെ ഇരുന്നാൽ മതിയോ? ടാറ്റു ചെയ്യാൻ പോകണ്ടേ."

"ശരിയാ, അക്കാര്യം മറന്നുപോയി."

"എന്നാൽ നമുക്കിറങ്ങാം."

**ഫോ**റം മാളിൽ നിന്ന് സെഫോറ ബ്യൂട്ടിക്കിലേക്ക് കാറിൽ പത്തു മിനിറ്റിനുള്ളിൽ എത്തി. പത്തോളം ജീവനക്കാരാണ് അവിടെയുള്ളത്. എല്ലാം സ്ത്രീകൾ. ടാറ്റൂ ഡിസൈനറും ആർട്ടിസ്റ്റും എല്ലാം സ്ത്രീകൾ തന്നെ ആയിരുന്നു. ബ്യൂട്ടിക്കിന്റെ ഉടമ വൈഷ്ണവി പാലക്കാട്ടുകാരിയാണ്. ഹെയർകട്ടിനായി മുൻപ് പലതവണ അവിടെ പോയ പരിചയമുണ്ട്. സിൽവിയച്ചേച്ചി പക്ഷേ, സെഫോറയിൽ ആദ്യമായാണ് വരുന്നത്.

"എമിലി, എന്തുണ്ട് വിശേഷം. കുറേനാളായല്ലോ ഈ വഴിക്ക്." എന്ന കുശലാന്വേഷണത്തോടെയാണ് വൈഷ്ണവി ഞങ്ങളെ സ്വീകരിച്ചത്.

"വൈഷ്ണവി, ഇത് സിൽവിയച്ചേച്ചി. അയൽക്കാരിയും സുഹൃത്തുമാണ്."

"ഹായ് ചേച്ചി."

"ഹായ് വൈഷ്ണവി."

ടാറ്റൂ ചെയ്യുന്ന കാര്യം അറിയിച്ചപ്പോൾ സന്തോഷത്തോടെ വൈഷ്ണവി ഞങ്ങളെ ഒരു ക്യാബിനിലേക്ക് കൂട്ടിക്കൊണ്ടുപോയി. സെഫോറ, ബ്യൂട്ടിക്ക് മാത്രമല്ല ഒരു ടാറ്റൂ ഇൻസ്റ്റിറ്റ്യൂട്ട് കൂടിയാണ്. ശീതീകരിച്ച കെട്ടിടത്തിൽ പതിനഞ്ചോളം ക്യാബിനുകളാണ് ഉള്ളത്. രാജ്കുമാർ സിനിമയിലെ ഒരു ഗാനം പതിഞ്ഞശബ്ദത്തിൽ കേൾക്കാം. ടാറ്റൂവിൽ പരിശീലനം നേടാനെത്തിയിരിക്കുന്ന നിരവധി വിദ്യാർത്ഥികളെയും കാണാം. മൂന്നു മാസത്തെയും ആറു മാസത്തെയും പരിശീലനം പൂർത്തിയാക്കി സർട്ടിഫിക്കറ്റുമായി പുറത്തിറങ്ങുന്ന നിരവധി വിദ്യാർത്ഥികളുണ്ട്. ടാറ്റൂവിനെക്കുറിച്ച് കൂടുതൽ കാര്യങ്ങൾ വൈഷ്ണവിയോടു ചോദിച്ചറിഞ്ഞു. ടാറ്റൂ ചെയ്യുമ്പോൾ ധാരാളം വെള്ളം കുടിക്കണമെന്നും ഒട്ടും

വേദന ഉണ്ടാവില്ല എന്നുമൊക്കെ വൈഷ്ണവി പറഞ്ഞു തന്നു. ഇഷ്ടപ്പെട്ട ഡിസൈനുകൾ നല്കിയാൽ അതനുസരിച്ച് ചെയ്യാമെന്നും അല്ലെങ്കിൽ നെറ്റിൽനിന്നും എടുക്കാമെന്നുമുള്ള വൈഷ്ണവിയുടെ വാക്കുകൾ ഒന്നും സിൽവിയച്ചേച്ചി ശ്രദ്ധിക്കുന്നുണ്ടായിരുന്നില്ല. ഭിത്തിയിലെ വിവിധ ഡിസൈനുകളിലായിരുന്നു ചേച്ചിയുടെ ശ്രദ്ധ മുഴുവൻ. ടാറ്റൂ പരിശീലിക്കുന്ന വിദ്യാർത്ഥികൾ ഡിസൈൻ ചെയ്തതാണ് ചിത്രങ്ങളെല്ലാമെന്ന വൈഷ്ണവിയുടെ വാക്കുകൾ ഞങ്ങളെ അത്ഭുതപ്പെടുത്തി. രാഷ്ട്രത്തലവന്മാരുടെയും, വിവിധ കലാരൂപങ്ങളുടെയും ഒക്കെ ചിത്രങ്ങൾ അക്കൂട്ടത്തിലുണ്ടായിരുന്നു. എന്നെ അതിലേറ്റവും ആകർഷിച്ചത് ഇന്ദിരാഗാന്ധിയുടെ ചിത്രമായിരുന്നു. വല്ലാത്തൊരു ആജ്ഞാശക്തിയാണ് ആ കണ്ണുകൾക്ക്. നേരേ നോക്കാൻ ആരും ഭയപ്പെടും.

പ്രത്യേക ഡിസൈൻ വേണമെങ്കിൽ പറഞ്ഞാൽ മതി. നമ്മുടെ ഡിസൈനർ അത് ചെയ്തു തരും എന്ന വൈഷ്ണവിയുടെ വാക്കുകൾ സിൽവിയച്ചേച്ചിയെ കാഴ്ചകളിൽ നിന്നുണർത്തി.

ചേച്ചിയുടെ ഇഷ്ട ഡിസൈൻ പറഞ്ഞു കൊടുക്ക് എന്ന് ഞാൻ പറഞ്ഞതും സിൽവിയച്ചേച്ചി പഴ്സ് തുറന്ന്, പാപിനിയായ സ്ത്രീയെ ക്രിസ്തു രക്ഷിക്കുന്ന ചിത്രം കയ്യിലെടുത്തു നൽകി.

"ഓ, അതു ശരി, അപ്പൊ തയ്യാറായിട്ടു തന്നെയാ വന്നിരിക്കുന്നത് അല്ലേ?"

പതിയെ നുള്ളിക്കൊണ്ട് ഞാൻ പറഞ്ഞത് കേട്ട് ചേച്ചി പുഞ്ചിരിച്ചു. ചേച്ചി നല്കിയ ഡിസൈൻ വൈഷ്ണവി ഡിസൈനറെ കാണിച്ചു. പത്ത് മിനിറ്റിനുള്ളിൽ ഡിസൈൻ ചെയ്ത്, ടാറ്റൂ ആർട്ടിസ്റ്റിനു നല്കി. കൈത്തണ്ടയിൽ ചേച്ചി കാണിച്ച ഭാഗത്ത് ചിത്രം പതിപ്പിച്ച്, ടാറ്റൂ ആർട്ടിസ്റ്റ് സൂചി കൊണ്ട് പതിയെ ടാറ്റൂചെയ്യാൻ തുടങ്ങി. സൂചിമുന കൈത്തണ്ടയിൽ ചെറിയ പോറലുകൾ വരുത്തിയെങ്കിലും ഒരു തുള്ളി പോലും ചോര പൊടിഞ്ഞില്ല. ചേച്ചിക്ക് വേദനിയ്ക്കുന്നതായും തോന്നിയില്ല. അവരുടെ മുഖത്ത് ഒരു നിഗൂഢ മന്ദഹാസം നിറഞ്ഞു നിന്നിരുന്നു. ഒരു മണിക്കൂറോളമെടുത്തു ചിത്രം പൂർത്തിയാകാൻ. ചേച്ചിയുടെ കൈത്തണ്ടയിലെ നീല ഞരമ്പുകൾക്കു മുകളിൽ, മാംസത്തോളം ആഴ്ന്നിറങ്ങുന്നൊരു കനിവിന്റെ രൂപം, കുനിഞ്ഞ ശിരസ്സോടെ, കാൽവിരലുകൊണ്ട് തറയിലെന്തോ കോറിയിടുന്നു. സദാചാരത്തിന്റെ പരുക്കൻ കല്ലുകളെ ഭയന്ന് ഓടിപ്പോയവൾക്കു മുന്നിൽ, അവൻ തുറന്നിട്ടത് സ്നേഹത്തിന്റെ വാതിലായിരുന്നു.

എനിക്ക് ടാറ്റൂചെയ്യണമെന്ന ആഗ്രഹം തീരെ ഇല്ലായിരുന്നെങ്കിലും, അവിടെയിരുന്ന ഒരു മണിക്കൂറിനുള്ളിൽ അത്തരമൊരാഗ്രഹം എങ്ങനെയോ മനസ്സിൽ പൊന്തി വന്നു. ഒരുപക്ഷേ, സിൽവിയച്ചേച്ചിയുടെ കയ്യിലെ ടാറ്റൂ കണ്ടതുകൊണ്ടാകാം.

"ചേച്ചീ, കഴിഞ്ഞു. ഒരാഴ്ച കൈ നന്നായി സൂക്ഷിക്കണം കേട്ടോ. പൊടി ഒട്ടും കയറരുത്. എല്ലാ ദിവസവും നന്നായി കഴുകിയതിനു ശേഷം ക്രീം എന്തെങ്കിലും ഇട്ടു കൊടുത്താൽ മതിയാകും."

വൈഷ്ണവിയുടെ ഉപദേശം, ഒരു കൊച്ചു കുട്ടിയെപ്പോലെ സിൽവിയ ച്ചേച്ചി ശ്രദ്ധയോടെ കേട്ട് തലകുലുക്കി

അതിനുശേഷം എന്റെ ഊഴമായിരുന്നു. മനസ്സിൽ പ്രത്യേക ഡി സൈനുകളൊന്നും ആലോചിച്ചുറപ്പിച്ചിട്ടില്ലായിരുന്നു.

"എമിലീ, ഏതു ഡിസൈനാ വേണ്ടത്" എന്ന് വൈഷ്ണവി ചോദിച്ച പ്പോൾ,

"നീല ശലഭങ്ങൾ. രണ്ടു നീല ശലഭങ്ങൾ" എന്ന് പെട്ടെന്ന് ഉത്തരം നല്കി.

വൈഷ്ണവി തന്റെ ഡിസൈനറെക്കൊണ്ട് അത് വരപ്പിച്ച് ഉടൻ തിരിച്ചു വന്നു.

വൈഷ്ണവി നീട്ടിയ ചിത്രം കയ്യിലെടുത്ത് വിശ്വാസം വരാതെ വീണ്ടും വീണ്ടും നോക്കി. പരസ്പരം മൂക്ക് ഉരുമ്മിയിരിക്കുന്ന രണ്ട് നീല ശലഭങ്ങൾ. എന്റെ മനസ്സിൽ നീലശലഭങ്ങൾ എവിടെ നിന്നു വന്നു. ഡിസൈനറുടെ മനസ്സിൽ അത് ഈ വിധത്തിൽ എത്തിയതെങ്ങനെ? ഒന്നും പിടികിട്ടുന്നില്ല.

ദൈവമേ, അതു തന്നെ.

സ്കൂളിലെ ശലഭോദ്യാനത്തിലെ നീലശലഭങ്ങൾ. ഒരു സ്കൂൾ കാല ഘട്ടം മുഴുവനും ഞാനും ഷാഹിനയും ഓടിപ്പിടിക്കാൻ ശ്രമിച്ചിട്ടുള്ള നീല ശലഭങ്ങൾ. പൂവിലിരുന്ന് പരസ്പരം മുഖമുരസി തേൻ കുടിക്കുന്ന നീല ശലഭങ്ങൾ.

ഷാഹിന ഇപ്പോൾ എവിടെ ആയിരിക്കും?

കണ്ണടച്ച് വൈഷ്ണവിയുടെ മുന്നിലിരുന്നു. കൈത്തണ്ടയിൽ സൂചി യുടെ കോറൽ. ശലഭങ്ങൾ മാംസത്തോളം ആഴ്ന്നിറങ്ങുന്ന വേദന. കണ്ണു കൾ മുറുക്കിയടച്ചു. നീലശലഭങ്ങൾ തേൻ കുടിക്കുന്ന രസത്തിലാണ്. പരി സരം ശ്രദ്ധിക്കുന്നതേയില്ല. മഴയിൽ അവയുടെ ചിറകുകൾ നനഞ്ഞൊട്ടി യിട്ടുണ്ട്. പറന്നുയരാനാവാത്ത വിധം ഒട്ടിച്ചേർന്ന്.

ടാറ്റൂ കഴിഞ്ഞ് തിരിച്ചിറങ്ങുമ്പോൾ നേരം ഇരുട്ടിത്തുടങ്ങിയിരുന്നു. ഫോണിൽ ജീവന്റെ നാല് മിസ്ഡ് കോളുകൾ ഉണ്ട്. വാട്സാപ്പിൽ പ്രത്യേക മെസേജുകൾ ഒന്നും കണ്ടില്ല. തിരിച്ചുവിളിച്ചിട്ട് എടുത്തില്ല. സിൽവിയച്ചേച്ചിയുടെ കൈത്തണ്ടയിൽ ടാറ്റൂനിറഞ്ഞു നില്ക്കുന്നതു കണ്ട് പലതവണ കൈ പിടിച്ച് നോക്കി.

"എന്റെ കൈ പിടിച്ചു തിരിക്കാതെടി" എന്ന് രണ്ടുമൂന്നു വട്ടം പറഞ്ഞു. നേരേ ബൊമ്മനഹള്ളിയിലെ വീട്ടിലേക്ക്. ബംഗളൂരിലെ വൈ

കുന്നേരത്തെ തിരക്ക് കാണേണ്ടതാണ്. വൈകുന്നേരം മാത്രമല്ല, എന്നും എപ്പോഴും തിരക്കുള്ളൊരു നഗരം. ഇടതടവില്ലാതെ വാഹനങ്ങൾ പാഞ്ഞു പോകുന്നു. ഓരോ ട്രാഫിക് സിഗ്നലുകളിലും ഏറെ നേരം കാത്തു കിടക്കേണ്ടി വന്നു. സിൽക്ക് ബോർഡിൽനിന്നും ഫ്ളൈഓവർ കയറാതെ അതിനു താഴെക്കൂടി ബൊമ്മനഹള്ളിയിലേക്ക്. അവിടെ നിന്ന് ഹൊംഗസാന്ദ്രയിലേക്ക് മൂന്നു കിലോമീറ്റർ ദൂരമേ ഉള്ളുവെങ്കിലും, കുറഞ്ഞത് നാല്പത്തഞ്ചു മിനിട്ടെടുക്കും വീട്ടിലെത്താൻ. അത്ര തിരക്കാണ്. തലങ്ങും വിലങ്ങും വാഹനങ്ങൾ പായുന്നു. അതിനിടയിലൂടെ സുരക്ഷിതമായി വീട്ടിലെത്താൻ കഴിയുന്നത് ഭാഗ്യമാണ്. യാത്രയിൽ മുഴുവനും സിൽവിയച്ചേച്ചിയുടെ ശ്രദ്ധ കൈയിലെ ടാറ്റൂവിലായിരുന്നു. ആ ചിത്രം അവർ വല്ലാതെ ആസ്വദിക്കുന്നതായി തോന്നി. ഡ്രൈവുചെയ്യുമ്പോഴും, എന്റെ വലതു കൈത്തണ്ടയിലെ നീലശലഭങ്ങൾ പരസ്പരം ഉമ്മ വെക്കുന്നുണ്ടായിരുന്നു. സൂചിമുനയുടെ തരിപ്പ് കൈത്തണ്ടയിൽനിന്നും ഉടലിലേക്ക് പടർന്നു കയറിക്കൊണ്ടിരുന്നു.

"ചേച്ചീ, മോൻസൻ അങ്കിൾ എന്തെങ്കിലും പറയുമോ?"

"പറയാൻ അദ്ദേഹത്തിന് പ്രത്യേകിച്ച് കാരണമൊന്നും വേണ്ട എമിലി. ടാറ്റൂ ചെയ്യുന്നതൊന്നും അദ്ദേഹത്തിന് ഇഷ്ടമല്ല. കുടുംബത്തിൽ പിറന്ന സ്ത്രീകൾക്ക് പറ്റിയ പണിയാണോ ഇതെന്നു ചോദിക്കും. അത്ര തന്നെ."

ജീവനും ഇതു തന്നെയാവും പറയുന്നതെന്ന് ആലോചിച്ചപ്പോൾ അറിയാതെ ചിരിച്ചു പോയി.

"എമിലീ, നീയെന്താ ചിരിക്കുന്നത് ?"

"ഒന്നുമില്ല ചേച്ചീ, വെറുതേ ചിരിച്ചതാ."

വീടിനു മുന്നിൽ വണ്ടി നിർത്തിയപ്പോൾ ഗുഡ്നൈറ്റ് പറഞ്ഞ് സിൽവിയച്ചേച്ചി ഉള്ളിലേക്കു പോയി. ഞാൻ ഗേറ്റു തുറന്ന് വണ്ടി പോർച്ചിലേക്ക് കയറ്റിയിട്ടു. വണ്ടിയുടെ ശബ്ദം കേട്ട് ജീവൻ കതകുതുറന്നു. കയ്യിൽ ടി വിയുടെ റിമോർട്ടും ഉണ്ടായിരുന്നു.

"എമിലീ, നീ ഇതെവിടെ ആയിരുന്നു. ഞാനെത്ര തവണ വിളിച്ചെന്നറിയാമോ?"

"ജീവന്റെ കോൾ ഞാൻ പിന്നെയാ കണ്ടത്. തിരിച്ചുവിളിച്ചിട്ട് നിന്നെയൊട്ടു കിട്ടുന്നുമില്ല."

"നിങ്ങൾ രണ്ടാളുംകൂടി എവിടെ പോയതായിരുന്നു?"

"ഞാനിന്നലെ പറഞ്ഞിരുന്നില്ലേ. സിൽവിയച്ചേച്ചിയുടെ ഒപ്പം പുറത്തു പോകുമെന്ന്. ഞങ്ങൾ ഫോറം മാളിലൊന്ന് കയറി. പിന്നെ സെഫോറ ബ്യൂട്ടിക്കിലും. ചേച്ചിക്കൊരാഗ്രഹം കയ്യിലൊരു ടാറ്റൂചെയ്യണമെന്ന്. അതിനു പോയതാ."

"ചേച്ചി അതിന് പുറത്തെങ്ങും പോകാറില്ലല്ലോ. പള്ളിയിൽ പോലും വല്ലപ്പോഴുമല്ലേ വരൂ."

"അതുകൊണ്ടാ ജീവാ, ചേച്ചി അങ്ങനൊരാഗ്രഹം പറഞ്ഞപ്പോൾ കൂടെപ്പോകാമെന്ന് കരുതിയത്. വീടിനുള്ളിൽ ഒതുങ്ങിപ്പോകുന്നതിന്റെ ദുഃഖം ആ പാവത്തിന് നല്ലപോലെയുണ്ട്."

"മോൻസനങ്കിളിന് ഇതൊന്നും ഇഷ്ടമല്ലെന്നറിയില്ലേ. കുറച്ചു മുൻപ് എന്നെ വിളിച്ചിരുന്നു. നിങ്ങൾ രണ്ടാളും കൂടിയല്ലേ പോയതെന്നൊക്കെ ചോദിച്ചു. നീ വെറുതേ ആവശ്യമില്ലാത്ത പണിക്കു പോകല്ലേ."

"ജീവാ, അതൊക്കെ പോട്ടെ. നീ കണ്ണടയ്ക്ക്. ഞാൻ ഒരു സൂത്രം കാണിച്ചു തരാം."

"കണ്ണടയ്ക്കാനൊന്നും വയ്യ. നീ കാര്യം പറ."

"നീ എപ്പൊഴുമിങ്ങനെ ദേഷ്യപ്പെടല്ലേ. ഒന്നു കണ്ണടയ്ക്കന്നേ. നിന്നെ ഞെട്ടിക്കുന്നൊരു കാര്യം കാണിച്ചു തരാം."

എന്റെ നിർബ്ബന്ധം സഹിക്കവയ്യാതെ കണ്ണടച്ചു നിന്ന ജീവന്, കൈത്തണ്ടയിലെ നീലശലഭങ്ങളെ കാട്ടിക്കൊടുത്തു.

കയ്യിലെ ടാറ്റൂ കണ്ടതും ജീവന്റെ ഭാവം മാറി.

"എമിലീ, ആരോടു ചോദിച്ചിട്ടാ നീ ഈ ടാറ്റൂ ചെയ്തത് ? ഇതുമൂലം സ്കിന്നിനുണ്ടാകുന്ന പ്രശ്നങ്ങൾ എന്തൊക്കെയാണെന്ന് നിനക്ക് വല്ല ധാരണയുമുണ്ടോ? അതു മാത്രമല്ല. ടാറ്റൂ ചെയ്തു നടക്കുന്നവരെക്കുറിച്ച് ആളുകൾ മോശമായിട്ടാണ് സംസാരിക്കുന്നത്."

"ജീവാ ശരിക്കും നിന്റെ പ്രശ്നമെന്താ? ടാറ്റൂ ചെയ്യുന്നത് ആരോഗ്യ പ്രശ്നമുണ്ടാക്കുമെന്നോ? അതോ ആളുകൾ മോശമായി സംസാരിക്കുമെന്നോ?"

"എമിലി, ടാറ്റൂ ചെയ്യാൻ പോകുകയാണെന്ന് നിനക്കൊന്ന് പറയാമായിരുന്നു."

"ജീവാ ടാറ്റൂചെയ്യണമെന്നു കരുതി പോയതല്ല. സിൽവിയച്ചേച്ചി അങ്ങനൊരാഗ്രഹം പറഞ്ഞപ്പോൾ കൂടെപ്പോയതാ. ചേച്ചിക്ക് ആ സ്ഥലമൊന്നും പരിചയമില്ല. ചേച്ചി ടാറ്റൂ ചെയ്യുന്നതു കണ്ടപ്പോൾ എനിക്ക് ഒരാഗ്രഹം തോന്നി അത്രയേ ഉള്ളൂ. അല്ലാതെ ഒളിച്ചുവെച്ച് ചെയ്തതല്ല.."

"എമിലി, നിനക്ക് ഈയിടെയായി തന്റേടം കുറച്ചു കൂടുതലാണ്. പല കാര്യങ്ങളും ചെയ്തതിനു ശേഷമാണ് നീ എന്നോടു പറയുന്നത്."

"ജീവാ, മുൻകൂട്ടി അനുവാദം വാങ്ങി ചെയ്യേണ്ട കാര്യമല്ല ഒന്നും. സ്ത്രീകൾ അങ്ങനെ ചെയ്യണമെന്ന് ശഠിക്കുന്ന നിന്റെ മനസ്സാണ് മാറേണ്ടത്. സ്നേഹത്തെ നിയമങ്ങളിലിട്ട് കുരുക്കാൻ ഇഷ്ടമില്ലാത്തതു കൊണ്ടാണ് ഉടമ്പടിയുടെ പിൻബലമില്ലാതെ ഒന്നിച്ചു താമസിച്ചു തുടങ്ങിയത്. പക്ഷേ, അവിടെയും ഒരാൾ ആധിപത്യം സ്ഥാപിക്കുകയാണെങ്കിൽ, പിന്നെ

ഇങ്ങനെ കഴിയുന്നതിൽ എന്തർത്ഥമാ ഉള്ളത്. സ്കൂൾ കുട്ടികൾ ക്ലാസിനു പുറത്തു പോകാൻ അദ്ധ്യാപകരുടെ അനുവാദം ചോദിക്കുന്നതുപോലെയാണല്ലോ ഇത്. പങ്കാളി ആണെന്നു കരുതി വ്യക്തിസ്വാതന്ത്ര്യത്തെ ഹനിക്കുന്നതു ശരിയല്ല."

ജീവന്റെ തിളയ്ക്കുന്ന ദേഷ്യത്തിനു നേരേ ഉറപ്പോടെ നോക്കിയിട്ട് നേരേ കുളിമുറിയിലേക്കു പോയി. ഷവറിനു കീഴിൽ കുറേനേരം നിന്നു. വെള്ളം നീലശലഭങ്ങൾക്കു മീതേ ഒഴുകിയിറങ്ങി. എന്നിട്ടും ശലഭങ്ങളുടെ നിറം തെല്ലും മങ്ങിയില്ല. ടാറ്റൂ അത്ര പെട്ടെന്ന് ഇളകിപ്പോകുന്നതോ, നിറം മങ്ങുന്നതോ അല്ല. ഇരുശലഭങ്ങളെയും മാറി മാറി ഉമ്മ വെച്ചു. ചിറകുകൾ നനഞ്ഞൊട്ടിയ നീലശലഭങ്ങൾ അപ്പോഴും ആവേശത്തോടെ പരസ്പരം മുഖമുരസി തേൻ കുടിക്കുകയായിരുന്നു.

**എ**മിലി നേരത്തെ കിടന്നു. വെർജീനിയ വൂൾഫിന്റെ *എ റൂം ഓഫ് വൺസ് ഓൺ* എന്ന പുസ്തകം പാതി തുറന്ന നിലയിൽ അടുത്തു തന്നെയുണ്ട്. പുസ്തകം മടക്കി വെച്ച് എമിലിയുടെ അടുത്തുവന്നു കിടന്നു. ശാന്തമായി ഉറങ്ങുന്ന എമിലിയുടെ മുഖം കണ്ടപ്പോൾ ഉണർത്താൻ തോന്നിയില്ല. തന്റെ അനാവശ്യമായ കരുതലും ദേഷ്യവുമെല്ലാം അവൾക്ക് ബുദ്ധിമുട്ടാണെന്ന് തോന്നുന്നു. എമിലിക്ക് എന്നോടുള്ള സ്നേഹം എത്ര ആയിരിക്കും. സ്നേഹം ഉണ്ടായിരിക്കുമോ? തങ്ങൾ പരസ്പരം സ്നേഹിക്കുന്നുണ്ടോ? അതോ എല്ലാം വെറും തോന്നൽ മാത്രമോ?

മുറിയിലെ ഫാനിന്റെ സ്പീഡ് അല്പം കുറച്ച് ബാൽക്കണിയിലേക്ക് വന്നു. സമയം പത്തര ആകുന്നതേ ഉള്ളൂ. ഈ സമയത്തും റോഡിൽ കുറച്ചു കുട്ടികൾ ക്രിക്കറ്റ് കളിക്കുന്നുണ്ട്. അവരുടെ സമയം അതാണ്. പെൺകുട്ടികളും ആൺകുട്ടികളും കൂട്ടത്തിലുണ്ട്. ഒൻപതു മണിക്കു ശേഷമാണ് അവർ റോഡിൽ കളിക്കാനായി ഇറങ്ങുന്നത്. പത്തര ആകുമ്പോൾ തിരികെ പോകും. എല്ലാവരും ആ ലെയിനിലെ അപ്പാർട്ട്മെന്റുകളിൽ ഉള്ളവരാണ്. ദൂരെനിന്ന് മോട്ടോർ ബൈക്കിൽ സ്വിഗ്ഗി പയ്യൻ വരുന്നുണ്ട്. സ്ഥിരമായി ഈ സമയത്താണ് അവൻ വരുന്നത്. മിക്ക അപ്പാർട്ട്മെന്റിലുള്ളവരും രാത്രി ഭക്ഷണം അങ്ങനെ വരുത്തുന്നവരാണ്. നാട്ടിലെപ്പോലെ ഇവിടെയാരും നേരത്തേ ഭക്ഷണം കഴിച്ച് നേരത്തേ ഉറങ്ങുന്നവരല്ല. കൂടുതൽ ആളുകളും ഐ ടി കമ്പനികളിൽ ജോലി ചെയ്യുന്നവരാണ്. പലരും തിരികെ വരുമ്പോൾ താമസിക്കും. ചിലർ തൊട്ടടുത്ത ബാഡ്മിന്റൺ ക്ലബ്ബിൽ കളിക്കാനായി പോകും. മിക്ക അപ്പാർട്ട്മെന്റിലും ലൈറ്റ് ഓഫാകുന്നത് ഒരു മണിക്കും രണ്ടു മണിക്കും ഒക്കെ ആയിരിക്കും.

ബാൽക്കണിയിൽ നിന്ന് റോഡിലെ മഞ്ഞവെളിച്ചം കാണാൻ നല്ല രസമാണ്. മഞ്ഞവെളിച്ചം സമയത്തെക്കുറിച്ചുള്ള നമ്മുടെ എല്ലാ കണക്കുകളെയും തെറ്റിച്ചുകളയും. കുട്ടികളുടെ ക്രിക്കറ്റ്കളി അവസാനഓവറിലേക്ക് എത്തിയിരുന്നു. ബാറ്റ് ചെയ്യുന്നത്, തലയിൽ ക്യാപ് വെച്ച ഒരു പെൺകുട്ടിയാണ്. ക്യാപിനുള്ളിലൂടെ അവളുടെ നീളൻമുടി പിന്നിലേക്ക് നീണ്ടു കിടന്നിരുന്നു. സ്റ്റെഫി ഗ്രാഫിനെ ഓർമ്മിപ്പിക്കും വിധം.

സ്റ്റെഫി ഗ്രാഫും, ഗബ്രിയേലാ സബറ്റീനിയും തൊണ്ണൂറുകളിലെ ഞങ്ങളുടെ സ്വപ്നതാരങ്ങൾ. രണ്ടുപേരും ഒന്നിച്ചുള്ള ഫൈനൽ അപൂർവ്വമായിരുന്നു. കളിമൺകോർട്ടിലെയും ഗ്രാസ്കോർട്ടിലെയും അവരുടെ വിജയങ്ങളിൽ മനസ്സ് തുറന്ന് ആഹ്ലാദിച്ചു. പരാജയത്തിൽ ദുഃഖിച്ചു. സ്റ്റെഫി ഗ്രാഫിനെ വിവാഹം ചെയ്യണമെന്ന് ശരിക്കും ആഗ്രഹിച്ചിരുന്നു. ഞാൻ മാത്രമല്ല. എന്റെ തലമുറയിലെ യുവാക്കൾ എല്ലാവരും അതാഗ്രഹിച്ചിട്ടുണ്ടാവണം.

"സൂപ്പർ ഷോട്ട് ബിന്നി, സൂപ്പർ."

സ്ട്രൈക്ക്എൻഡിൽ നിന്ന പെൺകുട്ടി സ്ട്രെയിറ്റ് ഡ്രൈവിലൂടെ നാല് റൺ നേടി തന്റെ ടീമിനെ വിജയിപ്പിച്ചിരുന്നു. കളിക്കുശേഷം, പരസ്പരം ഗുഡ്നൈറ്റ് പറഞ്ഞ് അവർ തങ്ങളുടെ അപ്പാർട്ട്മെന്റുകളിലേക്ക് മടങ്ങിപ്പോയി.

ലെയിനിന്റെ പലഭാഗത്തും തെരുവുനായ്ക്കളുടെ കൂട്ടത്തെ കാണാം. ഓരോ കൂട്ടത്തിലും നാലോ അഞ്ചോ എണ്ണമുണ്ടാകും. ആളുകളെ അവ ഉപദ്രവിച്ചതായി കേട്ടിട്ടില്ല.

അടയാളം വെച്ചിരുന്ന ഭാഗം മുതൽ വീണ്ടും ഡയറി വായിച്ചുതുടങ്ങി.

മാന്തളിർ പള്ളിയിൽ കൂടി നടക്കുന്ന സമയം മുതലേ തരകനും ഔസേപ്പും കീരിയും പാമ്പും ആയിരുന്നു. ഓർത്തഡോക്സ് വിശ്വാസികളായ രണ്ടുപേരും ബാവാ കക്ഷിക്കെതിരെ നിരന്തരം കലാപംകൂട്ടി. എങ്കിലും സഭാധികാരികളുടെ അംഗീകാരവും ജനങ്ങളുടെ പിന്തുണയും കൂടുതൽ കിട്ടിയത് മാഞ്ഞാലിൽ തരകനായിരുന്നു. ഇത് ഔസേപ്പിനെ ശരിക്കും പ്രകോപിതനാക്കി. ഇടവകയുടെ അധികാരം കയ്യാളുക. അത് മരണം വരെ നിലനിർത്തുക എന്നതായിരുന്നു രണ്ടു പേരുടെയും ലക്ഷ്യം. ഇടവകയിലെ കൈക്കാര്യ സ്ഥാനത്തിനായി ആളും അർത്ഥവും ഉപയോഗിച്ച് രണ്ടുപേരും പോരാടി. പരസ്പരമുള്ള തർക്കങ്ങളും ഈർഷ്യയും അതിന്റെ മൂർദ്ധന്യാവസ്ഥയിൽ എത്തിയപ്പോഴാണ് തരകൻ കടലിക്കുന്നിലെ തന്റെ തറവാടിന്റെ സ്ഥലം പള്ളിവെക്കാനായി നൽകുന്നത്.

കടലിക്കുന്നിലെ വിശ്വാസികൾക്ക് അവിടെത്തന്നെ ഒരു പള്ളി വേണമെന്ന് വർഷങ്ങളായി മാന്തളിരിൽ വാദിച്ചുകൊണ്ടിരുന്നതും സഭാ

ധികാരികളോട് നിരന്തരം ഈ ആവശ്യം ഉന്നയിച്ചതും ഔസേപ്പായിരുന്നു.

എന്നാൽ ഔസേപ്പിന്റെ ചിരകാലാഭിലാഷത്തിനു മേലേയാണ് തരകൻ ഒരു മുഴം നീട്ടിയെറിഞ്ഞത് - സ്വന്തം വസ്തു നല്കി ഇങ്ങനെയൊരു കടുംവെട്ട് വെട്ടുമെന്ന് ഔസേപ്പ് ഒരിക്കലും കരുതിയില്ല. അതു തടയാൻ ഔസേപ്പ് പല പണികളും നോക്കിയിട്ടും, സഭാധികാരികളുടെ പിന്തുണ തരകനായതിനാൽ പള്ളിപ്പണി മുന്നോട്ടു പോവുക തന്നെ ചെയ്തു.

തരകനോടുള്ള പകയുടെ കനൽ ഉള്ളിൽ കെടാതെ സൂക്ഷിച്ച ഔസേപ്പ് ഒളിഞ്ഞും തെളിഞ്ഞും തരകനെ ആക്രമിച്ചു. തരകനോടുള്ള അതൃപ്തി കാരണം ഔസേപ്പ് മാന്തളിരിൽ തന്നെ തുടർന്നു. ഒരിക്കൽ പോലും കടലിക്കുന്നിലെ പുതിയ പള്ളിയിൽ അയാൾ പോയില്ല.

ആയിടയ്ക്കാണ് തരകൻ കത്തോലിക്കാസഭയിലേക്ക് ചേരാൻ തീരുമാനിക്കുന്നത്. ഓർത്തഡോക്സ് സഭയോട് അങ്ങേയറ്റം കൂറും വിധേയത്വവും പുലർത്തിയിരുന്ന ഔസേപ്പിനെ ഈ സംഭവം വല്ലാതെ ചൊടിപ്പിച്ചു. തരകൻ സഭയിൽ നിന്നു പോകുന്നതിൽ ഔസേപ്പ് ഉള്ളാലെ സന്തോഷിച്ചെങ്കിലും പള്ളി റീത്ത്പള്ളിയാകുന്നത് ഔസേപ്പിന് സഹിക്കാനാകുമായിരുന്നില്ല.

പള്ളി പണിയാൻ സ്ഥലം നല്കിയത് തരകൻ. തരകൻ സഭ മാറുമ്പോൾ കുറേ ആളുകൾ കൂടി കത്തോലിക്കാ സഭയിലേക്ക് പോകും. ഈ ആശങ്ക ഉറക്കം നഷ്ടപ്പെടുത്തിയ ദിവസങ്ങളിലൊന്നിലാണ് കോര ഔസേപ്പിനെ കാണാനെത്തുന്നത്.

റോഡിന്റെ മറുവശത്തെ ഗ്രീൻ അപ്പാർട്ട്മെന്റിലെ സെക്യൂരിറ്റി ശാന്താറാം, ഗേറ്റ് കടന്നു ഉള്ളിലേക്ക് കയറാൻ തുടങ്ങിയ നായ്ക്കളെ ആട്ടിയോടിച്ചു. അപ്പാർട്ട്മെന്റിലെ കുട്ടികൾ പലപ്പോഴും അവയെ ലാളിക്കുന്നതു കാണാം. അപ്പാർട്ട്മെന്റിലെ അന്തേവാസികൾ വരുമ്പോൾ ശാന്താറാം ഗേറ്റു തുറന്നു നല്കും. മൂന്നാഴ്ചത്തെ ആശുപത്രി വാസത്തിനു ശേഷം ശാന്താറാം ഇന്നാണ് വരുന്നത്. രണ്ടാം നിലയിലെ ജനലിലൂടെ കുട്ടികൾ ആരോ താഴേക്കിട്ട സ്മാർട്ട് ഫോൺ ശാന്താറാമിന്റെ തലയിലാണ് വീണത്. പാവം ഒരാഴ്ചയോളം ബോധമില്ലാതെ കിടന്നു. കൊച്ചു കുട്ടികൾ പലതും ജനാലയിലൂടെ താഴേക്കിടാറുണ്ട്. പാത്രങ്ങളും തുണികളും കളിപ്പാട്ടങ്ങളും മറ്റും. ശാന്താറാം എല്ലാം സൂക്ഷിച്ചു വെക്കും. വൈകുന്നേരമാകുമ്പോൾ തിരിച്ചു നല്കും. സെക്യൂരിറ്റി ജോലിക്കു പുറമേയുള്ള അധിക ജോലിയായിരുന്നു ഇത്. അപ്പാർട്ട്മെന്റുകളിലെല്ലാം ഉച്ചത്തിൽ ടി വി വെച്ചിട്ടുണ്ട്. മൊബൈൽ ഫോണിൽ നിന്നുള്ള പാട്ടുകളും കേൾക്കാം. വാർത്തയും പാട്ടും സിനിമാ ഡയലോഗുകളും സീരിയൽസംഭാഷണ

ങ്ങളും ഇടകലർന്നു വരുന്നു. മീൻ പൊരിക്കുന്നതിന്റെയും ഡാൽകറിയു ടെയും ഇറച്ചിയുടെയും മണം പതിയെ ഉയരാൻ തുടങ്ങി.

ശാന്താറാം അത്താഴം കഴിക്കുന്നതും ഈ സമയത്താണ്. രണ്ടു കസേരകൾ അടുത്തടുത്തിട്ട്, ഒന്നിലിരുന്ന് മറ്റേതിൽ പാത്രം വെച്ച് പതിയെ കഴിക്കാൻ തുടങ്ങും. അപ്പാർട്ട്മെന്റിന്റെ ബേസ്മെന്റിലിരുന്നാണ് ശാന്താറാം കഴിക്കുന്നത്. ഈ സമയത്ത് ആരെങ്കിലും എത്തിയാൽ പാത്രം അടച്ചു വെച്ച്, പോയി ഗേറ്റ് തുറന്നുകൊടുക്കും. ഇവിടെ ബാൽക്കണിയിലിരുന്നാൽ ശാന്താറാം ഭക്ഷണം കഴിക്കുന്നതു കാണാം. ചപ്പാത്തിയും ഡാലുമാണ് സ്ഥിരം ഭക്ഷണം. ചപ്പാത്തി ചെറു കഷണങ്ങളാക്കി മുറിച്ച് ഡാലിൽ മുക്കി വായിലേക്കിടും. പത്ത് മിനിറ്റിനുള്ളിൽ അത്താഴം അവസാനിപ്പിക്കും. തൊട്ടടുത്ത് വെച്ചിരിക്കുന്ന വെള്ളക്കുപ്പി തുറന്ന് വായിലേക്ക് ഒറ്റക്കമഴ്ത്തൽ. ശാന്താറാമിന്റെ രാത്രി ഭക്ഷണം ഇങ്ങനെയാണ്.

കണ്ടാൽ ശാന്താറാമിനെപ്പോലുള്ള ഒരാൾ നാട്ടിലുണ്ട്. സദ്ദാം .. സദ്ദാം തിരിച്ചു വന്ന വിവരം അമ്മ വിളിച്ചപ്പോൾ പറഞ്ഞിരുന്നു. പ്രായം അൻപതു കഴിഞ്ഞെങ്കിലും, ചെറുപ്രായക്കാരും മുതിർന്നവരുമെല്ലാം, അൻപതു പിന്നിട്ട ഫ്രാൻസിസിനെ സദ്ദാമെന്നേ വിളിക്കൂ

സ്വന്തം പേര് ഫ്രാൻസിസ് എന്നാണെന്ന് സദ്ദാം പോലും മറന്നു പോയിരിക്കാനാണ് സാദ്ധ്യത. അത്രമാത്രം സദ്ദാം ഹുസൈൻ എന്ന പേര് ഫ്രാൻസിസിന് പതിഞ്ഞു പോയിരുന്നു. ഫ്രാൻസിസ് എന്ന് നാട്ടിൽ ആരോടെങ്കിലും പറഞ്ഞാൽ ആർക്കും മനസ്സിലാവാത്ത അവസ്ഥ ആയിരുന്നു. ആളുകൾക്ക് മനസ്സിലാവണമെങ്കിൽ സദ്ദാം എന്നുതന്നെ പറയണം. പതിനഞ്ചു വർഷം ഇറാഖിലായിരുന്നു ഫ്രാൻസിസിന് ജോലി. കഷ്ടപ്പാടിൽനിന്നും കടക്കാരിൽനിന്നും തന്നെ മോചിപ്പിച്ചത് ഇറാഖും സദ്ദാം ഹുസൈനും ആണെന്നായിരുന്നു ഫ്രാൻസിസിന്റെ വാദം. എൺപത്തഞ്ചിലാണ് ഫ്രാൻസിസ് ഇറാഖിലെത്തുന്നത്. അമ്മ നേരത്തെ മരിച്ച സദ്ദാമിനെ അപ്പനായ ഇടിക്കുള ഏറെ കഷ്ടപ്പെട്ടായിരുന്നു വളർത്തിയത്. ഐ ടി ഐ പഠനത്തിനുശേഷമാണ് സദ്ദാം ഒരു ഏജന്റ് വഴി ഇറാഖിലേക്കു പോകുന്നത്. അവധിക്കു വരുമ്പോഴൊക്കെ, പള്ളിയുടെ കുരിശടിയിലിരുന്ന് സദ്ദാം ഹുസൈന്റെ മാഹാത്മ്യത്തെക്കുറിച്ചും ഇറാഖിലെ ജീവിതത്തെക്കുറിച്ചും പറയും. ഇറാഖിൽ ചെന്ന സമയത്തു ചെയ്ത ചെറിയ ജോലികളും, അനുഭവിച്ച കഷ്ടപ്പാടുകളും ഒന്നൊഴിയാതെ വിവരിക്കും.. അതിന് യാതൊരു മടിയും ഉണ്ടായിരുന്നില്ല. സദ്ദാമിന്റെ വിവരണങ്ങളിലൂടെ ഇറാഖിനെ ഞങ്ങൾ അടുത്തറിയുകയായിരുന്നു.

"എടാ പിള്ളേരേ, ഒരിക്കൽ ഇറാഖും ഇറാനുമായി യുദ്ധം നടക്കു

ന്ന സമയമായിരുന്നു. കുറേ ദിവസങ്ങൾക്കു ശേഷമാണ് അത്യാവശ്യ സാധനങ്ങൾ വാങ്ങാൻ പുറത്തേക്കിറങ്ങിയത്. സാധനങ്ങളുമായി സൂപ്പർ മാർക്കറ്റിൽ നിന്ന് പുറത്തേക്കിറങ്ങിയപ്പോഴാണ് ഒരു വലിയ സ്ഫോടനം ഉണ്ടായത്. ആളുകൾ പേടിച്ച് നാലുപാടും പാഞ്ഞു. ഓട്ടത്തിൽ വീണുപോയ എന്നെ ഒരു തുർക്കിഷ് പെൺകുട്ടിയാണ് രക്ഷിച്ച്, അവളുടെ വാഹനത്തിൽ എന്റെ താമസസ്ഥലത്തെത്തിച്ചത്."

സദ്ദാമിന്റെ വിവരണം ഞങ്ങൾ ഭീതിയോടെ കേട്ടിരുന്നു. വാഹനം ഓടിച്ചു പോകുന്ന തുർക്കിഷ് പെൺകുട്ടിയെ ആരാധനയോടെ കണ്ടു.

തന്റെ വീടിനുള്ളിൽ പുണ്യവാളൻമാരുടെ നിരവധി ചിത്രങ്ങൾക്കൊപ്പം സദ്ദാം ഹുസൈന്റെ ഒരു ചിത്രവും കൂടി ഭിത്തിയിൽ തൂക്കിയിട്ടുണ്ടായിരുന്നു. ഇടവകയിൽ പുതിയതായി വന്ന വൈദികൻ വീട് വെഞ്ചരിക്കാനായി എത്തിയപ്പോൾ, പുണ്യവാളന്മാരുടെ ഒപ്പമിരിക്കുന്ന സദ്ദാം ഹുസൈനെ കണ്ട് അമ്പരന്നു പോയി. ചിത്രം അവിടെ നിന്ന് നീക്കണമെന്ന് ആവശ്യപ്പെട്ടെങ്കിലും സദ്ദാം വഴങ്ങിയില്ല. മകന്റെ സദ്ദാം ഭ്രാന്തിനോട് അങ്ങേയറ്റത്തെ ദേഷ്യം ഇടിക്കുള അച്ചായനും ഉണ്ടായിരുന്നു. അദ്ദേഹത്തിന് കൂറ്, ബുഷിനോടും അമേരിക്കയോടുമായിരുന്നു..

ഇടിക്കുള അച്ചായൻ സ്ട്രോക്ക് വന്ന് കിടപ്പിലായപ്പോൾ ശുശ്രൂഷിക്കാനായി നാട്ടിലേക്കു വന്ന സദ്ദാം പിന്നെ മടങ്ങിയില്ല. തന്റെ പതിനഞ്ചു വർഷത്തെ ഇറാഖ്ജീവിതം വേദനയോടെ അവസാനിപ്പിച്ചു. അപ്പനോടുള്ള സ്നേഹം അത്രയ്ക്കായിരുന്നു. അപ്പൻ മരിച്ചിട്ടും എന്തുകൊണ്ടോ തിരികെപ്പോയില്ല. വിവാഹം കഴിക്കാനും മെനക്കെട്ടില്ല. ഒറ്റാന്തടിയായി ജീവിച്ചു. എല്ലാ ദിവസവും വൈകുന്നേരം പള്ളിക്കുരിശടിയിലെത്തും. അതു പതിവാണ്. പിന്നെ ഇറാഖിലെ കഥകളുടെയും അനുഭവങ്ങളുടെയും കെട്ടഴിച്ചു തുടങ്ങും. ഞങ്ങളുടെ ചോദ്യങ്ങൾക്കും സംശയങ്ങൾക്കും കൃത്യമായി മറുപടി തരും. സദ്ദാമിന്റെ ജീവിതം അങ്ങനെ മുന്നോട്ടു പോകുമ്പോഴാണ് ആ വാർത്ത ഇടിത്തീപോലെ പതിച്ചത്. സദ്ദാം ഹുസൈൻ കൊല്ലപ്പെട്ടു. അമേരിക്ക ഇറാഖിനെ ആക്രമിക്കുമ്പോഴും സദ്ദാം ഒരിക്കലും പരാജയപ്പെടില്ലെന്ന് സദ്ദാമേട്ടൻ ഉറച്ചു വിശ്വസിച്ചിരുന്നു. സദ്ദാം ഹുസൈന്റെ ആയുധ സന്നാഹങ്ങളെക്കുറിച്ചും സുരക്ഷാ ബങ്കറുകളെക്കുറിച്ചുമൊക്കെ നേരിൽക്കണ്ട ആളെപ്പോലെയാണ് സദ്ദാം സംസാരിച്ചിരുന്നത്. സദ്ദാം ഹുസൈന്റെ മരണവാർത്ത അറിഞ്ഞതിനു ശേഷമാണ് സദ്ദാമിനെ കാണാതായത്. എവിടേക്കു പോയെന്ന് ആർക്കും യാതൊരു നിശ്ചയവുമുണ്ടായിരുന്നില്ല. ആ സദ്ദാമാണ് തിരിച്ചു വന്നിരിക്കുന്നത്.

**കൈ**ത്തണ്ടയിലെ നീലശലഭങ്ങൾ എപ്പൊഴോ പറന്നു പോയിരുന്നു. തടങ്കൽപ്പാളയത്തിൽ പ്രണയകവിതകളെഴുതിക്കൊണ്ടിരുന്ന സാഫോയുടെ കൈത്തണ്ടയിൽ അവ മുട്ടിയുരുമ്മി ഇരുന്നു. ഇരുട്ടിലും അവയുടെ ചിറകുകളിൽ നിന്ന് നീലവെളിച്ചം പുറത്തേക്കൊഴുകാൻ തുടങ്ങി. ഒരുനിമിഷം കവിതയെഴുത്തു നിർത്തിയ സാഫോ ശലഭങ്ങളെ നോക്കി പുഞ്ചിരിച്ചു. പതിയെ അവയുടെ നീലച്ചിറകുകളിൽ തടവി. എഴുത്തു തുടർന്നു. തടങ്കൽപ്പാളയത്തിലെ നീലവെളിച്ചം ഗ്രീസു മുഴുവൻ നിറയാൻ തുടങ്ങി. അവിടെനിന്നും വെർജീനിയാ വൂൾഫിന്റെയും വിറ്റാ സാക്കിവില്ലിന്റെയും പ്രണയമുറിയിലേക്ക്. തന്നെ ചങ്ങലകൊണ്ട് വരിഞ്ഞുമുറുക്കുന്നതിനും കയ്യിലെ നീലശലഭങ്ങളെ മായ്ച്ചുകളയുന്നതിനും ആരൊക്കെയോ ശ്രമിക്കുന്നുണ്ട്. ശലഭങ്ങളെ മായ്ക്കാനാകുന്നില്ലെന്ന് കണ്ടപ്പോഴാണ്, കൈ തന്നെ മുറിച്ചെടുക്കാൻ അവർ ശ്രമിച്ചത്. ഭയന്നു വിറച്ച്, തുറന്നു കിടന്ന വാതിലിലൂടെ പുറത്തേക്കോടി. മഞ്ഞ വെളിച്ചത്തിൽ മുങ്ങിക്കിടന്ന വിജനമായ പാതകൾ പിന്നിട്ട് ഓടിക്കൊണ്ടിരുന്നു. സമതലങ്ങളിലേക്കും. വനപ്രദേശങ്ങളിലേക്കും. അവിടെ നിന്ന് കടൽ കടന്ന് യൂറോപ്പിലേക്ക്. ഒടുവിൽ ഔസ് നദിയുടെ ആഴങ്ങളിലേക്ക്.....

വല്ലാതെ ശ്വാസം മുട്ടുന്നു. പിടിച്ചു നിൽക്കാനാകുന്നില്ല. പ്രാണഭയത്തോടെ ഉറക്കെ നിലവിളിച്ചു.

എമിലിയുടെ നിലവിളി കേട്ട് ഓടിച്ചെന്നു.

"എമിലീ, എന്താ. എന്തു പറ്റി. ഈ വെള്ളം കുടിക്ക്."

"ഒന്നുമില്ല ജീവാ. എന്തോ വിചിത്രമായ ഒരു സ്വപ്നം. കണ്ടതാ."

കൈത്തണ്ടയിലേക്കു നോക്കി. ശലഭങ്ങൾ അവിടെത്തന്നെയുണ്ട്.

"എമിലീ, നീ അതുമിതും ഒക്കെ വായിച്ചു കിടന്നിട്ടാ. പോട്ടെ സാര മില്ല."

ജീവനോട്ടു ചേർന്നു കിടന്നു. ജീവന്റെ കൈകൾ പുറത്ത് പതിയെ താളമിട്ടുന്നുണ്ട്. മനസ്സ് മുഴുവൻ വല്ലാത്തൊരു വിങ്ങൽ. കണ്ട സ്വപ്നം ഒന്നുകൂടി ഓർത്തെടുക്കാൻ നോക്കി.

ഔസ് നദിയുടെ ആഴങ്ങളിലേക്ക് മുങ്ങിപ്പോയതിന്റെ ഭയം ഇപ്പൊ ഴുമുണ്ട്. വിറയൽ പൂർണ്ണമായി മാറിയില്ല. ഉറങ്ങാനായി കണ്ണുകൾ മുറുക്കി യടച്ചു. മറ്റൊന്നും ആലോചിക്കാതെ.

ഈയിടെയായി എമിലി പല രാത്രികളിലും ഇങ്ങനെ ഞെട്ടി ഉണരുക പതിവാണ്. ഇവൾക്കിത് എന്താ പറ്റിയത്. പകലു മുഴുവൻ ജോലി. വൈകുന്നേരം വായനയും സിനിമ കാണലും. കണ്ട സിനിമ യെക്കുറിച്ചും, വായിച്ച പുസ്തകങ്ങളെക്കുറിച്ചുമെല്ലാം എന്നോട്ടു സംസാരി ക്കാൻ വരും. എന്നാൽ എനിക്കതിൽ വലിയ താല്പര്യം തോന്നാറില്ല. എന്റെ അവഗണന അവളെ മടുപ്പിക്കുന്നുവെന്ന് തോന്നുന്നു. എന്തൊ ക്കെയോ ചില വിഷമതകളിലൂടെയാണ് എമിലി കടന്നു പോകുന്നതെ ന്ന് തോന്നുന്നു. പക്ഷേ, അതെന്താണെന്ന് എന്നോട്ടു പറയാൻ മാത്രം സുഹൃദ്ബന്ധം ഞങ്ങൾ തമ്മിൽ ഉണ്ടോ എന്ന് സംശയമാണ്.

എമിലി ഉറങ്ങിക്കഴിഞ്ഞിരുന്നു. ഉറക്കം വരാഞ്ഞതിനാൽ ഞാൻ വീണ്ടും ഡയറി വായിക്കാനായി എഴുന്നേറ്റു.

**ഔ**സേപ്പും കോരയും ചേർന്ന് തരകനെതിരെ പദ്ധതികൾ ആസൂത്രണം ചെയ്തു. പള്ളി കത്തിക്കാനും അത് തരകൻ ചെയ്തതാണെന്ന് വരുത്താനുമുള്ള ഗൂഢാലോചന വെളുപ്പാൻകാലം വരെ നീണ്ടു. ആളുകളെ തരകനെതിരെ തിരിക്കാനുള്ള തങ്ങളുടെ നിഗൂഢനീക്കങ്ങളിൽ പുറമേ നിന്നാരെയും അവർ കൂടെ കൂട്ടിയില്ല. ഓർത്തഡോക്സ് സഭയുടെ യശസ്സിന് കളങ്കം വീഴ്ത്തിയ തരകനെ ഏതു രീതിയിലും ഇല്ലാതാക്കണമെന്ന കാര്യത്തിൽ രണ്ടുപേരും ഏകാഭിപ്രായക്കാരായിരുന്നു.

പിറവിത്തിരുനാളിന് തൊട്ടടുത്ത ദിവസം തന്നെയാണ്, തങ്ങളുടെ പദ്ധതി നടപ്പിൽ വരുത്താൻ അവർ തീരുമാനിച്ചത്.

അന്നേ ദിവസം അർദ്ധരാത്രിയോടടുത്ത് കോര അധികാരത്തിൽ തറവാട്ടിലെത്തി. കോരയെ പ്രതീക്ഷിച്ച് ഔസേപ്പ് ഉമ്മറത്തു തന്നെ ഉണ്ടായിരുന്നു. ഇരുവരും തറവാട്ടിൽ നിന്ന് പുറത്തേക്കിറങ്ങി. പള്ളിയിലേക്കുള്ള പൊതുവഴിയിലൂടെ പോകാതെ തറവാടിനു പിൻവശത്തുള്ള കൈതക്കാട്ടിലേക്കിറങ്ങി. പാമ്പുകൾ മാറാട്ടുന്ന കൈതവരമ്പിലൂടെ, ഓലച്ചൂട്ടിന്റെ വെളിച്ചത്തിലവർ പതിയെ മുന്നോട്ടു നടന്നു. ചൂട്ടുമായി കോര മുന്നിലും ഔസേപ്പ് പിന്നിലും. കോരയ്ക്ക് ഉള്ളിൽ നല്ല ഭയമുണ്ട്. ആരെങ്കിലും തങ്ങളെ കാണുന്നുണ്ടോ എന്ന ഭയം. കൈതക്കാട് മുറിച്ചു കടന്ന് അവർ തോട്ടിലേക്കിറങ്ങി. പന്നികൾ പുളച്ചു നടക്കുന്ന വെള്ളത്തിലൂടെ പിന്നെയും മുന്നോട്ടു നടന്നു. തോടിന്റെ കരകളിലായി ചില വീടുകൾ കാണാം. ഇരുട്ടിൽ ശാന്തമായി ഉറങ്ങുന്ന ഓലപ്പുരകൾ.

"ഔസേപ്പേട്ടാ, ആരെങ്കിലും നമ്മളെ കാണുന്നുണ്ടാവുമോ?"

"ഈ പാതിരാത്രി ആരു കാണാനാടാ. നീ വേഗം നടക്ക്."

തോട്ടിൽ നിന്ന് മുകളിലേക്ക് കയറുന്നിടം മുതൽ അങ്ങോട്ട് മാ

ഞ്ഞാലിൽ തറവാടിന്റെ വകയാണ്. കരയിലേക്ക് കാലെടുത്തു വെച്ചപ്പോൾ കാട്ടുപൊന്തയിൽ നിന്നൊരു തടിയൻ മുയൽ ശരവേഗത്തിൽ മുന്നിലൂടെ പാഞ്ഞു. പിന്നാലെ ഒരു കുറുക്കനും. ചൂട്ടുവെട്ടം പൊന്തക്കാട്ടിലെ ഇരുട്ടിനെ മായ്ച്ച് കളഞ്ഞപ്പോൾ തവളകളും കുളക്കോഴികളും കൂട്ടമായി പുറത്തേക്കു ചാടി.

കാട്ടുചെടികളെ വകഞ്ഞുമാറ്റി, അവർ ഓലപ്പള്ളിയുടെ തെക്കേ ഭാഗത്തെത്തി. കാട്ടുകല്ലുകൾ പെറുക്കിക്കെട്ടിയ വലിയ കയ്യാലയ്ക്കപ്പുറം, പള്ളി.

ചൂട്ടുകറ്റ ഔസേപ്പിന്റെ കയ്യിൽ കൊടുത്ത്, കോര കയ്യാലയ്ക്ക് മുകളിലേക്ക് ഏന്തി വലിഞ്ഞുകയറി. പിന്നെ, ഓലച്ചൂട്ട് തിരികെ വാങ്ങി, ഔസേപ്പിനെ വലിച്ച് മുകളിലേക്കു കയറ്റി. ഇരുവരും കിതപ്പടക്കി ഒരു നിമിഷം നിന്നു. പിന്നെ പള്ളിക്കുനേരേ നടന്നു. നടത്തത്തിനിടയിൽ ഔസേപ്പ് കോരയുടെ കയ്യിൽനിന്നും ചൂട്ടുകറ്റ വാങ്ങി, കോരയ്ക്കു മുന്നിലായി നടന്നു തുടങ്ങി.

പള്ളിയുടെ അടുത്തെത്താറായപ്പോഴാണ് ഔസേപ്പ് ആ കാഴ്ച കണ്ടത്.

പള്ളിയിൽനിന്നും തീ ഉയരുന്നു.

"കോരേ.........., നീ അതു കണ്ടോടാ."

"ഔസേപ്പേട്ടാ, ഇതെങ്ങനെ സംഭവിച്ചു."

"എടാ, ആരൊക്കെയോ ഓടി വരുന്നുണ്ട്."

എന്താണ് സംഭവിച്ചതെന്ന് ഔസേപ്പിനോ കോരയ്ക്കോ ഒരു എത്തും പിടിയും കിട്ടിയില്ല.

രണ്ടുപേരും വന്ന വഴിയേ തിരിച്ചോടി. ഔസേപ്പിന്റെ കയ്യിലെ ചൂട്ടുകറ്റ എപ്പോഴോ നഷ്ടപ്പെട്ടിരുന്നു. സംഭവിച്ചതെന്തെന്നറിയാതെ. പരസ്പരം ഒന്നും ഉരിയാടാനാവാതെ, അധികാരത്തിൽ തറവാടിന്റെ ഉമ്മറപ്പടിയിൽ ഇരുവരും മുഖത്തോടു മുഖം നോക്കി തളർന്ന് ഇരുന്നു.

മൂന്നുമാസം കൂടുമ്പോഴാണ് സാധാരണ ഔട്ടിംഗ് നടത്താറുള്ളത്. നീണ്ടകാലത്തെ വർക്ക് ഫ്രം ഹോമിനുശേഷം കമ്പനികൾ തുറന്നു പ്ര വർത്തിക്കാൻ തുടങ്ങിയിട്ട് ഒരുമാസം ആകുന്നതേയുള്ളുവെങ്കിലും സോ ഫ്റ്റ്വെയർ എഞ്ചിനിയേഴ്സിന് മാനസികമായ കരുത്തു നല്കി കൂടുതൽ പ്ര വർത്തനസജ്ജരാക്കുക എന്ന ലക്ഷ്യം മുൻനിർത്തിയാണ് തുടക്കത്തിൽ തന്നെ പിക്നിക് നടത്താമെന്ന് തീരുമാനിച്ചത്. മൈസൂരിലേക്കാണ് യാ ത്രയ്ക്ക് പദ്ധതിയിട്ടത്. എവിടേക്കു പോകണമെന്ന കാര്യത്തിൽ പലർക്കും പല അഭിപ്രായമാണ് ഉണ്ടായിരുന്നത്. ചിലർ ഹൈദരാബാദിലേക്ക് പോകാൻ താല്പര്യം കാണിച്ചപ്പോൾ ചിലർക്ക് കൊടൈക്കനാലിലേക്ക് പോകാനായിരുന്നു ഇഷ്ടം. എല്ലാവരെയും ഒരുപോലെ തൃപ്തിപ്പെടുത്തുക എന്നത് ബുദ്ധിമുട്ടായതിനാൽ, രാവിലെ പോയി വൈകിട്ട് തിരിച്ച് എത്താനുള്ള സൗകര്യത്തെ മുൻനിർത്തി മൈസൂർ എന്ന് നിശ്ചയിച്ചു. മുൻപ് മൈസൂരിൽ പോയിട്ടുള്ള പലർക്കും നിരാശയുണ്ടായി. മൈസൂർ കണ്ടിട്ടില്ലാത്തവർക്ക് വലിയ സന്തോഷവും. ഔട്ടിംഗ് എന്നു കേട്ട പ്പോഴേ അശ്വതിയും സോഫിയും വലിയ സന്തോഷത്തിലായിരുന്നു. അവർ ജോയിൻ ചെയ്തതിനു ശേഷമുള്ള ആദ്യത്തെ ഔട്ടിംഗ് ആണ്. ഓഫീസിൽ മറ്റാരെയുംകാൾ ഈ യാത്രയ്ക്കു താല്പര്യം അവർക്കായിരുന്നു വെന്ന് തോന്നുന്നു. കോഫീ മെഷീനിൽ നിന്ന് ഒരു കോഫിയെടുത്ത് കുടിച്ചു കൊണ്ടിരിക്കുമ്പോഴാണ് അവർ തന്റെ അടുത്തേക്ക് വന്നത്. രണ്ടുപേർക്കും യാത്രയെക്കുറിച്ച് കുറേ സംശയങ്ങളും ഉണ്ട്.

"ചേച്ചീ മൈസൂരിലേക്കാണോ നമ്മൾ പോകുന്നത്? രാവിലെ പോയി വൈകിട്ട് തിരിച്ചു വരുമോ? രണ്ടു ദിവസം അവിടെ താമസി ക്കാൻ പറ്റുമോ?"

എന്നൊക്കെ ആയിരുന്നു അവരുടെ സംശയങ്ങൾ.

"ഒരു ദിവസത്തിൽ കൂടുതൽ പറ്റില്ല. രാവിലെ പോയി വൈകിട്ട് തിരിച്ച് വരുന്ന രീതിയിലായിരിക്കും പ്ലാൻ ചെയ്യുന്നത്. അടുത്ത ശനിയാഴ്ച പോകാനാണ് കൂടുതൽ സാദ്ധ്യത."

അശ്വതി വലിയ സന്തോഷത്തിലായിരുന്നു.

"ചേച്ചീ, മൈസൂർ എനിക്കിഷ്ടമാ. ചെറിയ ക്ലാസിൽ പഠിക്കുമ്പോൾ ഞാൻ അവിടെ പോയിട്ടുണ്ട്. അന്ന് കുതിരവണ്ടിയിലും കയറിയിരുന്നു. നല്ല ഓമനത്തമുള്ള ഒരു വെളുത്ത കുതിര."

"ചേച്ചീ, രണ്ടുമൂന്നു ദിവസം താമസിച്ചിട്ടു വന്നാ മതിയായിരുന്നു. സോഫി സങ്കടത്തോടെ പറഞ്ഞു."

സോഫിയുടെ സങ്കടം പറച്ചിൽ കേട്ട് എനിക്കു ശരിക്കും ചിരി വന്നു.

"അതേ. പണ്ടു സ്കൂളിൽ പഠിച്ചപ്പോൾ പോയതു പോലെയല്ല. നമ്മുടെ വർക്കിന്റെ സ്ട്രസ് മാറ്റാൻ കമ്പനി ചെയ്യുന്നതാ. ഒരു ദിവസം മാത്രം. അത്രേയുള്ളൂ. മൂന്നുമാസം കഴിയുമ്പോൾ വീണ്ടും പോകാമല്ലോ."

"എന്നാലും ചേച്ചീ, രണ്ടു ദിവസം താമസിച്ചിട്ടു വന്നാൽ മതിയായിരുന്നു."

"അങ്ങനാണേൽ രണ്ടുപേരും കൂടി ലീവെടുത്തു പൊയ്ക്കോ. പതിയെ വന്നാൽ മതി. പക്ഷേ, തിരിച്ചു വരുമ്പോൾ ജോലി ഉണ്ടാവണമെന്നില്ല."

ഞാൻ തമാശയായി പറഞ്ഞതു കേട്ട് രണ്ടുപേരും സ്നേഹത്തോടെ പരസ്പരം നോക്കി.

"ശനിയാഴ്ചയാകാൻ ഇനിയും നാലുദിവസം കൂടിയുണ്ടല്ലോ. എത്രയും പെട്ടെന്ന് ശനിയാഴ്ച ആയാൽ മതിയായിരുന്നു" എന്നു പറഞ്ഞുകൊണ്ട് രണ്ടുപേരും തങ്ങളുടെ ക്യാബിനിലേക്ക് പോയി.

അവരുടെ അടുപ്പം ചിലർക്ക് ഒരു തമാശയാണ്. ചിലർക്ക് പരിഹാസവും. പ്രണയത്തിന്റെ വ്യാകരണം അത്ര കണ്ടു വശമില്ലാത്തവർക്ക് ഇതെല്ലാം പരിഹാസ്യമായി തോന്നും. അവരുടെ അടക്കിപ്പിടിച്ച സംസാരം കേൾക്കാൻ പ്യൂൺ ധർമ്മലിംഗം അവരുടെ ക്യാബിനു സമീപത്തുകൂടി ചിലപ്പോഴൊക്കെ അങ്ങോട്ടുമിങ്ങോട്ടും നടക്കുന്നതു കാണാം. ഒരിക്കൽ ഡൈനിംഗ് ഹാളിൽ വെച്ച്, അവർ ഭക്ഷണം പരസ്പരം വാരിക്കൊടുക്കുന്നത് പ്രോജക്ട് ഹെഡ്ഡായ മൈഥിലി കണ്ടിരുന്നു.

"എമിലി അവരെന്താ ഇങ്ങനെ. അവരോട് ഒന്നു പറയണം. ഓഫീസിൽ ഇങ്ങനെ പെരുമാറരുതെന്ന്. ഇത്രയും സ്റ്റാഫ് ഇവിടെ ജോലി ചെയ്യുന്നതാ."

ഓഫീസിൽ അവർക്ക് അടുപ്പമുള്ള ഒരാൾ ഞാനായതുകൊണ്ടാവാം എന്നോടു പറഞ്ഞത്.

"പുറമേക്ക് എതിർക്കുന്നവരും ഉള്ളിന്റെയുള്ളിൽ ഇത്തരം ബന്ധങ്ങളെ ഇഷ്ടപ്പെടുന്നുണ്ട് മൈഥിലി," എന്നു പറയണമെന്ന് തോന്നിയെങ്കിലും പറഞ്ഞില്ല. മൈഥിലിയുടെ വാക്കുകൾ ഉള്ളിൽ ചിരിയുണർത്തിയെങ്കിലും അത് പുറമേ കാട്ടാതെ, "അവരോടു പറയാം" എന്ന് തലകുലുക്കി സമ്മതിച്ചു. മുൻപൊരിക്കൽ താനും ഈ കാഴ്ച കണ്ടതാണ്. അതിൽ എന്തെങ്കിലും അരുതായ്മകളുണ്ടെന്ന് തോന്നിയില്ല. രണ്ടുപേരിൽ അല്പം ഭയവും ലജ്ജയും ഉള്ളത് സോഫിക്കാണെന്ന് തോന്നി. ആളുകൾ തങ്ങളുടെ അടുപ്പം ശ്രദ്ധിക്കുന്നതിൽ ഒട്ടൊരു ഭയം സോഫിക്കുണ്ട്. അശ്വതിക്കാകട്ടെ അക്കാര്യത്തിൽ യാതൊരു ക്ലേശമില്ല.

അവർ പോയിക്കഴിഞ്ഞപ്പോൾ സിസ്റ്റത്തിനു മുന്നിലിരുന്ന് വർക്ക് തുടർന്നു. കുറേനേരം ജോലി ചെയ്തപ്പോഴേക്കും പതിയെ തലവേദന തുടങ്ങി. സാരമില്ലെന്നു കരുതിയെങ്കിലും വൈകുന്നേരമായപ്പോഴേക്കും തല പിളർക്കുന്ന വേദനയായി. നല്ല ക്ഷീണവുമുണ്ട്. നെറ്റിയിൽ കൈപ്പടം വെച്ചു നോക്കിയപ്പോൾ നല്ല ചൂടും. സാധാരണ പനിയാണോ? കോവിഡാണോ? എന്നൊക്കെ സംശയിച്ചു. കഴിഞ്ഞ ദിവസങ്ങളിലെല്ലാം ഓഫീസിൽ പലർക്കും പനിയായിരുന്നു. കുറേപ്പേർ ഒന്നു രണ്ടു ദിവസം ലീവിലുമായിരുന്നു. അല്പസമയം ടേബിളിൽ തല ചായ്ച്ചു കിടന്നു. ബാഗ് തുറന്ന് പാരസെറ്റമോൾ ഉണ്ടോയെന്ന് നോക്കിയെങ്കിലും കണ്ടില്ല. സാധാരണ പാരസെറ്റമോളിന്റെ ഒരു സ്ട്രിപ്പും ഒരു കുപ്പി യൂക്കാലി തൈലവും ബാഗിൽ കാണുന്നതായിരുന്നു. അഞ്ചു മണി വരെ എങ്ങനെയോ കഴിച്ചുകൂട്ടി. പനിയാണെന്ന് ആരോടും പറഞ്ഞില്ല. കോവിഡിന്റെ ഭീതി ഇപ്പോഴും എല്ലാവർക്കും ഉണ്ട്. ക്ഷീണം നന്നായി ഉണ്ടായിരുന്നെങ്കിലും രണ്ടും കല്പിച്ച് വണ്ടിയെടുത്തു. ബൊമ്മനഹള്ളിയിലെത്തി. പനി വരുമ്പോൾ സാധാരണ പോകാറുള്ള കുര്യൻ ഡോക്ടറുടെ അടുത്തെത്തി. എത്ര വലിയ പനിയും അദ്ദേഹത്തിന്റെ ഇഞ്ചക്ഷനിൽ ഭേദമാകും. കോവിഡ്പരിശോധനയും ഒന്നുമില്ല. അതുകൊണ്ടുതന്നെ അവിടെ നല്ല തിരക്കാണ്. ഇരുപത്തിനാലായിരുന്നു എന്റെ നമ്പർ. അപ്പോൾ തന്നെ പതിനെട്ടു പേരെ വിളിച്ചിരുന്നു. അഞ്ചു പേരെക്കൂടി വിളിച്ചപ്പോൾ എന്റെ ഊഴമായി. ഡോക്ടർ സ്റ്റെതസ്കോപ്പ് വെച്ച് പരിശോധിച്ചു.

"വൈറൽ പനിയാണ്. ധാരാളം വെള്ളം കുടിക്കണം. ആവിയും പിടിക്കണം" എന്ന് പറഞ്ഞ് ഇഞ്ചക്ഷനു കുറിച്ചു തന്നു.

ഇഞ്ചക്ഷൻ എടുത്തു കഴിഞ്ഞപ്പോൾ കുറച്ച് ആശ്വാസം തോന്നി. നേരേ വീട്ടിലേക്ക് പോയി. ജീവൻ എത്തിയിട്ടില്ല. വസ്ത്രങ്ങൾ മാറ്റി, ചൂടുവെള്ളത്തിൽ മേലൊന്നു കഴുകി. ആവി പിടിക്കുന്ന മെഷീനിൽ വെള്ളമെടുത്ത് ചൂടാക്കാൻ വച്ചു. തല മൂടി ബ്ലാങ്കറ്റിട്ട് കുറേ നേരം അതിനുള്ളി

ലിരുന്നു. ശരീരം നന്നായി ചൂടായി. ആവി കൊണ്ടപ്പോൾ തലവേദനയ്ക്ക് ഒട്ടൊരു ആശ്വാസം ലഭിച്ചു. വാഷ്ബേസിനിൽ ചെന്ന് കയ്യും മുഖവും കഴുത്തും കഴുകി, കിടക്കയിലേക്ക് വന്നു.

തലയണ കട്ടിലിന്റെ പടിയിൽ ചാരി വെച്ച്, വെർജീനിയ വൂൾഫിനെ വായിക്കാനായി എടുത്തെങ്കിലും ശരീരത്തിന്റെ സുഖമില്ലായ്മ വായനയെ തടസ്സപ്പെടുത്തി. ഫേസ്ബുക് ഓണാക്കിയപ്പോൾ കുറേ ഫ്രണ്ട് റിക്വസ്റ്റുകൾ കണ്ടു. അതിൽ ജാസ്മിയുടേതുമുണ്ട്. അക്സപ്റ്റ് ചെയ്തു. അതിലും സന്തോഷം കണ്ടെത്താനായില്ല. കുറേനേരം കണ്ണടച്ചിരുന്നു. അമ്മ പണ്ട് സ്കൂളിലെ ഉത്തരക്കടലാസുകൾ നോക്കിയിരുന്നത് ഇങ്ങനെ ആയിരുന്നു. കട്ടിലിന്റെ പടിയിൽ തലയണ വെച്ച് അതിൽ ചാരിയിരിക്കും. ഓരോ പേപ്പറും സൂക്ഷ്മമായി പരിശോധിക്കും. കുട്ടികളുടെ പേരുകൾ ഉത്തരക്കടലാസിൽ ഇല്ലെങ്കിലും ഓരോ പേപ്പറും കാണുമ്പോൾ ഇത് ആൺകുട്ടിയുടേത് ഇത് പെൺകുട്ടിയുടേത് എന്ന് അമ്മ കൃത്യതയോടെ പറയുമായിരുന്നു. രണ്ട് കൂട്ടരുടെയും കയ്യക്ഷരങ്ങളിൽ വ്യത്യാസമുണ്ടാകുമെന്നായിരുന്നു അമ്മയുടെ വാദം.

പെൺകുട്ടികളെയൊന്നും അമ്മ തോൽപ്പിക്കാറില്ലായിരുന്നു. പാവം പിള്ളേർ എന്നു പറയും. അമ്മ എന്തിനാണ് അങ്ങനെ പറഞ്ഞിരുന്നത്. ചെറിയ ക്ലാസിൽ പഠിക്കുമ്പോൾ അമ്മയുടെ പേപ്പർ നോട്ടത്തെ തടസ്സപ്പെടുത്തി ഞാൻ മടിയിൽ കയറിയിരിക്കുമായിരുന്നു. ആച്ചിയെന്ന് ഞാൻ കൊഞ്ചി വിളിച്ചിരുന്ന വല്യമ്മ എന്നെ എടുത്തു കൊണ്ടുപോയി *ബൈബിളി*ലെ കഥകൾ പറഞ്ഞു കേൾപ്പിക്കും.

അശ്വതിയും സോഫിയും ഇപ്പോൾ എന്തു ചെയ്യുകയാവും. ഓഫീസിൽ നിന്നിറങ്ങി ഒരുപക്ഷേ, ലാൽബാഗിൽ പോയിക്കാണും. അല്ലെങ്കിൽ കബ്ബൺ പാർക്കിൽ. അതുമല്ലെങ്കിൽ, കൈകൾ കോർത്തു പിടിച്ച് ഐസ്ക്രീം നുണഞ്ഞ് ഏതെങ്കിലും മൾട്ടിപ്ലസ് തീയറ്ററിൽ സിനിമ കാണുന്നുണ്ടാകും. അല്ലെങ്കിൽ മക്ഡൊണാൾഡ്സിൽ പോയിട്ടുണ്ടാകും.

പനി വിട്ടുമാറുന്നതേ ഉള്ളൂ. ദാഹം നന്നായിട്ടുണ്ട്. സിൽവിയച്ചേച്ചി ഇപ്പോൾ കേക്കുണ്ടാക്കുന്ന തിരക്കിലായിരിക്കും. ചേച്ചിയുടെ അടുത്തു പോയിരുന്നെങ്കിൽ എന്തെങ്കിലുമൊക്കെ സംസാരിച്ചിരിക്കാമായിരുന്നു.

ഉണ്ണീശോയുടെ പള്ളിയിൽ പോയിട്ട് കുറച്ചു ദിവസങ്ങളായി. ജസീന്ത സിസ്റ്ററെ കണ്ടിട്ടും ഒന്നു രണ്ടാഴ്ചകളായി. സിസ്റ്റർ അവിടുത്തെ കുട്ടികളോടൊപ്പം പാട്ടും കഥകളുമായി ഓടി നടക്കുകയായിരിക്കും. കിടക്കയിൽ നിന്നെഴുന്നേറ്റ് ടി വി റൂമിലേക്കു വന്നു. എല്ലാ ചാനലുകളിലും സിനിമയോ സീരിയലോ ആണ്. റിമോട്ട് കൺട്രോളിൽ ചാനലുകൾ പലവട്ടം മാറ്റിയിട്ടും സന്തോഷം നൽകുന്ന ഒന്നുമില്ല. നായകന്മാരുടെ, മീശ പിരിച്ചുള്ള ഗംഭീര ഡയലോഗുകളും അടിവസ്ത്രം കാണിച്ചുള്ള സ്റ്റണ്ട്

രംഗങ്ങളും ആണ് എല്ലായിടത്തും. ഇടക്കാലത്ത് ഇതിനൊരു മാറ്റം വന്നെങ്കിലും പിന്നെയും എല്ലാം പഴയപടി തന്നെ.

യാദൃച്ഛികമായാണ് ദൂരദർശൻ ചാനലിലേക്ക് എത്തിയത്. ദയാബായി എന്ന പരിസ്ഥിതി പ്രവർത്തകയെക്കുറിച്ചുള്ള ഡോക്യുമെന്ററിയുടെ അവസാന ഭാഗമായിരുന്നു. ദയാബായിയെക്കുറിച്ച് മുൻപ് കേട്ടിട്ടുണ്ട്. ആണധികാരത്തോടും ഭ്രവ്യടമകളോടും നേർക്കുനേർനിന്നു പൊരുതിയ ഒരു സ്ത്രീ. അസമിലെ ആദിവാസികളുടെ തലവര മാറ്റിയെഴുതിയ ആ ഒറ്റയാൾ പോരാട്ടത്തിന്റെ കഥ പനിച്ചൂടിനു മേൽ മറ്റൊരു ചൂടായി പടർന്നുകൊണ്ടിരുന്നു. ആ പ്രോഗ്രാമിന്റെ അവസാന ഭാഗം മാത്രമേ കാണാനായുള്ളൂ. പൂർണ്ണമായി കാണാനാവാത്തതിൽ വലിയ വിഷമം തോന്നി.

ചാനൽ വീണ്ടും മാറ്റിത്തുടങ്ങി. ഒടുവിൽ ആനിമൽ പ്ലാനറ്റിൽ എത്തി. പുൽമേടുകളിൽ മേഞ്ഞു കൊണ്ടിരുന്ന പെൺ സീബ്രയെ സിംഹങ്ങൾ പതിയിരുന്ന് കൂട്ടമായി ആക്രമിക്കുന്നു. സീബ്ര കുറേയേറെ ഓടി നോക്കി. ഒടുവിൽ കീഴടങ്ങി. സീബ്രയുടെ അടിവയർ മാന്തിപ്പൊളിച്ച് മുഖം കടത്തി ചോര നുണയുന്ന സിംഹങ്ങൾ. ഓക്കാനം വന്നു പോയി. വല്ലാതെ ഛർദ്ദിച്ചു. വായിലും മൂക്കിലും ഛർദ്ദിലിന്റെ അവശിഷ്ടങ്ങൾ. വായും മുഖവും നന്നായി കഴുകിയെങ്കിലും ഛർദ്ദിലിന്റെ പുളിരസം ഒട്ടും മാറിയില്ല. കണ്ണുകളടച്ച് സോഫയിൽ കുറേനേരം കിടന്നു. പിന്നെ എപ്പോഴോ ഉറങ്ങിപ്പോയി.

**ധൈ**ര്യപൂർവ്വം യൂദിത്ത് ഹോളോഫർണോസിന്റെ കൊട്ടാരത്തിലേക്ക് ചെന്നു. ഇസ്രയേലിനെ വിജയിപ്പിക്കാൻ അവൾ ഒറ്റയ്ക്ക് ഇറങ്ങിത്തിരിച്ചതായിരുന്നു. ഉറക്കറയിൽ വെച്ച് ഹോളോഫർണോസിന്റെ തല വെട്ടിയെടുക്കുമ്പോൾ ഒട്ടും ഭയം തോന്നിയില്ല. ചോര ഇറ്റുവീഴുന്ന അവന്റെ തലയുമായി ഇരുട്ടിലേക്കിറങ്ങി, മലനിരകൾ കടന്ന് ഇസ്രയേല്യരുടെ കൂടാരത്തിലെത്തുമ്പോൾ നേരം പതുക്കെ വെളുത്തു തുടങ്ങിയിരുന്നു.

കോളിങ് ബെല്ലിന്റെ ശബ്ദം കേട്ടാണ് ഞെട്ടിയുണർന്നത്. നോക്കിയപ്പോൾ ജീവനാണ്. നേരം ഇരുട്ടിത്തുടങ്ങിയിരുന്നു.

"എമിലീ, എന്തു പറ്റി. നല്ല സുഖമില്ലേ?"

"ജീവാ, എനിക്കു നല്ല പനിയാണ്. ഉച്ചമുതൽ തുടങ്ങിയതാ. നല്ല തലവേദനയും ഉണ്ട്. വരുന്ന വഴി കുര്യൻ ഡോക്ടറെ കണ്ട് ഇഞ്ചക്ഷൻ എടുത്തു. ഇവിടെ വന്ന് കുറേ ഛർദ്ദിച്ചു. ഇപ്പൊ കുറവുണ്ട്."

"എമിലി, കോവിഡ് ടെസ്റ്റ് വേണമെങ്കിൽ ചെയ്യാം."

"കോവിഡൊന്നുമല്ല ജീവാ. കോവിഡിന്റെ ലക്ഷണങ്ങൾ ഇങ്ങനെയൊന്നുമല്ല. ഇഞ്ചക്ഷനെടുത്തതല്ലേ. അതു മതി. പനി മാറിക്കോളും.

ജീവാ, കുറേ ദിവസമായില്ലേ ഉണ്ണീശോയുടെ പള്ളീലൊന്ന് പോയിട്ട്. നമുക്ക് ഇന്നൊന്നു പോയാലോ?"

"എമിലി ഇന്നു വേണ്ട. പനി മാറീട്ട് പോകാം."

"പനി കുറവുണ്ട്. നമുക്കൊന്നു ഡ്രൈവ് ചെയ്തിട്ടു വരാം."

പനി കൂടുമെന്ന് കരുതിയാവും വേണ്ടെന്ന് ജീവൻ ആവർത്തിച്ച് പറഞ്ഞെങ്കിലും ഒടുവിൽ എന്റെ നിർബ്ബന്ധത്തിനു വഴങ്ങി. വ്യാഴാഴ്ച അല്ലാഞ്ഞിട്ടുകൂടി ഉണ്ണീശോയുടെ പള്ളിയിൽ വലിയ തിരക്കാണ്. അവിടത്തെ

പ്രധാന ദിവസം വ്യാഴാഴ്ച ആണ്. വ്യാഴാഴ്ച രാവിലെ മുതൽ എട്ടു ഭാഷകളിൽ കുർബ്ബാന ഉണ്ടാകും. മലയാളം കുർബ്ബന വൈകിട്ട് 6 മണിക്കാണ്. മലയാളത്തിനു തൊട്ടു മുൻപ് തമിഴ് കുർബ്ബാന ആയിരിക്കും. തമിഴ് കുർബ്ബാന പകുതി ആകുമ്പോഴാണ് ഞങ്ങൾ സാധാരണ ചെല്ലാറുള്ളത്.

ആളുകൾ തങ്ങളുടെ വിവിധങ്ങളായ ആഗ്രഹങ്ങൾ സാധിക്കുന്നതിനായി പൂമാലയുമായിട്ടാണ് വരുന്നത്. മാതാവിന്റെയും ഉണ്ണീശോയുടെയും രൂപങ്ങളിൽ പൂമാല ചാർത്തും. ചിലർ മുട്ടിന്മേൽ നടന്നു പ്രാർത്ഥിക്കും.

ജീവൻ പോയി കുറേ മെഴുകുതിരികൾ വാങ്ങി, പ്രധാന കവാടത്തിനു സമീപമുള്ള ഉണ്ണീശോയുടെ രൂപക്കൂടിനു മുന്നിൽ കത്തിച്ചു. ധാരാളം ആളുകൾ ചെറുതും വലുതുമായ മെഴുകുതിരികൾ കത്തിക്കുന്നുണ്ട്. ചില മെഴുകുതിരികൾക്ക് ഒരാൾ പൊക്കം വരെ ഉണ്ടാകും.

ജസീന്താസിസ്റ്റർ പതിവുപോലെ ഗായകസംഘത്തിലുണ്ട്. സിസ്റ്റർ നന്നായി പാടും. മാതാപിതാക്കളില്ലാത്ത കുറേയേറെ കുട്ടികൾക്ക് ജസീന്ത സിസ്റ്റർ വലിയ ഒരാശ്വാസമാണ്. സിസ്റ്ററെ പരിചയപ്പെട്ടിട്ട് ഒരു വർഷം കഴിഞ്ഞു. നാട്ടിൽ മാനന്തവാടിയാണ് സിസ്റ്ററിന്റെ സ്ഥലം. കർത്താവിന്റെ മണവാട്ടിയാകാൻ ഏറെ ആഗ്രഹിച്ച്, ഒടുവിൽ വീട്ടുകാരുടെ വലിയ എതിർപ്പിനെ തള്ളിക്കളഞ്ഞ് ഒറ്റയ്ക്ക് ഇറങ്ങിപ്പുറപ്പെട്ടതായിരുന്നു സിസ്റ്റർ. ഏറെക്കാലം ഒറീസയിലെ ആദിവാസി മേഖലകളിൽ ഭ്രവ്യടമകളോട് പൊരുതി, ആദിവാസി കുട്ടികളെ അക്ഷരം പഠിപ്പിച്ചു. സ്വന്തം കാലിൽ നിൽക്കാനവർക്ക് ധൈര്യം കൊടുത്തു. മതപരിവർത്തനമാരോപിച്ച് രണ്ടു തവണ സിസ്റ്ററിനു നേരേ ആക്രമണമുണ്ടായപ്പോൾ, സഭാധികാരികളുടെ നിർദ്ദേശമനുസരിച്ചാണ് ബംഗളൂരിലേക്ക് എത്തുന്നത്.

"ചെയ്ത ജോലിക്കു കൂലി വാങ്ങാൻ മാത്രമേ ഞാൻ അവരെ പഠിപ്പിച്ചുള്ളൂ. അത് ഇഷ്ടപ്പെടാത്തവരാരോ ആണ് മതപരിവർത്തനമെന്നു പറഞ്ഞ് ആക്രമിച്ചത്."

മുൻപൊരിക്കൽ സിസ്റ്റർ പറഞ്ഞതാണ്.

എല്ലാവരെയും പുഞ്ചിരിയോടെ സ്വീകരിക്കുന്ന സിസ്റ്ററെ കാണുന്നത് മനസ്സിനു വലിയ സന്തോഷമാണ്. പ്രാർത്ഥന കഴിഞ്ഞ് സിസ്റ്ററിന്റെ അടുത്തേക്ക് ചെന്നപ്പോൾ, ശുശ്രൂഷാ പുസ്തകങ്ങൾ അടുക്കി വെക്കുന്ന തിരക്കിലായിരുന്നു സിസ്റ്റർ. ഞാൻ അങ്ങോട്ട് ചെല്ലുന്നത് ദൂരെ നിന്ന് കണ്ടപ്പൊഴേ സിസ്റ്റർ കൈ ഉയർത്തി കാണിച്ചു. സിസ്റ്ററെ കാണുമ്പോൾ ജീവൻ ഒപ്പമുണ്ടായിരുന്നില്ല. സിസ്റ്ററിനോട് ജീവന് ഒരു താല്പര്യക്കുറവുണ്ട്. ജസീന്ത സിസ്റ്ററിന്റെ നേതൃത്വത്തിലുള്ള വുമൺസ് ലിബറേഷൻ ഫ്രണ്ടിൽ ഞാൻ അംഗമായത് ജീവന് ഒട്ടും ഇഷ്ടപ്പെട്ടിരുന്നില്ല. സംഘട

നയുടെ പ്രവർത്തനത്തിന്റെ ഭാഗമായി ഒരിക്കൽ ചേരിയിലെ സ്ത്രീകളെ അക്ഷരം പഠിപ്പിക്കാൻ പോയിരുന്നു. അന്ന് കുറേ ആളുകൾ ഞങ്ങളെ കയ്യേറ്റം ചെയ്യാൻ ശ്രമിച്ചു. ആ സംഭവത്തെക്കുറിച്ച് പത്രങ്ങളിലൊക്കെ ഫോട്ടോ സഹിതം വാർത്തയും വന്നിരുന്നു. പത്രവാർത്തയിൽ നിന്നാണ് ജീവൻ അത് അറിഞ്ഞത്. ഞങ്ങൾ തമ്മിൽ മറ്റൊരു വഴക്കിന് അത് കാരണമായി. കയ്യിലിരുന്ന ഗ്ലാസ് ഭിത്തിയിൽ എറിഞ്ഞുടച്ചാണ്, എന്നോടുള്ള ദേഷ്യം ജീവൻ തീർത്തത്. ആവശ്യമില്ലാത്ത കാര്യങ്ങളിലൊക്കെ ഞാൻ തലയിടുന്നു. ഒതുങ്ങി ജീവിക്കുന്നില്ല എന്നൊക്കെ പറഞ്ഞ് ജീവൻ കുറേ ബഹളം വെച്ചു.

വിവാഹം കഴിക്കാതെ ഒന്നിച്ചു ജീവിക്കുന്നവരാണ് ഞങ്ങൾ എന്ന് സിസ്റ്ററിനറിയാം. പക്ഷേ, അതിനെക്കുറിച്ച് സിസ്റ്റർ ഇന്നുവരെ ഒന്നും ചോദിച്ചിട്ടില്ല. സിസ്റ്റർ അങ്ങനെയാണ്. അത്തരം ചോദ്യങ്ങളുടെ അർത്ഥമില്ലായ്മയെക്കുറിച്ച് സിസ്റ്ററിന് നല്ല ബോദ്ധ്യം ഉണ്ട്. ജീവന്റെ ഫ്രണ്ട്സ് ഒന്നു രണ്ടു പേർ കുർബാനയ്ക്കു വന്നിരുന്നു. അവരോടൊപ്പം ജീവൻ പുറത്തേക്കു പോയി. സിസ്റ്റർ പുസ്തകങ്ങൾ അടുക്കി വെച്ചു കഴിഞ്ഞപ്പോൾ ഞങ്ങൾ പള്ളിക്കു പുറത്തേക്കിറങ്ങി. കുറേനേരം മുറ്റത്തുകൂടി നടന്നു. അടുത്ത കുർബ്ബാനയ്ക്കായി വന്നവരെക്കൊണ്ട് പള്ളിമുറ്റം നിറഞ്ഞിരുന്നു.

"എമില, മുടി കളർ ചെയ്തത് നന്നായിട്ടുണ്ട്."

"സത്യമായിട്ടും?"

"അതേന്നെ"

"ജീവനു പക്ഷേ, ഇതൊട്ടും ഇഷ്ടപ്പെട്ടില്ലെന്നേ. എന്നോടു കുറേ ദേഷ്യപ്പെട്ടു."

മറുപടിയായി സിസ്റ്റർ ചിരിച്ചതേ ഉള്ളൂ.

ഞങ്ങൾ നടന്ന് പള്ളിവക ഓർഫനേജിന്റെ ഗേറ്റിലേക്കെത്തിയപ്പോഴേക്കും കുറേ കുട്ടികൾ ഓടി വന്ന് സിസ്റ്ററെ കെട്ടിപ്പിടിച്ചു. അഞ്ചിനും പന്ത്രണ്ടിനും ഇടയിൽ പ്രായമുള്ള ആൺകുട്ടികളും പെൺകുട്ടികളും സിസ്റ്ററിനു ചുറ്റും ഓടിക്കളിക്കാൻ തുടങ്ങി. ആ കുട്ടികളോട് സിസ്റ്റർ കാണിക്കുന്ന സ്നേഹവും വാത്സല്യവും എത്ര വലുതാണ്. ആ കുട്ടികളിൽ ഒരാളായി ജസീന്താ സിസ്റ്ററിനു ചുറ്റും ഓടിക്കളിക്കാൻ വലിയമോഹം തോന്നി.

വീട്ടിലെത്തിയപ്പോഴേക്കും പനി ഏതാണ്ട് വിട്ടുമാറിയിരുന്നു. എങ്കിലും ക്ഷീണം മാറിയിരുന്നില്ല. വന്നപാടേ സോഫയിലേക്കു ചാഞ്ഞു. ജീവൻ വന്ന് അരികിലിരുന്നു.

"എമിലീ, നിനക്കു നല്ല ക്ഷീണമുണ്ടെന്നു തോന്നുന്നല്ലോ"

"അതു സാരമില്ലെടാ. പനി മാറിയിട്ടുണ്ട്.

നിന്റെ വായന എവിടെ വരെയായി. തീർന്നോ?"

"തീർന്നില്ലെടീ. കുറച്ചു കൂടിയുണ്ട്. നീ ധാരാളം പുസ്തകങ്ങൾ വായിക്കുന്നവളല്ലേ. ആ കുറിപ്പുകൾ വായിക്കണമെന്ന് തോന്നുന്നില്ലേ?"

"അത്തരം കുറിപ്പുകളോട് എനിക്ക് താല്പര്യമില്ല ജീവാ. ജീവന്റെ അപ്പനിൽനിന്ന് ജീവന് സന്തോഷകരമായ അനുഭവങ്ങളാണ് ഉണ്ടായിട്ടുള്ളത്. എന്റെ ജീവിതം അങ്ങനെയായിരുന്നില്ല. പപ്പയെക്കുറിച്ചുള്ള നല്ല ഓർമ്മകളൊന്നും എന്നിലില്ല.

സത്യത്തിൽ ആ ഡയറിയിലെ സംഭവങ്ങളെക്കുറിച്ചുള്ള താല്പര്യമല്ല ജീവനിലുള്ളത്. അപ്പനോടുള്ള താല്പര്യമാണ്. ശരിയല്ലേ?"

"ആയിരിക്കാം. എനിക്കറിയില്ല."

"നിനക്ക് എല്ലാറ്റിനോടും ഭയമാണ്. ഒന്നിനെയും നേരിടാനും, ജീവിതത്തെ മുന്നോട്ടു കൊണ്ടുപോകാനും വയ്യാത്ത വിധം എന്തൊക്കെയോ ഭയങ്ങൾ നിന്നെ വരിഞ്ഞുമുറുക്കുന്നുണ്ട്. ആ സത്യം നീ അറിയുന്നുണ്ടോ എന്നുകൂടി സംശയമാണ്. എല്ലാറ്റിൽനിന്നും ഓടിയൊളിക്കാനുള്ള നിന്റെ ശ്രമമല്ലേ ഭൂതകാലത്തിലേക്കുള്ള ഈ പോക്ക്."

എമിലി പറയുന്നതു ശരിയായിരിക്കുമോ? എന്നിലൊരു ഭയമുണ്ട്. അത് സത്യമാണ്. അതെന്നെ പൂർണ്ണമായി വിഴുങ്ങിക്കളയാതിരിക്കാനുള്ള എന്റെ ദുർബ്ബലങ്ങളായ ശ്രമങ്ങളാകുമോ ഇതെല്ലാം?

എമിലിയുടെ നെറ്റിയിൽ കൈപ്പടം വെച്ച് മെല്ലെ തലോടിക്കൊണ്ടിരുന്നു.

"ജീവാ നിന്റെ മനസ്സ് ഇവിടെയെങ്ങുമല്ല. എന്റെ ചൂടിനെ ഇല്ലാതാക്കാൻ നിന്റെ തലോടലിന് കഴിയില്ല. നീ പോയി വായിച്ചോ."

എമിലിയുടെ ദുഃഖം നന്നായി അറിയാം. എന്നാൽ അത് ഇല്ലാതാക്കാൻ എന്ത് ചെയ്യണമെന്നറിയില്ലായിരുന്നു. അതുകൊണ്ടാണ് വീണ്ടും അപ്പന്റെ കുറിപ്പുകളിലേക്ക് മടങ്ങിപ്പോയത്.

**ഓ**ലപ്പള്ളിയിലെ ശുശ്രൂഷാ ജോലികൾ കൃത്യമായി ചെയ്തിരുന്നത് ഇട്ടി ഐപ്പായിരുന്നു. ദേവാലയശുശ്രൂഷ കഴിഞ്ഞാൽ മാർഗ്ഗംകളിയിലേക്കും, പിന്നെ തന്റെ താളിയോലകളിലേക്കും മടങ്ങും. ദൂരെ സ്ഥലങ്ങളിൽ നിന്നുപോലും താളിയോലകൾ പരിശോധിക്കാൻ ആളുകൾ ഐപ്പിന്റെ അടുക്കൽ വരാറുണ്ടായിരുന്നു. മിക്കപ്പോഴും പള്ളിയിൽ തന്നെയാകും കിടക്കുന്നതും. പിറവിത്തിരുനാളിലും പീഡാനുഭവ ദിവസങ്ങളിലും ഉയിർപ്പ് തിരുനാളിലും പള്ളിയിൽത്തന്നെ ഉണ്ടാകും. പിറവിത്തിരുനാളിന്റെ പ്രധാന ശുശ്രൂഷകളിലൊന്നായ നടുമുറ്റത്തെ വേദവായനയ്ക്കായി തീക്കുണ്ഡം ജ്വലിപ്പിക്കുന്നതും, കുരുത്തോലകൾ കീറുകളാക്കി ആഴിയിൽ നിക്ഷേപിക്കുന്നതും ഐപ്പായിരിക്കും. ഓശാനത്തിരുനാളിന് വീടുകൾ തോറും കയറി കുരുത്തോലകൾ ശേഖരിക്കുന്നതും, കുരുത്തോലകൊണ്ട് കുരിശുണ്ടാക്കുന്നതും ഐപ്പിന്റെ ജോലിയാണ്.

ഓലപ്പള്ളിക്കു സമീപം മറ്റൊരു ചെറിയ ഓലപ്പുര കൂടി ഉണ്ടായിരുന്നു. ശുശ്രൂഷ അർപ്പിക്കാനെത്തുന്ന വൈദികന് വിശ്രമിക്കാൻ വേണ്ടിയുള്ളത്. വൈദികൻ ഇല്ലാത്ത ദിവസങ്ങളിൽ ആ പുരയിൽ ഐപ്പ് ഉണ്ടാവും. അർദ്ധരാത്രിയിൽ എപ്പൊഴോ ആവണം പള്ളിക്കുള്ളിൽ നിന്നും കേട്ട ശബ്ദം ഐപ്പിനെ ഉണർത്തുന്നത്. അല്പം ഭീതിയോടെയാണ് ഐപ്പ് ഓലപ്പുരയിൽനിന്നും പുറത്തേക്കിറങ്ങുന്നത്. പള്ളിയുടെ പ്രധാന വാതിലിനു സമീപമെത്തി ഓലമറ നീക്കി അകത്തേക്ക് നോക്കിയ ഐപ്പ് ആ കാഴ്ച കണ്ട് ഭയന്ന് വിറച്ചു. പിത്തളസർപ്പത്തിനു മുന്നിലെ തിരിമങ്ങിയ റാന്തൽ വെളിച്ചത്തിൽ ഒരാൾ, പിത്തളസർപ്പത്തെ എടുത്തുയർത്തുന്നു. നിലവിളിക്കണമെന്നു തോന്നിയെങ്കിലും ഭയത്താൽ ശബ്ദം പുറത്തു വന്നില്ല. പിത്തളസർപ്പത്തെയുംകൊണ്ട് പുറ

ത്തേക്കു നടന്നു നീങ്ങിയ ആളിന്റെ കാൽ തട്ടി റാന്തൽ താഴെ വീണു. ചാണകം മെഴുകിയ നിലത്ത് തീ പടരാൻ തുടങ്ങി. പടർന്ന തീയുടെ വെളിച്ചത്തിൽ ആൾരൂപത്തെ ഹൈപ്പ് വ്യക്തമായി കണ്ടു.

ആജാനുബാഹുവായ ആൾ, പരിചയമുള്ള ആൾ.

കുറേനേരമായി മൊബൈൽ ശബ്ദിക്കുന്നുണ്ട്. നോക്കിയപ്പോൾ അമ്മയാണ്. ത്രേസ്യച്ചേട്ടത്തി മരിച്ച വിവരം പറയാനാണ് അമ്മ വിളിച്ചത്.. ഏറെ നാളായി കിടപ്പിലായിരുന്ന ചേട്ടത്തി തൊണ്ണൂറാം വയസ്സിലാണ് മരിക്കുന്നത്. ഭർത്താവ് മരിച്ചു പോയ ത്രേസ്യച്ചേട്ടത്തിക്ക് ഒരു മകളാണ്. അവസാനസമയത്ത് മകളോടൊപ്പമായിരുന്നു ചേട്ടത്തി താമസിച്ചിരുന്നത്. നാല്പതാം വയസ്സ് മുതൽ എഴുപത്തഞ്ചാം വയസ്സ് വരെ മുപ്പത്തിയഞ്ചു വർഷം പള്ളിയിലെ കുശിനിക്കാരി ആയിരുന്നു. കുശിനിക്കാരി മാത്രമായിരുന്നില്ല. പള്ളി സ്വന്തം വീടായി കരുതിയ സ്ത്രീ. ഉപദേശങ്ങൾ നല്കിയും പ്രശ്നങ്ങൾ പരിഹരിക്കാൻ മുൻകയ്യെടുത്തും കാര്യക്കാരിയായി നിലകൊണ്ട സ്ത്രീ. വല്ലാത്തൊരു ആജ്ഞാശക്തി ഏടത്തിക്കുണ്ടായിരുന്നു. പള്ളിക്കമ്മിറ്റിയിലും പൊതുയോഗത്തിലും ആളുകൾ വഴക്കിന്റെ വക്കിലെത്തുമ്പോൾ, ഓടിയെത്തി രംഗം ശാന്തമാക്കുന്നത് ചേട്ടത്തിയാണ്. വികാരിയച്ചന്മാർ പോലും അല്പം ഭയത്തോടെയാണ് ചേട്ടത്തിക്കു മുന്നിൽ നിന്നിരുന്നത്. ഒരിക്കൽ ചേട്ടത്തിക്കൊപ്പം ഞങ്ങൾ മേട വൃത്തിയാക്കിക്കൊണ്ട് നിൽക്കുമ്പോഴാണ് ചേവാലി ടോണി മദ്യപിച്ച് ലക്കുകെട്ട് മേടയ്ക്കു മുന്നിൽ വന്ന് കിടന്നത്. എന്തൊക്കെ ചെയ്തിട്ടും എഴുന്നേറ്റു പോകുന്നില്ലെന്ന് വന്നപ്പോഴാണ് ചേട്ടത്തി അടുക്കളയിലേക്കു പോയി ഫ്രിഡ്ജ് തുറന്ന് ഒരു പാത്രം ഐസ് കട്ടയുമായി വരുന്നത്. മുഖത്തിടാനാണ് എന്നു ഞങ്ങൾ കരുതിയെങ്കിലും, ഞങ്ങളെ അമ്പരപ്പിച്ചുകൊണ്ട്, ചേവാലിയുടെ അടിവസ്ത്രം ഊരി ഐസ് കട്ട മുഴുവനും അതിനുള്ളിലേക്ക് ഒറ്റക്കമഴ്ത്ത്. വെടി കൊണ്ട പന്നിയെപ്പോലെ അലറിക്കൊണ്ട് ചേവാലി ടോണി ചാടിയെഴുന്നേറ്റു. എന്നിട്ട് ദിക്കറിയാതെ തലങ്ങും വിലങ്ങും ഓടി. ഓട്ടത്തിനിടയിൽ പുളിച്ച തെറി വിളിക്കുന്നുണ്ടായിരുന്നെങ്കിലും അധികം താമസിയാതെ മദ്യത്തിന്റെ കെട്ടിറങ്ങി.

വൈകുന്നേരങ്ങളിൽ ഞങ്ങൾ പള്ളിമൈതാനത്ത് തലപ്പന്തുകളിക്കാൻ എത്തുമ്പോൾ ചേട്ടത്തിയും കൂടും. ഞങ്ങളെക്കാളൊക്കെ നന്നായി തലപ്പന്തുകളിച്ചിരുന്നത് ചേട്ടത്തി ആയിരുന്നു. ചേട്ടത്തിയെ ഏറെ ആവേശത്തോടെ കണ്ടത് ക്രിസ്തുമസ് ദിവസങ്ങളിലായിരുന്നു. 'പൈതലാം യേശുവേ' എന്നു തുടങ്ങുന്ന ഗാനം ചേട്ടത്തി മൂളിക്കൊണ്ടു നടക്കും. പിറവിത്തിരുനാളിന്റെ സന്ദേശം അറിയിക്കാൻ കരോൾ സംഘം വീടുകൾ തോറും കയറിയിറങ്ങുമ്പോൾ, സംഘത്തിലെ മുഖ്യ സാന്നിധ്യം ത്രേസ്യ

ച്ചേട്ടത്തി ആയിരുന്നു. അവർക്ക് അറിയാത്ത പാട്ടുകളില്ല. ചേട്ടത്തിയുടെ വകയായി ഓരോ വർഷവും ഒന്നോ രണ്ടോ പുതിയ പാട്ടുകളും ഉണ്ടാകും. വിളക്കെടുത്ത് മുന്നേ നടക്കുന്നതിനും, പാട്ടുകാർ തളരുമ്പോൾ അവരെ ആവേശത്തിലാക്കുന്നതിനും ആവശ്യം വന്നാൽ ഡ്രം എടുത്ത് മേളം കൂട്ടുന്നതിനും ത്രേസ്യച്ചേട്ടത്തി മുന്നിലായിരുന്നു.

നാട്ടിലെ വിശേഷങ്ങൾ കുറേ പറഞ്ഞ് അമ്മ ഫോൺ വെച്ചു.

കത്തിത്തുടങ്ങിയ ഓലപ്പള്ളിയിൽനിന്നും, പ്രതിമയുമായി പുറത്തേക്കിറങ്ങിയ ആളെ ഇട്ടി ഐപ്പ് നന്നായി കണ്ടു. അത് മറ്റാരും ആയിരുന്നില്ല.

മാൽക്കേൽ അബ്രാം ആയിരുന്നു.

ഞെട്ടിത്തരിച്ച് ഒന്നും ചെയ്യാനാവാതെ നിന്ന ഐപ്പ് സമനില വീണ്ടെടുത്ത് കിണറ്റിൻ കരയിലേക്കു പാഞ്ഞു. പാളത്തൊട്ടിയിൽ നിന്ന് വെള്ളമെടുത്ത് തീ കെടുത്താൻ ശ്രമിച്ചെങ്കിലും തന്നെക്കൊണ്ട് ഒറ്റയ്ക്ക് അതിനു കഴിയില്ല എന്നു മനസ്സിലാക്കിയാണ്, ഓട്ടുമണി തുടരെ അടിച്ച് ആളെക്കൂട്ടാൻ ശ്രമിച്ചത്. പള്ളിമണി മുഴക്കിയതിനുശേഷം ഐപ്പ് നേരേ പോയത് മാഞ്ഞാലിൽ തരകന്റെ വീട്ടിലേക്കായിരുന്നു. തരകനും നാട്ടുകാരും ഓടിയെത്തിയപ്പോഴേക്കും ഓലപ്പള്ളി പൂർണ്ണമായി കത്തിയമർന്നിരുന്നു. ആളുകൾ എല്ലാം പിരിഞ്ഞു പോയതിനു ശേഷമാണ്, താൻ കണ്ട കാഴ്ച ഐപ്പ് തരകനോടു പറയുന്നത്. പിത്തളസർപ്പത്തെ കൊണ്ടുപോയത് മാൽക്കേൽ അബ്രാമാണെന്ന വിവരം ആരോടും പറയേണ്ടെന്ന് തരകൻ താക്കീതു നല്കിയതിനാൽ ഐപ്പ് പിന്നെയാരോടും ആ രഹസ്യം പറഞ്ഞില്ല.

മാർഗ്ഗംകളിയെക്കുറിച്ചു പഠിക്കാൻ തന്റെ തറവാട്ടിൽ വന്ന ആൾ, പൂർവ്വികരിൽനിന്നും കൈമാറിക്കിട്ടിയ പിത്തളസർപ്പത്തെ അപഹരിച്ചു കൊണ്ടുപോയെന്ന് നാട്ടുകാർ അറിഞ്ഞാൽ തനിക്കത് വലിയ കുറച്ചിലാകുമെന്ന് തരകൻ ഭയപ്പെട്ടിരുന്നു. ആരോടും പറയരുതെന്ന് ഐപ്പിനെ വിലക്കിയത് അതുകൊണ്ടാണ്. പിത്തളസർപ്പത്തിനു മുന്നിൽ വെച്ചിരുന്ന റാന്തൽവിളക്കിൽ നിന്ന് അബദ്ധത്തിൽ തീ പടർന്നുവെന്നും പിത്തളസർപ്പത്തിന്റെ പ്രതിമ ആ തീയിൽ ഉരുകിപ്പോയെന്നും ഐപ്പ് പറഞ്ഞു പരത്തി.

ഒരു വലിയ രഹസ്യം ആരോടും പറയാനാവാതെ വിമ്മിട്ടപ്പെട്ട്, ഒടുവിൽ ഐപ്പ് മരിച്ചു. മരിക്കുന്നതിനു മുൻപ്, ആ രഹസ്യം ഐപ്പ് തന്റെ താളിയോലയിലേക്ക് പകർത്തിയിരുന്നു.

മാൽക്കേൽ അബ്രാം പിത്തളസർപ്പത്തെ അപഹരിച്ചുകൊണ്ടുപോയത് എന്തിനായിരിക്കാം.

പതിവിലും നേരത്തെ ഓഫീസിലെത്തി. കുറേ ജോലികൾ പെൻ ഡിങ്ങുണ്ടായിരുന്നു. അത് തീർന്നപ്പോൾ ഉച്ചയായി. ലഞ്ചിനുശേഷം അരമണിക്കൂർ ടീം മീറ്റിംഗ്. മീറ്റിംഗ് കഴിഞ്ഞ് ക്യാബിനിലെത്തി ഫേസ് ബുക്ക് ഓണാക്കി. വാർത്തകൾ ഓരോന്നായി നോക്കി വന്നപ്പോഴാ ണ് അത് ശ്രദ്ധിച്ചത്. ബംഗളൂരിൽ ദുരൂഹസാഹചര്യത്തിൽ മരിച്ച ഒരു പെൺകുട്ടിയെക്കുറിച്ചുള്ള വാർത്ത. മരണത്തിൽ ഭർത്തൃപീഡനം ആരോപിച്ച് ബന്ധുക്കൾ. അവളുടെ ഫോട്ടോയ്ക്ക് താഴെ ഷാഹിന 36 വയസ്സ് എന്ന് എഴുതിയിരുന്നത് അപ്പോഴാണ് ശ്രദ്ധിച്ചത്. കാഴ്ച മങ്ങുന്ന തായി തോന്നി. ശരീരം മുഴുവൻ വിയർത്ത് വിറയ്ക്കുന്നതായും.

ഇത് എന്റെ ഷാഹിന തന്നെയാണോ? അല്ലെന്ന് ഉറപ്പിക്കാൻ പലവട്ടം ശ്രമിച്ചെങ്കിലും, ആ ഫോട്ടോയിൽ വീണ്ടും വീണ്ടും നോക്കിയ പ്പോൾ ഷാഹിന തന്നെയെന്ന് ബോദ്ധ്യപ്പെട്ടു. അവളിവിടെ ബംഗളൂരിൽ തന്നെ ഉണ്ടായിരുന്നോ? മനസ്സിന്റെ നീറ്റൽ ഒരു പൊട്ടിക്കരച്ചിലായി മാറി. മേശമേൽ തല വെച്ച് എത്ര നേരം അങ്ങനെ കിടന്നുവെന്ന് അറി യില്ല. അവൾ മരിച്ചതിന്റെ വിഷമം മാത്രമായിരുന്നില്ല. ബംഗളൂരിലുണ്ടാ യിട്ടും ഒന്നു കാണാൻ പറ്റാതെ പോയതിന്റെ ദുഃഖംകൂടി മനസ്സിലുണ്ടായി രുന്നു. പെട്ടെന്നാണ് ഷാഹിനയെക്കുറിച്ചുള്ള വാർത്ത പോസ്റ്റ് ചെയ്തത് ആരാണെന്നു നോക്കിയത്. ജാസ്മിയാണ്. ജാസ്മിയാണത് പോസ്റ്റ് ചെയ്തിരിക്കുന്നത്. കൂടുതൽ വിവരങ്ങൾ അറിയാൻ ജാസ്മിയെ വിളിച്ചു. ജാസ്മി ഫോൺ എടുക്കുന്നില്ല. ഈ മഹാനഗരത്തിന്റെ ഏതെങ്കിലും ഒരു കോണിൽ വെച്ച് പരസ്പരം കണ്ടിരുന്നോ? ഒന്നും അറിയില്ല. എഴുന്നേറ്റ് മുഖം കഴുകി. ഹാഫ് ഡേ ലീവെടുത്ത് ജാസ്മിയുടെ അടുത്തേക്കു പോയി. ഷാഹിനയെക്കുറിച്ച്, ജാസ്മി തനിക്കറിയാവുന്ന വിവരങ്ങൾ പങ്കുവെച്ചു.

ഷാഹിനയുടെ മരണം നടന്ന് രണ്ടു ദിവസത്തിനു ശേഷമാണ് ജാസ്മി ആ വാർത്ത പോസ്റ്റ് ചെയ്തത്. കുറച്ചു കാലമായി ഷാഹിനയും ഉമ്മയും താമസിച്ചു കൊണ്ടിരുന്നത് ജാസ്മിയുടെ വീടിനടുത്തായിരുന്നു. ഏറെ വർഷങ്ങൾ ഭർത്താവിനൊപ്പം ഗൾഫിലായിരുന്ന ഷാഹിന, അയാളുടെ കൊടിയ പീഡനങ്ങൾ കുറേ സഹിച്ചു. ഒടുവിൽ എല്ലാം ഉപേക്ഷിച്ച് ബംഗളൂരിലേക്ക് വരികയായിരുന്നു. കഴിഞ്ഞ രണ്ടു വർഷമായി ഉമ്മയ്ക്കൊപ്പം ഇവിടെ കഴിയുന്നു. ഷാഹിനയെ തിരക്കി ഭർത്താവ് വന്നതിന്റെ അടുത്ത ദിവസമാണ്, അമിതമായി ഉറക്കഗുളിക ഉള്ളിൽച്ചെന്ന് അവൾ മരിക്കുന്നത്. അയാൾക്കെതിരെ പൊലീസ് കേസെടുത്തിട്ടുണ്ട്. കൂടുതലൊന്നും ജാസ്മിക്കും അറിയില്ല.

അന്നു താൻ ജാസ്മിയെ കാണാൻ വന്നപ്പോൾ ഒരുപക്ഷേ, ഷാഹിന അവിടെ ഉണ്ടായിരുന്നിരിക്കും. അവളെ ഒന്നുകൂടി കാണാൻ പറ്റാത്തതിൽ മനസ്സ് കുറേ വിഷമിച്ചു.

"ചേച്ചിക്ക് ഷാഹിനച്ചേച്ചിയെ പരിചയമുണ്ടോ?" എന്ന ജാസ്മിയുടെ ചോദ്യത്തിന് ഉണ്ടെന്നോ, ഇല്ലെന്നോ മറുപടി പറഞ്ഞില്ല.

ജാസ്മിയോട്, "ആ വീട്ടിലൊന്ന് പോകണ"മെന്നു മാത്രം പറഞ്ഞു.

"ചേച്ചി, വാ ഇവിടെ തൊട്ടടുത്താ" എന്നു പറഞ്ഞുകൊണ്ട്, രണ്ടു വീടു മാത്രം അപ്പുറമുള്ള ഷാഹിനയുടെ വീട്ടിലേക്കു കൊണ്ടുപോയി. ഷാഹിനയുടെ ഉമ്മയും ചില ബന്ധുക്കളും അവിടെ ഉണ്ടായിരുന്നു. കരഞ്ഞു തളർന്നിരുന്ന ഉമ്മയ്ക്ക് എന്നെ മനസ്സിലായില്ല. ഷാഹിനയുടെ കൂട്ടുകാരി എന്നു മാത്രം പറഞ്ഞു. ഷാഹിനയെക്കുറിച്ച് ഉമ്മയോട് ഒന്നും ചോദിച്ചില്ല. ഉമ്മയുടെ അടുത്ത് കുറേനേരം ഇരുന്നു. പിന്നെ പുറത്തേക്കിറങ്ങി. മുറ്റത്തേക്കിറങ്ങിയപ്പോഴാണ് അത് കണ്ടത്. ചെടിച്ചട്ടിയിൽ പൂവിട്ടു നിൽക്കുന്ന രാജമല്ലി. അതുവരെ കരയാതെ പിടിച്ചു നിന്നെങ്കിലും ആ കാഴ്ച സഹിക്കാവുന്നതിനും അപ്പുറമായിരുന്നു. പൊട്ടിക്കരഞ്ഞുകൊണ്ടാണ് അവിടം വിട്ടത്.

പിന്നെ വീട്ടിലേക്കു പോന്നു. ഒന്നും ചെയ്യാൻ തോന്നിയില്ല. തലയണയിൽ മുഖം അമർത്തി കുറേനേരം കരഞ്ഞു. ഷാഹിനയുടെ മുഖം വീണ്ടും വീണ്ടും പൊള്ളിച്ചുകൊണ്ടിരുന്നു. നീലശലഭങ്ങളുടെ പിന്നാലെ ഒപ്പം നടന്നവൾ.

വേദി നമ്പർ ഒന്നിൽ കഥാപ്രസംഗമത്സരം തുടരുന്നു. അടുത്ത കോഡ് നമ്പർ 105. അല്പം വിറയലോടെയാണ് വേദിയിലേക്ക് കയറിയത്. വേദിയുടെ തൊട്ടു മുൻപിൽ തന്നെ ഷാഹിന ഉണ്ട്. "ഒന്നും പേടിക്കേണ്ടാ. ധൈര്യമായിട്ടു പറഞ്ഞോ. ഞാനിവിടെയുണ്ട്" എന്ന് കൈകൊണ്ട് ആംഗ്യം കാണിച്ച് ധൈര്യപ്പെടുത്തി മുൻനിരയിൽ അവളുണ്ട്.

"ഈന്തപ്പനയുടെ തണലിലിരുന്ന, പ്രവാചകയായ ദെബോറയുടെ

അടുത്തേക്കാണ് ഇസ്രയേല്യർ വിധി തീർപ്പിനായി ഓടി എത്തിയത്. നഫ്താലിയുടെയും സെബുലൂണിന്റെയും ഗോത്രങ്ങളിൽ നിന്ന് പതിനായിരം പേരെ തെരഞ്ഞെടുത്ത്, കാനാൻ രാജാവായ യാബീനെതിരെ യുദ്ധം നയിച്ച ധീരയായിരുന്ന ദെബോറ. ചെങ്കഴുതപ്പുറത്ത് സവാരി ചെയ്യുന്നവരേ, ആനന്ദിപ്പിൻ. പടിവാതിൽക്കലെത്തിയ ശത്രുക്കളുടെ മേൽ നമ്മൾ വിജയം നേടിയിരിക്കുന്നു. ഹേബേറിന്റെ ഭാര്യ ജായേൽ കൂടാരത്തിന്റെ മരയാണി പിഴുതെടുത്തു. ചുറ്റികകൊണ്ട് അവൾ സിസേറയുടെ തല തകർത്തു. കാൽച്ചുവട്ടിൽ അവൻ മരിച്ചുവീണു."

ചെവി പൊട്ടുമാറ് ഉച്ചത്തിലാണ് ഷാഹിനയുടെ കൈയടി. ഞെട്ടിയുണർന്നു നോക്കുമ്പോൾ മുറിയിലാകെ ഇരുട്ടാണ്. ജീവൻ വന്നിട്ടില്ല. എത്ര നേരം ഉറങ്ങിപ്പോയെന്ന് നിശ്ചയമില്ല. മനസ്സിനെ ആശ്വസിപ്പിക്കാൻ ശ്രമിക്കുന്തോറും കൂടുതൽ കൂടുതൽ ദുഃഖിതയാകുന്നു. ഉള്ളിലാകെ നീലശലഭങ്ങളുടെ ചിറകടിയാണ്. മറക്കാൻ ശ്രമിക്കുന്തോറും അവ കൂടുതൽ ശക്തിയോടെ ചിറകടിച്ച് പറന്നുയരുന്നു. നോക്കുന്നിടത്തെല്ലാം നീലശലഭങ്ങൾ.

ശലഭങ്ങളിൽ നിന്ന് രക്ഷനേടാൻ വാതിൽ തുറന്ന് പുറത്തേക്കോടി. സിൽവിയച്ചേച്ചി മതിലിനപ്പുറം ചെടികളെ നനയ്ക്കുന്നുണ്ട്. അതു കണ്ടപ്പോൾ എന്തെന്നില്ലാത്ത ഒരാശ്വാസം. ശലഭങ്ങൾ എപ്പൊഴോ അപ്രത്യക്ഷരായിരുന്നു. നീലച്ചിറകുകൾ എവിടെയെങ്കിലും പാറി വീണിട്ടുണ്ടാകുമോ? ഒന്നും കണ്ടില്ല. അതോ എല്ലാം ഒരു തോന്നൽ മാത്രമോ?

**ജോ**ലി രാജിവെച്ച് നാട്ടിലേക്ക് പോകുന്നതിൽ മിഥുന് അല്പം പോലും പ്രയാസം ഉണ്ടെന്ന് തോന്നിയില്ല. പത്ത് വർഷം ബംഗളൂരിന്റെ ഭാഗമായി ജീവിച്ചു. സാമ്പത്തികമായി നേട്ടമുണ്ടായെങ്കിലും ഈ പത്ത് വർഷത്തിനിടയിൽ അവന്റെ ഉള്ളിൽ സന്തോഷം ഉണ്ടെന്ന് തോന്നിയത് നാട്ടിലേക്ക് പോകുന്ന അവസരങ്ങളിൽ മാത്രമാണ്. മിക്കവാറും എല്ലാ മാസത്തിലും എന്തെങ്കിലും കാരണം പറഞ്ഞ് വീട്ടിലേക്കോട്ടുന്നവൻ, ഐ ടി നഗരത്തെ പൂർണ്ണമായി ഉപേക്ഷിക്കുകയാണ്. വീടും നാടും അപ്പനും അമ്മയും മിഥുനെ എന്നും പിന്നോട്ടു വലിച്ചുകൊണ്ടിരുന്ന സത്യങ്ങളായിരുന്നു. ചീപ്പ് നൊസ്റ്റാൾജിയ എന്നു പറഞ്ഞ് ഞങ്ങൾ പല തവണ പരിഹസിച്ചിട്ടുണ്ടെങ്കിലും അവനെ സംബന്ധിച്ചിടത്തോളം അത് അങ്ങനെ അല്ലായിരുന്നു. ജന്മനാട്ടിൽ നിന്ന് വേരോടെ പിഴുതെറിയപ്പെട്ടവരുടെ അഗാധ ദുഃഖത്തോളം ആഴവും വ്യാപ്തിയും അവന്റെ സങ്കടങ്ങൾക്കുണ്ടായിരുന്നു. വാർദ്ധക്യത്തിൽ തനിച്ചായ അപ്പനെയും അമ്മയെയുംകുറിച്ച് അവൻ ഏറെ ദുഃഖിച്ചു.

നാട്ടിലേക്കു കൊണ്ടുപോകാൻ, അവന്റേതെന്നു പറയാവുന്ന കുറച്ചു സാധനങ്ങൾ മാത്രമാണുണ്ടായിരുന്നത്. നാട്ടിൽ ചെന്നിട്ട് ചെയ്യേണ്ടതായ കാര്യങ്ങളെക്കുറിച്ച് വ്യക്തമായ ധാരണയിലാണ് മിഥുൻ ജോലി രാജിവെച്ചത്. വീടിനോടു ചേർന്നുള്ള സ്ഥലത്ത് കരനെല്ല് കൃഷി ചെയ്യണം. പപ്പായയും ജാതിയും നട്ടുവളർത്തണം. കുറേ കിളികളെ വളർത്തണം എന്നിങ്ങനെ വിവിധങ്ങളായ പദ്ധതികൾ. ഒരു ഐ ടി പ്രൊഫഷണൽ ഉയർന്ന ശമ്പളത്തിലെ ജോലി ഉപേക്ഷിച്ച് നാട്ടിലേക്ക് പോകുന്നത് ഇതിനൊക്കെയാണെന്നു പറഞ്ഞാൽ ആളുകൾ ചിരിക്കുകയേ ഉള്ളൂ... എന്നെല്ലാം ജീവൻ പറഞ്ഞെങ്കിലും, മിഥുന്റെ തീരുമാനങ്ങൾക്ക്

യാതൊരു മാറ്റവും ഉണ്ടായില്ല. മിഥുൻ പറയുന്നതിൽ കാര്യം ഉണ്ടെന്ന് ക്രമേണ മനസ്സിലായി. നാട്ടുകാർ അവനെ പോഴനെന്നു വിളിക്കും. ചിരിച്ചുകൊണ്ട് അവനതു സ്വീകരിക്കും.

മിഥുൻ പോകുന്നതിൽ വലിയ സങ്കടമുള്ളത് ജീവനാണ്. ബംഗളൂരിൽ, ജീവന് മനസ്സുകൊണ്ട് അടുപ്പമുള്ള ഒരാൾ മിഥുനായിരുന്നു. അതുകൊണ്ടു തന്നെ മിഥുന്റെ മടക്കം ജീവനിൽ ഒരു ശൂന്യത അവശേഷിപ്പിക്കുമെന്നതിൽ സംശയമില്ല. ഞങ്ങളോട് യാത്ര പറഞ്ഞ് മിഥുനിറങ്ങി.

ജോലിയുടെ കാര്യത്തിൽ അല്പം അലസത ഉണ്ടെങ്കിലും മിഥുൻ ഒരു നല്ല മനുഷ്യനാണ്. ആരോടും പരിഭവമില്ലാത്ത ഒരാൾ. ഉള്ളിൽ കുറേയേറെ നന്മകൾ സൂക്ഷിക്കുന്നതുകൊണ്ടാവണം, ചിലപ്പോഴെങ്കിലും ചില ഞെട്ടിപ്പിക്കുന്ന തീരുമാനങ്ങളിലേക്ക് അവൻ എത്തുന്നത്. ഇത്തരം ആളുകളുമായുള്ള സൗഹൃദം, നഷ്ടങ്ങളുടെ കണക്കെടുപ്പിൽ നിന്നും നമ്മെ പിന്നോട്ടു വലിക്കും.

**ഓ**ഫീസിൽ നിന്ന് രാവിലെ ആറു മണിക്കാണ് മൈസൂരിലേക്ക് യാത്ര പുറപ്പെട്ടത്. പോകുന്നില്ലെന്ന് ആദ്യം വിചാരിച്ചതാണ്. ഷാഹിനയുടെ വേർപാട് അത്രമേൽ വലിയ ഒരാഘാതമായിരുന്നു. തീവ്രമായ ആദുഃഖത്തിൽനിന്നും കടുത്ത ഒറ്റപ്പെടലിൽനിന്നും രക്ഷപ്പെടാൻ ഒരു യാത്ര അത്യാവശ്യമായിരുന്നു എന്നതുകൊണ്ടാണ് പോയത്. ഷാഹിനയുടെ മരണത്തെക്കുറിച്ച് ജീവനോട് പറഞ്ഞെങ്കിലും പ്രതീക്ഷിച്ച ആശ്വാസം കിട്ടിയില്ല. ഒരു സുഹൃത്ത് മരിച്ചു എന്നതിനപ്പുറമുള്ള പ്രാധാന്യമൊന്നും ജീവനതിന് നല്കിയില്ല. അല്ലെങ്കിൽത്തന്നെ ഞങ്ങൾ തമ്മിലുള്ള തീവ്ര ബന്ധത്തെക്കുറിച്ച് ജീവനറിയില്ലല്ലോ?

അൻപതു പേരായിരുന്നു സംഘത്തിൽ ഉണ്ടായിരുന്നത്. മൈസൂരിലെ കാഴ്ചകൾ നേരത്തെ കണ്ടിട്ടുണ്ട്. ജീവനുമൊപ്പം മുൻപ് അവിടെ പോയിരുന്നു. രാവിലെ 5.50 നു തന്നെ ഓഫീസിലെത്തി. അശ്വതിയും സോഫിയും ഒഴിച്ചുള്ള എല്ലാവരും കൃത്യസമയത്തു തന്നെ എത്തിയിരുന്നു. അധികം വൈകാതെ അവരും എത്തി.

ബംഗളൂരിൽനിന്നും ശ്രീരംഗപട്ടണം വഴി മൈസൂരിലേക്ക്. മൈസൂരിലെത്തിയപ്പോൾ സമയം ഒൻപതു കഴിഞ്ഞിരുന്നു. രാവിലെ ആണെങ്കിലും ചൂട് വളരെ കൂടുതലാണ്. സൂവിൽ പതിനൊന്നു മണിക്കേ കയറാനാവു എന്നതിനാൽ നേരേ പോയത് ടിപ്പു സുൽത്താന്റെ കൊട്ടാരത്തിലേക്കാണ്.

കൊട്ടും ചൂടിലും ഉള്ളിൽ തണുപ്പു നിറയുന്ന നിർമ്മിതി. കരിങ്കല്ലിൽ തീർത്ത കൂറ്റൻ എടുപ്പുകളും ഒറ്റക്കൽ മണ്ഡപങ്ങളും, രാജസദസ്സ് ചേരാനുള്ള വിശാലമായ ഹാളുകളും കൊത്തുപണികളും ചുവർ ചിത്രങ്ങളും ടിപ്പുവിന്റെ പടയോട്ടത്തെ ഓർമ്മയിലേക്കു കൊണ്ടുവന്നു. ഒപ്പമുണ്ടായി

രുന്ന മൈഥിലിയോട് 1772 ലെ വിളംബരത്തെക്കുറിച്ച് സൂചിപ്പിച്ചു. നാട്ടുവാഴിത്തത്തിന്റെ സ്ത്രീവിരുദ്ധതയെയും അപ്രമാദിത്വത്തെയും വിളംബരം കൊണ്ടു ചോദ്യം ചെയ്ത ടിപ്പുവിനെക്കുറിച്ച് മൈഥിലിയോട് പറഞ്ഞെങ്കിലും അവൾ വലിയ താല്പര്യം കാണിച്ചില്ല. എത്രയും പെട്ടെന്ന് കൊട്ടാരത്തിൽ നിന്ന് പുറത്തു കടക്കാനുള്ളൊരു ഭാവമായിരുന്നു മൈഥിലിക്ക്. സോഫിയും അശ്വതിയും പാലസ് കാഴ്ചകൾ നന്നായി ആസ്വദിക്കുന്നുണ്ട്. 'കൈ കൊണ്ട് തൊടരുത്' എന്ന് ഇംഗ്ലീഷിലും കന്നഡയിലും എഴുതി വെച്ചിട്ടുണ്ടെങ്കിലും സ്പർശിക്കാനനുവാദമില്ലാത്ത കിരീടങ്ങളിലും സിംഹാസനങ്ങളിലും ബോധപൂർവ്വം സ്പർശിച്ചാണ് ഇരുവരുടെയും നടപ്പ്. പരസ്പരം തോളിൽ കയ്യിട്ട്, തമാശകൾ പറഞ്ഞും പൊട്ടിച്ചിരിച്ചും ഉച്ചത്തിൽ സംസാരിച്ചുമുള്ള അവരുടെ പോക്ക് ആരിലും അസൂയ ഉണ്ടാക്കുന്നതാണ്. ഒന്നര മണിക്കൂറിനുശേഷം പാലസിൽ നിന്ന് ഞങ്ങൾ പുറത്തിറങ്ങി. പിന്നെ സൂവിലേക്ക് പോയി.

അശ്വതിയും സോഫിയും വലിയ സന്തോഷത്തിലാണ്. നടപ്പാതയുടെ ഇരുവശങ്ങളിലുമുള്ള വലിയ കൂടുകളിലെ കാഴ്ചകളൊന്നും അവർ കാണുന്നുണ്ടായിരുന്നില്ല. കൂടുകളിലെ പക്ഷികൾ ചിലച്ച് ബഹളമുണ്ടാക്കുന്നുണ്ട്. കൂടിന്റെ അഴികൾ കടന്ന് പുറത്തു വരാനുള്ള ഒരു വിഫലശ്രമം. ഒരു മയിൽ മാത്രം കൂടിന്റെ തടസ്സങ്ങളില്ലാതെ പൊതു ഇടങ്ങളിൽ സ്വതന്ത്രമായി ചുറ്റിയടിക്കുന്നുണ്ട്. ആളുകൾ ആ മയിലിനെ ഫ്രയിമിൽ കിട്ടത്തക്കവിധത്തിൽ സെൽഫിയെടുക്കാനുള്ള തിരക്കിലാണ്. ബഹളം കൂടുതലായപ്പോൾ വലിയ ഇലകൾക്കിടയിലേക്ക് അത് മറഞ്ഞു കഴിഞ്ഞിരുന്നു.

ചേച്ചിയുടെ മുഖത്ത് ഒരു സന്തോഷം ഇല്ലല്ലോ. എന്തു പറ്റി എന്ന് അശ്വതി ചോദിച്ചു.

ഉള്ളിലെ ചില വിഷാദങ്ങൾ മുഖത്തേക്കും വ്യാപിച്ചിട്ടുണ്ടെന്ന് അപ്പോൾ മാത്രമാണ് മനസ്സിലാക്കിയത്.

ഒന്നുമില്ലെന്ന് പറഞ്ഞൊഴിഞ്ഞെങ്കിലും എന്തൊക്കെയോ വിഷമങ്ങൾ അലട്ടുന്നുണ്ടെന്ന് തീർച്ചയാണ്. എന്തൊക്കെയോ ചില നിരാശകളുടെ പുറത്താണ് തന്റെ ജീവിതം. അതെന്താണെന്ന് ആർക്കും മനസ്സിലാക്കിക്കൊടുക്കാനുമാവില്ല. പ്രത്യേകിച്ചും ജീവനെ. ഷാഹിനയെക്കുറിച്ച് അശ്വതിയോടു സംസാരിക്കണമെന്ന് തോന്നി. അശ്വതിക്ക് എന്റെ അവസ്ഥ മനസ്സിലാക്കാനാകും എന്നൊരു തോന്നൽ.

പരസ്പരം കരങ്ങൾ പിടിച്ച് അശ്വതിയും സോഫിയും നടക്കുന്നതു കാണുമ്പോൾ അസൂയ തോന്നുന്നുണ്ട്. എന്റെ കരം ഗ്രഹിക്കാൻ ഇത്രയും അടുത്തൊരു സുഹൃത്തുണ്ടോ? സംശയമാണ്. ഔപചാരികത നിറഞ്ഞ ബന്ധങ്ങൾ എനിക്കിഷ്ടമല്ല. ഓടിച്ചെന്ന് അവരോടൊപ്പം കൂടാൻ ആഗ്ര

ഹിച്ചെങ്കിലും സ്വയം നിയന്ത്രിച്ചു. മറ്റൊരാളുടെ സാന്നിദ്ധ്യം അവർ ഇഷ്ടപ്പെടുന്നുണ്ടാവില്ല, തീർച്ച. അവർ തമ്മിൽ എന്തെല്ലാം കാര്യങ്ങൾ സംസാരിക്കുന്നുണ്ടാവും. എന്നെക്കുറിച്ചു പറയുന്നുണ്ടാകുമോ? ഒരിക്കലുമില്ല. മൂന്നാമതൊരാൾ അവരുടെ ഇടയിലേക്ക് വരില്ല. എഴുതപ്പെടാത്ത ചില ഉടമ്പടികളിൽ ജീവിതത്തെ മുന്നോട്ടു കൊണ്ടു പോകുന്നവരല്ല അവർ. എന്തു സംസാരിക്കണമെന്നും എപ്പോൾ സംസാരിക്കണമെന്നും എവിടെ പോകണമെന്നും എന്തു ധരിക്കണമെന്നും സ്വയം തീരുമാനിക്കാൻ കഴിയുന്നവർ. അങ്ങനെയുള്ളൊരു ജീവിതമാണ് താനിപ്പോൾ സ്വപ്നം കാണുന്നത്.

സൂവിൽ നിന്ന് പോയത് സെന്റ് ഫിലോമിന ചർച്ചിലേക്കായിരുന്നു. ധാരാളം ആളുകൾ എത്തുന്ന ഇടമാണ് ഫിലോമിന ദേവാലയം. ദേവാലയത്തിന്റെ ഉള്ളിൽനിന്നും താഴേക്ക് ഇറങ്ങിയാൽ നിലവറ പോലെയുള്ള സ്ഥലത്തെത്തും. പടികളിറങ്ങി താഴേക്ക് ചെന്നപ്പോൾ അത്ഭുതപ്പെട്ടു പോയി. നൂറ്റാണ്ടുകൾക്കു മുൻപ് മൺമറഞ്ഞ നൂറു കണക്കിന് മിഷനറിമാരുടെ ശവകുടീരങ്ങൾ. യൂറോപ്പിൽ നിന്ന് കടൽ താണ്ടി മൈസൂരു ദേശത്തു വന്ന് മിഷനറി പ്രവർത്തനം നടത്തിയവരുടെ ആത്മാക്കളെ തൊട്ടുണർത്തി മുന്നോട്ടു നടന്നു. ഫിലോമിനയെക്കുറിച്ചു കൂടുതൽ അറിയണമെന്ന് തോന്നി. അതിനായി ഗൂഗിൾ സേർച്ച് ചെയ്തു.

ഏ ഡി മൂന്നാം നൂറ്റാണ്ടിൽ ഗ്രീസിൽ ജനിച്ച ഫിലോമിന എന്ന കുട്ടിയാണ്, പിന്നീട് വിശുദ്ധ ഫിലോമിന ആകുന്നത്. ഡയക്ലീഷ്യൻ ചക്രവർത്തി റോമാനഗരം വാണിരുന്ന കാലത്ത്, ഗ്രീസിലെ ഒരു സംസ്ഥാനത്തെ രാജാവിന്റെ മകളായിരുന്നു ഫിലോമിന. ഗ്രീക്ക് ദൈവത്തിൽ വിശ്വസിച്ചിരുന്ന കുടുംബമായിരുന്നു അവളുടേത്. ഒരു പുരോഹിതനിൽ നിന്ന് ക്രിസ്തുവിനെക്കുറിച്ച് കേട്ട അവൾ ക്രിസ്തീയ വിശ്വാസിയായി. വിവാഹത്തിൽ താല്പര്യം കാണിക്കാതിരുന്ന ഫിലോമിന ക്രിസ്തുവിന്റെ മണവാട്ടിയാകാൻ തീരുമാനിച്ചു. ഇതിനെ എതിർത്ത മാതാപിതാക്കൾ അവളെ ഡയക്ലീഷ്യൻ ചക്രവർത്തിയുടെ മുന്നിലെത്തിച്ചു. ഫിലോമിനയെ വിവാഹം കഴിക്കാൻ ചക്രവർത്തി ആഗ്രഹിച്ചെങ്കിലും അവൾ വഴങ്ങിയില്ല. നിരന്തര മർദ്ദനങ്ങൾക്കൊടുവിൽ ചക്രവർത്തി അവളെ കൊന്നുകളഞ്ഞു. ഫിലോമിനയോടുള്ള ആദരവ് പ്രകടിപ്പിക്കാൻ 1933 ലാണ് ദേവാലയ നിർമ്മാണം ആരംഭിക്കുന്നത്.

രാജശാസനത്തിനു വഴങ്ങാതെ ഒറ്റയ്ക്കു ജീവിക്കാൻ തീരുമാനിച്ച ഫിലോമിനയുടെ ചിത്രത്തിനു മുന്നിൽ കുറേനേരം നിന്നു. പിന്നെ പതിയെ അവിടെ നിന്നിറങ്ങി.

മൈസൂരിൽനിന്നും ബംഗളൂരിലേക്കുള്ള യാത്രയിലുടനീളം ഞാനൊഴിച്ച് എല്ലാവരും ആഘോഷത്തിന്റെ മൂഡിലായിരുന്നു. ബസിന്റെ ജനൽ

ചില്ല് അല്പം നീക്കി. തണുത്ത കാറ്റ് ഉള്ളിലേക്ക് വീശിയടിച്ചു. മനസ്സ് മുഴുവൻ ഫിലോമിനയായിരുന്നു. കൊല്ലപ്പെടുമെന്ന് ഉറപ്പുണ്ടായിട്ടും രാജ കല്പനയെ തള്ളിക്കളഞ്ഞ ധീരയായ ആ പെൺകുട്ടി.

**മൈ**സൂരിൽ പോയി വന്നതിന്റെ തൊട്ടടുത്ത ദിവസം വൈകുന്നേരം, ഓഫീസിൽ നിന്നിറങ്ങുന്നതിനു മുൻപാണ് ധർമ്മലിംഗം വന്നു പറയുന്നത്;

"മാമിനെ കാണാൻ ഒരു സ്ത്രീ വന്നു നിൽക്കുന്നു" എന്ന്. സിൽവിയച്ചേച്ചി ആകുമെന്ന് കരുതിയാണ് ചെന്നത്. വിസിറ്റിംഗ് റൂമിൽ ചെന്നപ്പോൾ ചേച്ചി അല്ലെന്ന് മനസ്സിലായി. അറുപതു വയസ്സ് പ്രായം തോന്നിക്കുന്ന ഒരു സ്ത്രീയും ഏകദേശം മുപ്പതു വയസ്സ് പ്രായം ഉള്ള ഒരു ചെറുപ്പക്കാരനും. ഇതിനു മുൻപ് അവരെ കണ്ടിട്ടില്ല. ഞാൻ ചെന്നപ്പോൾ രണ്ടു പേരും എഴുന്നേറ്റു.

"എമിലി മാം അല്ലേ", എന്നു ചോദിച്ചുകൊണ്ട് ചെറുപ്പക്കാരൻ മുന്നോട്ടുവന്നു.

"മാം, ഇവിടെ ജോലി ചെയ്യുന്ന സോഫിയുടെ സഹോദരനാണ് ഞാൻ. ഇത് അമ്മ."

"ഓ അതു ശരി. വിശേഷിച്ച് എന്തുണ്ട്. സോഫിയെ കണ്ടിരുന്നോ?"

"അത്... മാം, മാമിനോട് പ്രധാനപ്പെട്ട ഒരു കാര്യം പറയാനാ ഞങ്ങൾ വന്നത്. ബംഗളൂരിൽ വന്നത് ഇന്നലെയാണ്. സോഫിയെ കാണാനായി, ഞങ്ങൾ കുറേ ശ്രമിച്ചു. പറ്റിയില്ല. ഫോണിൽ വിളിച്ചിട്ട് എടുക്കുന്നുമില്ല."

"അതെന്തു പറ്റി. നിങ്ങൾ തമ്മിൽ എന്തെങ്കിലും പ്രശ്നങ്ങളുണ്ടായോ? സോഫിയെ ഇന്ന് ഓഫീസിലും കണ്ടില്ലല്ലോ?"

"മാം, പ്രശ്നങ്ങളൊന്നും ഇല്ല. സോഫിയയ്ക്ക് ഞങ്ങൾ ചില വിവാഹാലോചനകൾ കൊണ്ടു വന്നിരുന്നു. പക്ഷേ, വിവാഹത്തെക്കുറിച്ചു പറയുമ്പോഴെല്ലാം അവൾക്ക് വലിയ എതിർപ്പാണ്. കല്യാണമേ വേണ്ട

എന്നു പറഞ്ഞ് ഒറ്റ നില്പാണ്. ഞങ്ങൾ കുറേ പറഞ്ഞു നോക്കി. ദേഷ്യപ്പെട്ടു. അടുപ്പമുള്ള ആരെങ്കിലും ഉണ്ടെങ്കിൽ നടത്തിത്തരാം എന്നെല്ലാം പറഞ്ഞു. ഒടുവിലാണ് അവളതു പറയുന്നത്. അവൾക്ക് അശ്വതി എന്നൊരു കൂട്ടുകാരിയുണ്ട്. അവളെ മാത്രമേ വിവാഹം കഴിക്കൂ എന്ന്.

എങ്ങനെയാണ് മാം, ഒരു പെണ്ണ് മറ്റൊരു പെണ്ണിനെ വിവാഹം കഴിക്കുന്നത്. മറ്റുള്ളവർ ഇതറിഞ്ഞാൽ എന്തൊരു മാനക്കേടാണ്. ഞങ്ങൾക്ക് പിന്നെ നാട്ടിൽ തലയുയർത്തി നടക്കാൻ പറ്റുമോ? മാം എങ്ങനെയെങ്കിലും അവളെ പറഞ്ഞൊന്നു മനസ്സിലാക്കണം. അമ്മയാണെങ്കിൽ ഇതറിഞ്ഞ സമയം മുതൽ വലിയ ദുഃഖത്തിലാ.

പ്രായമായിട്ടും അവളെ വിവാഹം കഴിപ്പിച്ച് അയയ്ക്കാത്തതിൽ ബന്ധുക്കളും വലിയ നീരസത്തിലാ. ആകെക്കൂടി ഞങ്ങൾ വല്ലാത്ത ഒരു ബുദ്ധിമുട്ടിലാണ്."

അയാൾ പറഞ്ഞവസാനിപ്പിച്ചു.

"സോഫിക്ക് അങ്ങനെയൊരു ഇഷ്ടമുണ്ടെങ്കിൽ അവർ ഒന്നിച്ചു ജീവിക്കട്ടെ. അവളുടെ ആഗ്രഹത്തിനെതിരായി നിങ്ങൾ അവളെ വിവാഹം കഴിപ്പിച്ചാൽ അവൾക്ക് ജീവിതത്തിൽ എന്തു സന്തോഷമാകും ലഭിക്കുക? പിന്നെ ഒരു സ്ത്രീക്ക് പുരുഷനൊപ്പം മാത്രമേ ജീവിക്കാനാകൂ എന്നൊന്നും ഇല്ലല്ലോ?"

"മോളേ, നമ്മുടെ സമൂഹം അത്രയ്ക്കൊന്നും മാറിയിട്ടില്ല. വിവാഹത്തെ സംബന്ധിച്ചൊക്കെ നമുക്കു ചില സങ്കല്പങ്ങളുണ്ട്. അതൊന്നും അത്ര പെട്ടെന്ന് മാറ്റാവുന്നതല്ല. നാട്ടിലുള്ളവരൊക്കെ ഇതറിഞ്ഞാൽ പിന്നെ ജീവിച്ചിരുന്നിട്ടു കാര്യമില്ല."

ഇതു പറയുമ്പോൾ സോഫിയുടെ അമ്മയുടെ കണ്ണുകൾ നിറഞ്ഞൊഴുകുന്നുണ്ടായിരുന്നു.

"അമ്മേ, അമ്മ സങ്കടപ്പെടണ്ടാ. സമൂഹത്തെ ഭയന്ന് അവളുടെ സന്തോഷത്തെ ബലി കഴിക്കേണ്ടതില്ല. പിന്നെ, ഇന്ന് ഇതൊക്കെ സാധാരണമല്ലേ? എന്തോ വലിയൊരു സംഭവമായി ഇതിനെയൊന്നും കാണേണ്ടതില്ല."

സോഫിയുടെ സഹോദരന് എന്റെ വാദങ്ങളൊന്നും ഇഷ്ടപ്പെട്ടില്ല.

"ഓ അതുശരി., അപ്പൊ നിങ്ങളുടെയെല്ലാം അനുവാദത്തോടെയായിരുന്നു ഈ വൃത്തികേടുകളെല്ലാം നടന്നിരുന്നത് അല്ലേ? എല്ലാത്തിനേം കാണിച്ചു തരാം." എന്ന ഭീഷണിയോടെയാണ് അയാൾ വേഗത്തിൽ പുറത്തേക്കു പോയത്.

"മോളേ, സങ്കടംകൊണ്ടാ അവൻ അങ്ങനെയൊക്കെ പറഞ്ഞത്. മോളത് കാര്യമാക്കണ്ടാ. മോൾക്കു പറ്റുമെങ്കിൽ സോഫിയെ ഒന്ന് ഉപദേശിക്കണം. ഞങ്ങളെ കാണാൻ അവൾ കൂട്ടാക്കുന്നില്ല."

സോഫിയോടു സംസാരിക്കാമെന്ന് പറഞ്ഞ് ആ അമ്മയെ ആശ്വസിപ്പിച്ച് പുറത്തേക്കയച്ചു.

വൈകുന്നേരം വീട്ടിലെത്തിയപ്പോൾ ജീവനോട് ഇക്കാര്യങ്ങൾ സൂചിപ്പിച്ചു.

"ജീവാ, ഇന്ന് സോഫിയുടെ അമ്മയും സഹോദരനും കൂടി എന്നെ കാണാൻ ഓഫീസിൽ വന്നിരുന്നു. അവർ സോഫിക്ക് വിവാഹം ആലോചിക്കുകയാണ്. പക്ഷേ, അവളാകട്ടെ, അശ്വതിക്കൊപ്പമേ ജീവിക്കൂ എന്ന വാശിയിലും, അവർക്കത് വലിയ അപമാനമായിട്ടാ തോന്നുന്നത്."

"എമിലീ, പിന്നെയത് അപമാനമല്ലേ. നമ്മുടെ നാട് അമേരിക്കയൊന്നുമല്ലല്ലോ? രണ്ട് സ്ത്രീകൾ ഒന്നിച്ചു ജീവിക്കുന്നു എന്നൊക്കെ പറഞ്ഞാൽ ഉൾക്കൊള്ളാൻ കുറച്ചു ബുദ്ധിമുട്ടുണ്ട്. ഇത്തരക്കാരുടെ കാര്യങ്ങൾ ദയവു ചെയ്ത് എന്നോട് സംസാരിക്കരുത്."

"ജീവാ അതിലെന്താ ഇത്ര തെറ്റ്?"

"എമിലീ, ഇത്തരം ബന്ധങ്ങളെയൊക്കെ വളരെ പുച്ഛത്തോടെയാ സമൂഹം നോക്കിക്കാണുന്നത്."

ജീവനോട് ഇക്കാര്യം പറയേണ്ടിയിരുന്നില്ലെന്ന് തോന്നിയതിനാൽ പിന്നെയൊന്നും സംസാരിച്ചില്ല.

**ഔ**ട്ടിംഗിനുശേഷമുള്ള രണ്ടുദിവസങ്ങളിലും അശ്വതിയും സോഫിയും ഓഫീസിൽ വന്നില്ല. ലീവ് ലെറ്ററും കൊടുത്തിരുന്നില്ല. ഫോണിൽ വിളിച്ചു നോക്കിയെങ്കിലും രണ്ടുപേരും ഫോൺ എടുക്കുന്നുണ്ടായിരുന്നില്ല. മനസ്സിൽ വല്ലാത്ത ഒരാശങ്ക തോന്നിയതുകൊണ്ട് വൈകുന്നേരം, അവർ താമസിക്കുന്നയിടത്തേക്ക് പോയി. കോളിംഗ് ബെൽ കുറേ സമയം അടിച്ചു. ആരും വരുന്നില്ല. എന്റെ ആശങ്ക വല്ലാതെ ഉയർന്നു കൊണ്ടിരുന്നു. എന്തു ചെയ്യണമെന്ന് ഒരെത്തും പിടിയും കിട്ടിയില്ല. പെട്ടെന്നാണ് വാതിൽ തുറന്ന് അശ്വതി പുറത്തേക്കു വന്നത്. കരഞ്ഞു വീർത്ത കണ്ണുകളുമായി.

"അശ്വതി എന്താ പറ്റിയത്, സോഫി എവിടെ. രണ്ടാളും ഓഫീസിലും വരുന്നില്ല. ഫോണും എടുക്കുന്നില്ല. എന്താ നിങ്ങൾക്കു സംഭവിച്ചത്."

വീടിനുള്ളിലേക്ക് കയറിയപ്പോൾ, സാധനങ്ങൾ എല്ലാം വാരിവലിച്ചിട്ടിരിക്കുന്നു. സോഫിയേയും കാണുന്നില്ല.

"സോഫി എവിടെ അശ്വതി?"

സോഫിയുടെ കാര്യം ചോദിച്ചപ്പോൾ

"അവൾ പോയി ചേച്ചീ" എന്നു പറഞ്ഞ് പൊട്ടിക്കരഞ്ഞുകൊണ്ട് എന്റെ ചുമലിലേക്കു വീണു.

"അതിന് സോഫി എവിടെപ്പോയി?"

"ചേച്ചീ, ഇന്നലെ സോഫിയുടെ അമ്മയും സഹോദരനും ഇവിടെ വന്നിരുന്നു. കുറേ ബഹളം വച്ചു. എന്നെ കുറേ ചീത്തയും വിളിച്ചു. അയൽവാസികളുടെ അസഭ്യം വേറെ. സോഫിക്ക് നാട്ടിൽ വിവാഹം ആലോചിച്ചു വെച്ചിരിക്കുവാണെന്നും കൂടെ ചെന്നില്ലെങ്കിൽ ആത്മഹത്യ ചെയ്യു

മെന്നും ഒക്കെ പറഞ്ഞപ്പോൾ ഒത്തിരി സങ്കടത്തോടെ അവൾ അവരുടെ ഒപ്പം പോയി. സഹിക്കാനാവുന്നില്ല ചേച്ചി, എനിക്കാരുമില്ല. ഞാൻ ഒറ്റയ്ക്കായതുപോലെ. ജീവിതം അവസാനിപ്പിക്കണമെന്ന കരുതിയതാ. പക്ഷേ, അതിനുള്ള ധൈര്യവും ഇല്ലായിരുന്നു."

"അശ്വതി, നീയിങ്ങനെ കരയണ്ടാ. നിന്റെ ദുഃഖം എനിക്ക് മനസ്സിലാകും. കുടുംബത്തിന്റെയും സമൂഹത്തിന്റെയും കഠിനമായ എതിർപ്പിനെ മറികടക്കാൻ വയ്യാത്തതുകൊണ്ടാ അവൾ അങ്ങനെയൊരു തീരുമാനമെടുത്തത്. അല്ലാതെ നിന്നോടു സ്നേഹമില്ലാഞ്ഞിട്ടല്ല. നിന്നോടുള്ള അവളുടെ സ്നേഹം പെട്ടെന്ന് അവസാനിക്കുന്നതല്ല. അതോർത്ത് നീ ഇനിയും ദുഃഖിച്ചിരിക്കാതെ നാളെ മുതൽ ഓഫീസിൽ വരാൻ നോക്ക്.. ആരുമില്ലെന്ന തോന്നലൊന്നും വേണ്ട."

കുറേ സമയം അശ്വതിക്കൊപ്പം ചെലവഴിച്ചു. ആശ്വാസ വാക്കുകൾ പറഞ്ഞു. പക്ഷേ, അവളുടെ ദുഃഖം അത്ര പെട്ടെന്ന് മാറുന്നതല്ലെന്ന് അറിയാമായിരുന്നു. അശ്വതിയെ അവിടെ ഒറ്റയ്ക്ക് വിട്ടിട്ട് പോകാൻ മനസ്സില്ലായിരുന്നു. അശ്വതിയെ ഒപ്പം കൂട്ടാൻ ആഗ്രഹിച്ചു. പക്ഷേ, ജീവനത് ഇഷ്ടമാകില്ലെന്നറിയാം.

എന്റെ ധർമ്മസങ്കടം മനസ്സിലാക്കിയതുകൊണ്ടാവണം,

"ചേച്ചി ധൈര്യമായിട്ട് വീട്ടിൽ പൊയ്ക്കോ. ഞാൻ ആത്മഹത്യ ചെയ്യുകയൊന്നുമില്ല. നാളെ ഓഫീസിൽ വരാം" എന്ന് പറഞ്ഞത്.

അശ്വതിയുടെ വാക്കുകളുടെ ധൈര്യത്തിലാണ് തിരികെ വീട്ടിലേക്ക് പോന്നത്.

**ടി** വിയുടെ മുന്നിലിരുന്ന് ഭക്ഷണം കഴിക്കുന്ന സമയത്താണ് കോളിങ് ബെൽ തുരുതുരാ മുഴങ്ങിയത്. എഴുന്നേറ്റ് ചെന്ന് കതകു തുറന്ന് നോക്കിയപ്പോൾ കിതച്ചുകൊണ്ട് മോൻസൻ അങ്കിൾ നിൽക്കുന്നു.

"എന്നാ അങ്കിൾ, എന്താ പറ്റിയത് ?"

"ജീവാ, സിൽവിയയെ കാണുന്നില്ല." കിതപ്പിനിടയിൽ അങ്കിൾ പറഞ്ഞൊപ്പിച്ചു."

"ചേച്ചി എവിടെ പോയി?" ഞാൻ ആകാംക്ഷയോടെ ചോദിച്ചു.

"അറിയില്ല എമിലി, ഞാൻ വന്നിട്ട് അര മണിക്കൂറായി. വന്നപ്പോൾ മുതൽ അന്വേഷിക്കുന്നതാ. വീട്ടിൽ എങ്ങും കാണുന്നില്ല. ഇവിടെ ഉണ്ടാകുമെന്നു കരുതി."

"ചേച്ചിയുടെ ഫോണിൽ വിളിച്ചിരുന്നോ?"

"വിളിച്ചിരുന്നു. പക്ഷേ, സ്വിച്ച് ഓഫാണ്."

"അങ്കിൾ വിഷമിക്കണ്ട. ചേച്ചി ഒരുപക്ഷേ, പുറത്തെവിടെയെങ്കിലും പോയതായിരിക്കും."

"അവളങ്ങനെ തനിയെ പോകാൻ സാദ്ധ്യതയില്ല. എമിലിയോടെ ന്തെങ്കിലും സൂചിപ്പിച്ചിരുന്നോ?"

"ഒന്നുമില്ല അങ്കിൾ. ഞങ്ങൾ തമ്മിൽ അവസാനം കാണുന്നത് കുറച്ചു ദിവസങ്ങൾക്കു മുൻപാണ്. ബ്യൂട്ടിക്കിൽ ഞങ്ങൾ ഒന്നിച്ചു പോയിരുന്നു. പിന്നെ അങ്ങനെ കണ്ടിട്ടില്ല."

"അങ്കിൾ വിഷമിക്കണ്ട. ചേച്ചി ഒരുപക്ഷേ, വീട്ടിൽത്തന്നെയുണ്ടാകും. നമുക്ക് ഒന്നുകൂടി നോക്കാം."

"വീട്ടിലില്ല ജീവാ. ഞാൻ കുറേ നോക്കിയതാ."

"അങ്കിൾ, നിങ്ങൾ തമ്മിൽ എന്തെങ്കിലും സംസാരമോ മറ്റോ

ഉണ്ടായോ?"

"അങ്ങനെ പ്രത്യേകിച്ച് ഒന്നും ഉണ്ടായിട്ടില്ല. അവൾ കൈയിൽ ടാറ്റൂ ചെയ്തു വന്ന ദിവസം ഞാൻ കുറേ വഴക്കു പറഞ്ഞിരുന്നു. അതല്ലാതെ കാര്യമായ പ്രശ്നങ്ങളൊന്നും ഉണ്ടായില്ല."

ഞങ്ങളുടെ സംസാരത്തിനിടയിലാണ് എന്റെ ഫോൺ റിംഗ് ചെയ്യുന്നത് ശ്രദ്ധിച്ചത്. നോക്കിയപ്പോൾ സിൽവിയച്ചേച്ചിയാണ്.

"ജീവാ, ദേ സിൽവിയച്ചേച്ചി വിളിക്കുന്നു. ഹലോ ചേച്ചീ, ചേച്ചി ഇതെവിടെയാ. ആരോടും പറയാതെ ഇതെങ്ങോട്ടാ പോയത്?"

"എമിലി, ഞാൻ വേറെങ്ങും പോയില്ല. ഇവിടെ അടുത്തുതന്നെയുണ്ട്. റിച്ച്മണ്ട് സർക്കിളിൽ ഒരു ഫ്ലാറ്റിൽ."

"ഫ്ലാറ്റിലോ? അവിടെ എന്തെടുക്കുവാ?"

"ഇനിയുള്ള കാലം തനിയെ ജീവിക്കാനൊരു മോഹം. അതിനാ ഇവിടേക്കു മാറിയത്. കാര്യങ്ങളൊക്കെ പറയാം. നീ നാളെ ഇങ്ങോട്ടു വാ."

"ചേച്ചി, മോൻസനങ്കിൾ ഇവിടെയുണ്ട്. ഞാൻ ഫോൺ കൊടുക്കട്ടെ."

"വേണ്ട എമിലി. ഞാൻ പിന്നെ വിളിച്ചോളാം."

ചേച്ചി ഫോൺ പെട്ടെന്ന് കട്ട് ചെയ്തു.

"എമിലി, സിൽവിയ എന്താ പറഞ്ഞത് ?"

"അത്, അങ്കിൾ, ചേച്ചി റിച്ച്മണ്ട് സർക്കിളിൽ ഒരു പുതിയ ഫ്ലാറ്റിലേക്ക് മാറിയെന്ന്."

"പുതിയ ഫ്ലാറ്റിലേക്കോ? വേറാരുണ്ട് ?"

"വേറാരുമില്ല അങ്കിൾ. സിൽവിയച്ചേച്ചി ഒറ്റയ്ക്കാണ്."

"എമിലി, അവളെന്താ ഈ ചെയ്തത്. വീട്ടിൽ നിന്ന് ഇറങ്ങിപ്പോകാൻ മാത്രം എന്റെ ഭാഗത്ത് എന്ത് തെറ്റാണ് സംഭവിച്ചത്."

"എനിക്കു തോന്നുന്നത്, അങ്കിളും ഒത്തുള്ള ഒരു ജീവിതം ചേച്ചി ഒരിക്കലും ഇഷ്ടപ്പെട്ടിരുന്നില്ല എന്നാണ്. ചേച്ചി വല്ലാത്ത ഒരു ഒറ്റപ്പെടലിലായിരുന്നു. അതിൽ നിന്ന് മോചനം നേടാൻ ചേച്ചി പല രീതിയിൽ ശ്രമിച്ചിരുന്നു."

"എമിലി, സിൽവിയയ്ക്ക് അങ്ങനെ എന്തെങ്കിലും ബുദ്ധിമുട്ട് ഉള്ളതായി എനിക്കു തോന്നിയിട്ടില്ല."

"അങ്കിൾ അത് ശ്രദ്ധിച്ചിട്ടില്ല എന്നതാണ് സത്യം. നിങ്ങൾ പുരുഷന്മാരുടെയെല്ലാം വിചാരം സ്ത്രീകൾ നിങ്ങളുടെ ദയാദാക്ഷിണ്യത്തിൽ കഴിയേണ്ടവരാണെന്നാണ്. സിൽവിയച്ചേച്ചിയുടെ മനസ്സിൽ എത്രമാത്രം ആഗ്രഹങ്ങളുണ്ടെന്ന് അങ്കിളിനറിയാമോ? നന്നായി ചിത്രം വരച്ചിരുന്ന ഒരാൾ, അതെല്ലാം പൂർണ്ണമായി ഉപേക്ഷിച്ച് വെറുതേ ജീവിച്ച

പോകുന്നു. നിങ്ങൾ പുരുഷന്മാർ എത്രമാത്രം പ്രിവിലേജ് ഉള്ളവരാണ്. അങ്കിൾ ഓരോ ദിവസവും എവിടെയൊക്കെ പോകുന്നു. എത്രയധികം ആളുകളെ കാണുന്നു. സംസാരിക്കുന്നു. നിങ്ങളുടെ ജീവിതം ഒട്ടും വിരസമല്ല. പക്ഷേ, ചേച്ചിയുടെ കാര്യം അങ്ങനെയായിരുന്നില്ല."

"എമിലീ, നീ എന്തൊക്കെയാ പറയുന്നത്. അങ്കിളിനോട് ഇങ്ങനെയാണോ സംസാരിക്കുന്നത് ?"

"ജീവാ, ഞാനെന്റെ വിഷമംകൊണ്ടു പറഞ്ഞതാ. അങ്കിളിനോടുള്ള ദേഷ്യം കൊണ്ടല്ല."

"സ്വന്തം സ്വപ്നങ്ങളൊക്കെ കുഴിച്ചുമൂടി എല്ലാറ്റിനോടും സമരസപ്പെട്ടു ജീവിച്ച ചേച്ചിയുടെ ഭീകരമായ അവസ്ഥ കണ്ടുള്ള വിഷമം മാത്രമേ എനിക്കുള്ളു. ഇനിയും മുന്നോട്ടു പോകാനാവില്ലെന്നു വന്നപ്പോഴായിരിക്കണം ചേച്ചി ഇങ്ങനെയൊരു തീരുമാനം എടുത്തത്."

എന്റെ സംസാരത്തിൽ അങ്കിൾ വല്ലാതെ പരിഭ്രമിക്കുന്നുവെന്ന് കണ്ടപ്പോഴാണ് ജീവൻ ഇടപെട്ടത്.

"അങ്കിൾ, സമാധാനമായി വീട്ടിലോട്ട് ചെല്ല്. ചേച്ചി എവിടെയുണ്ടെന്ന് നമ്മൾ അറിഞ്ഞില്ലേ. നമുക്ക് നാളെ ചേച്ചിയെ പോയി കാണാം. വീട്ടിലേക്ക് വിളിച്ചു കൊണ്ടുവരികയും ചെയ്യാം."

"ജീവാ, സിൽവിയച്ചേച്ചി ഇനി വരില്ല. എനിക്കുറപ്പാണ്."

"എമിലി, ഇനി നീ ഒരക്ഷരം മിണ്ടരുത്. ഇതിനെല്ലാം കാരണം നീയാ."

"ജീവാ, നീയെന്താ പറയുന്നത്. വെറുതേ എന്റെ നേരേ ചാടാൻ വരരുത്. ഞാൻ പറഞ്ഞതു സത്യമാ. അവരുടെ ഫാമിലിലൈഫിൽ കുറേയേറേ പ്രശ്നങ്ങൾ ഉണ്ടായിരുന്നു. അതിൽ നിന്നൊരു മോചനത്തിന് ചേച്ചി വളരെക്കാലമായി ആഗ്രഹിച്ചിരുന്നു. ഇതുവരെ അവർ മരിക്കാതിരുന്നത് ഒരത്ഭുതമാണ്. അല്ലാതെ ഞാൻ എന്തു ചെയ്യേന്നാ."

ഞങ്ങളുടെ സംസാരത്തിനിടയിൽ, തലകുനിച്ച് അങ്കിൾ വീട്ടിലേക്കു പോയി.

ഈ സംഭവത്തിന്റെ പേരിൽ ഞാനും ജീവനുമായി അന്ന് രാത്രി പൊരിഞ്ഞ വഴക്കായിരുന്നു. കുറ്റപ്പെടുത്താവുന്നതിന്റെ അങ്ങേയറ്റം അവനെന്നെ കുറ്റപ്പെടുത്തി.

"കുടുംബത്തിനുള്ളിൽ സന്തോഷത്തോടെ കഴിഞ്ഞ ഒരു സ്ത്രീയെ വഴി തെറ്റിച്ചു", എന്നൊക്കെയുള്ള കടുത്ത ആരോപണങ്ങൾ.

"ചോദിക്കാതെ കാര്യങ്ങൾ ചെയ്യുന്നു. പറയാതെ പല ഇടങ്ങളിലും പോകുന്നു. മുടി കളർ ചെയ്യുന്നു, ടാറ്റു ചെയ്യുന്നു" എന്നൊക്കെയുള്ള ബാലിശമായ കുറ്റപ്പെടുത്തലുകളുടെ പട്ടിക പിന്നെയും നീണ്ടു.

"അപ്പനും അമ്മയും പല തവണ പറഞ്ഞതാ. ഇത്തരം ബന്ധങ്ങൾ

ശരിയല്ലെന്ന്. അന്ന ഞാനത് കേൾക്കണ്ടതായിരുന്നു." എന്നും മറ്റും ഒട്ടും സെൻസില്ലാതെ സംസാരിക്കുന്ന ജീവനോട് മറുപടി പറയേണ്ടതായി തോന്നിയില്ല.

ജീവന് തന്നോടുണ്ടായിരുന്ന അകൽച്ച അതിന്റെ മൂർദ്ധന്യത്തി ലെത്തിയപ്പോഴാണ്, ഇനി ഒന്നിച്ച കഴിയുന്നതിൽ അർത്ഥമില്ലെന്ന് തോന്നിയത്. എന്റെ സന്തോഷത്തെ പൂർണ്ണമായി കെടുത്തിക്കളയാൻ ഞാൻ ആരെയും അനുവദിക്കില്ല. അവൻ തന്റെ ആരുമല്ലെന്ന തോന്നൽ കൂടുതൽ കൂടുതൽ ശക്തിപ്പെട്ടപ്പോഴാണ് വാതിൽ വലിച്ച തുറന്ന് ശരം പോലെ പുറത്തേക്കു പാഞ്ഞത്.

എങ്ങോട്ടു പോകണമെന്ന് നിശ്ചയമുണ്ടായിരുന്നില്ല. റോഡിലൂടെ കുറേദൂരം നടന്നു. ദൂരെ നിന്ന് ഒരു ഓട്ടോ വരുന്നതുകണ്ട് കൈ കാണിച്ചു. എവിടേക്ക് പോകണമെന്ന പറയാതെ കയറി ഇരുന്നു. ഓട്ടോ കുറേ മുന്നിലേക്കു നീങ്ങിയപ്പോഴാണ് സിൽവിയച്ചേച്ചിയുടെ കാര്യം ഓർത്ത ത്. ചേച്ചിയുടെ അടുത്തേക്ക് പോകാമെന്ന കരുതിയെങ്കിലും പിന്നെ വേണ്ടെന്ന വെച്ചു. ജസീന്ത സിസ്റ്ററും പ്രോജക്റ്റ് ഹെഡ് മൈഥിലിയുമൊ ക്കെ മുന്നിൽ തെളിഞ്ഞെങ്കിലും എങ്ങും പോയില്ല.

നേരേ പോയത് അശ്വതിയുടെ ഫ്ലാറ്റിലേക്ക്.

ആ രാത്രിയിൽ, എന്നെ അവിടെക്കണ്ട അശ്വതി അതിശയപ്പെട്ടു പോയി.

"ചേച്ചി എന്താ ഈ സമയത്ത് ഇവിടെ" എന്ന് അത്ഭുതം നിറഞ്ഞ കണ്ണുകളോടെ അശ്വതി ചോദിച്ചു.

അശ്വതിയോട് കാര്യങ്ങൾ മുഴുവൻ പറഞ്ഞു.

"പോട്ട് ചേച്ചി സാരമില്ല" എന്ന് പറഞ്ഞ് അവളെന്നെ ചേർത്തു നിർത്തി.

"അശ്വതിക്കറിയാമോ, നമ്മുടെ സമൂഹം ആരുടെയും സന്തോഷം ആഗ്രഹിക്കുന്നില്ല. പ്രത്യേകിച്ചും സ്ത്രീകളുടേത്. കുറേയേറെ വിലക്കു കൾ കൊണ്ട് വരിഞ്ഞുമുറുക്കി ശ്വാസം മുട്ടിച്ച് ശ്വാസം മുട്ടിച്ച് ഇല്ലാതാ ക്കും. കുറെയൊക്കെ പൊരുതി നോക്കാമെന്നേ ഉള്ളൂ. പലപ്പോഴും ഒന്നു കുതറാൻ പോലും ആവില്ല."

കരയണമെന്ന തോന്നിയെങ്കിലും, അശ്വതിയോടു ചേർന്നു നിന്ന പ്പോൾ കിട്ടിയ ആശ്വാസം ചെറുതല്ലായിരുന്നു. അതുകൊണ്ട് കരഞ്ഞില്ല. ജീവനടുത്തേക്ക് ഇനി തിരികെപ്പോകില്ലെന്ന് ഉറപ്പിച്ചിരുന്നു. സ്നേഹി ക്കാനും സ്നേഹിക്കപ്പെടാനും തർക്കിക്കാനും സന്തോഷിക്കാനും പറ്റിയ ഇടമാണ് വേണ്ടത്. എനിക്കു മാത്രമല്ല ഓരോ സ്ത്രീക്കും.

ചില ചോദ്യങ്ങളെ അവഗണിക്കാനും ചിലതിനെ നേരിടാനും ഉറ ച്ചാൽ ജീവിതം സുഗമമാകും സംശയമില്ല.

**അ**ശ്വതിക്കൊപ്പം ഓഫീസിൽ പോകാൻ ഇറങ്ങുമ്പോഴാണ് ജീവൻ വന്നത്.

താനിവിടെയാണെന്ന് ജീവൻ എങ്ങനെ അറിഞ്ഞു. ആരെങ്കിലും പറഞ്ഞതാകുമോ? അതോ സ്വയം ഊഹിച്ചതോ?

"എമിലി, നീ വാ നമുക്ക് പോകാം."

"ഇല്ല ജീവാ, ഇനി ഞാൻ അങ്ങോട്ടേക്കില്ല."

"എമിലി, ഇങ്ങനെയൊക്കെ തീരുമാനിക്കാൻ ഇവിടിപ്പോൾ എന്തു പ്രശ്നമാ ഉണ്ടായത്. എനിക്കു തോന്നുന്നത്, വിവാഹം കഴിക്കാതെ ജീവിക്കുന്നതാ നമ്മുടെ ഇടയിലെ പ്രധാന കുഴപ്പമെന്നാ."

"കരാറുകളുടെ പിൻബലമില്ലാതെ രണ്ട് വ്യക്തികൾക്ക് ഒന്നിച്ചു ജീവിക്കാനാകുമെന്ന് കരുതിയാണ് വിവാഹം വേണ്ടെന്നു വെച്ചത്. പക്ഷേ, അവിടെയും പുരുഷന്റെ അപ്രമാദിത്യമാണെങ്കിൽ പിന്നെന്താ ചെയ്യുക.

ജീവാ, നീ എപ്പോഴെങ്കിലും എന്നെ ഉള്ളുതുറന്നു സ്നേഹിച്ചിട്ടുണ്ടോ? എപ്പോഴെങ്കിലും.... കുറേ കണ്ടീഷനുകളുടെ ലോകത്തല്ലേ നീ എന്നും ജീവിച്ചുകൊണ്ടിരുന്നത്. സ്ത്രീ എന്നും ഔട്ട് സൈഡറാണ് ജീവാ. വീട്ടിലും സമൂഹത്തിലും. സ്ത്രീ ആരുമല്ലെന്നും ഒന്നുമല്ലെന്നും, അവൾക്ക് യാതൊരു വ്യക്തിത്വവുമില്ലെന്നും സമൂഹം നിരന്തരം പറഞ്ഞു കൊണ്ടേയിരിക്കുന്നു."

"എമിലി, ഇത്രയ്ക്കൊന്നും ചിന്തിക്കേണ്ട കാര്യമില്ല."

"ഉണ്ട് ജീവാ ഉണ്ട്. നിന്റെ പ്രശ്നം എന്താണെന്ന് നിനക്കറിയാമോ? ലൈറ്റായിട്ട് ജീവിക്കേണ്ടത് എങ്ങനെയെന്ന് ധാരണയില്ലാതിരിക്കുക. ഭൂതകാലത്തിൽ മാത്രം ജീവിക്കുന്ന ഒരാളാണ് ജീവൻ. ഭൂതകാലത്തിൽ ആശ്വാസം കണ്ടെത്തുന്ന ആൾ. എനിക്ക് ജീവനെ ഇഷ്ടമാണ്. അതിലേറെ എന്റെ അവകാശങ്ങളെയും. ഒരു സ്ത്രീക്ക് ജീവിക്കാൻ പുരു

ഷന്റെ കൂട്ട് വേണമെന്നില്ല. അവകാശങ്ങളുടെ ലംഘനങ്ങൾ ഉണ്ടാകാതിരിക്കുക എന്നതാണ് പ്രധാനം."

ജീവൻ തന്റെ ഭാഗം ന്യായീകരിക്കാൻ കുറേ ശ്രമിച്ചു. ഒടുവിൽ എന്റെ ഉറച്ച തീരുമാനത്തിനു മുന്നിൽ തലകുനിച്ച് ഇറങ്ങിപ്പോയി.

ജീവൻ പോയതിനുശേഷം ഞാൻ സിൽവിയച്ചേച്ചിയെ കാണാനായി പോയി. അശ്വതി ഓഫീസിലേക്കും. ഫ്ലാറ്റ് കണ്ടുപിടിച്ച് അവിടെ എത്തി. ചേച്ചിയുടെ മുഖത്ത് ഇതിനു മുൻപ് കണ്ടിട്ടില്ലാത്ത സന്തോഷം കാണാം. വീർപ്പുമുട്ടലുകളും അസ്വസ്ഥതകളും ഒഴിഞ്ഞ മട്ടുണ്ട്.

എന്നെ കണ്ടപ്പോൾ ഓടിവന്ന് കെട്ടിപ്പിടിച്ചു.

"എന്നാലും ചേച്ചി, ചേച്ചി അത്ഭുതപ്പെടുത്തിക്കളഞ്ഞു. ഇത്ര ധൈര്യം ഉണ്ടാകുമെന്ന് കരുതിയില്ല."

ചേച്ചി എന്നെ ഫ്ലാറ്റിലേക്ക് കൂട്ടിക്കൊണ്ടുപോയി.

"അമ്മയുടെ പൈസ ബാങ്കിലുണ്ടായിരുന്നു എന്നു ഞാൻ പറഞ്ഞിരുന്നില്ലേ. അതുകൊണ്ടാണ് ഈ ഫ്ലാറ്റ് വാങ്ങിച്ചത്."

"എമിലി, മോൻസനച്ചായൻ രാവിലെ വന്നിരുന്നു. കൂടെച്ചെല്ലാൻ ഒത്തിരി നിർബ്ബന്ധിച്ചു. ഇനി അങ്ങോട്ടില്ലെന്ന് പറഞ്ഞപ്പോൾ വിഷമിച്ചാണ് പോയത്."

"ചേച്ചി ഇത്രയും ബോൾഡാണെന്ന് കരുതിയില്ല."

മുറിയിൽ ചേച്ചിയുടെ ക്യാൻവാസ് വീണ്ടും ജീവൻ വെച്ചു തുടങ്ങിയിട്ടുണ്ട്.

"എമിലി, നീ പറഞ്ഞതുപോലെ ഞാൻ ചിത്രങ്ങളെ കൂടുതൽ സ്നേഹിച്ചു തുടങ്ങി."

ക്യാൻവാസിൽ, കിണറിന്റെ കരയിൽ യേശുവിനോടു തർക്കിക്കുന്ന സമരിയാക്കാരി സ്ത്രീയുടെ ചിത്രം ജീവൻ വെച്ചു കിടന്നു.

ജീവൻ തുടിക്കുന്ന ആ ചിത്രങ്ങളിലൂടെ വിരൽ ഓടിച്ചപ്പോൾ ചേച്ചിയുടെ മുഖത്തെ സന്തോഷം പറഞ്ഞറിയിക്കാനാവാത്തതായിരുന്നു.

"ചേച്ചിയെ കാണാനില്ലെന്ന് പറഞ്ഞ് ഇന്നലെ മോൻസനങ്കിൾ വീട്ടിൽ വന്നിരുന്നു. ഞാനും അങ്കിളുമായി കുറേ സംസാരമുണ്ടായി. അങ്കിൾ പോയതിനു പിന്നാലെ ഞാനും ജീവനുമായി വഴക്കായി. ജീവനെന്നെ കുറേ കുറ്റപ്പെടുത്തി. എനിക്കത് സഹിക്കാനായില്ല ചേച്ചി. ജീവന് എന്നോടുള്ള സമീപനം എല്ലായ്പ്പോഴും കുറ്റപ്പെടുത്തലിന്റേതായിരുന്നു. ഒടുവിൽ രാത്രിയിൽ അവിടെ നിന്നിറങ്ങി. അശ്വതിയുടെ അടുത്തേക്ക് പോയി."

"എമിലി, ജീവന്റെ ദേഷ്യം മുഴുവൻ എന്നോടായിരിക്കും അല്ലേ."

"ഇല്ല ചേച്ചി ജീവന് അങ്ങനെ ദേഷ്യം ഒന്നും ഇല്ല. എന്നോടും ദേഷ്യമുണ്ടെന്ന് തോന്നുന്നില്ല."

"ഞാനിറങ്ങട്ടെ ചേച്ചി. പിന്നെ വരാം."

സിൽവിയച്ചേച്ചിയോട് യാത്ര പറഞ്ഞ് ബംഗളൂരിന്റെ തിരക്കിലേക്ക് ഇറങ്ങി.

എമിലിയെ നഷ്ടപ്പെടുത്തണമെന്ന് ഒരിക്കലും ആഗ്രഹിച്ചിരുന്നില്ല. ഉള്ളിലെ ചിന്ത മുഴുവൻ വിവാഹത്തെക്കുറിച്ചായിരുന്നു. വിവാഹം കഴിക്കാതെ ഒന്നിച്ച് ജീവിക്കുന്നത് തെറ്റാണെന്ന ധാരണ വല്ലാതെ ഉലച്ചിരുന്നു. എമിലിക്കാകട്ടെ, അതിനൊട്ടു സമ്മതവുമല്ലായിരുന്നു. വ്യവസ്ഥകളെ തച്ചുതകർക്കാൻ എന്നെപ്പോലുള്ള ദുർബ്ബലർക്ക് ഒരിക്കലും കഴിയില്ല. എമിലിയുടെ ഇറങ്ങിപ്പോക്ക് ഉണ്ടാക്കിയ ശൂന്യതയിൽ നിന്ന് രക്ഷപ്പെടാനാണ് ഡയറി വീണ്ടും വായിച്ചു തുടങ്ങിയത്.

മാൽക്കേൽ അബ്രാം തന്റെ മുത്തച്ഛനായ അബ്രാം കോരിന്തോസിൽ നിന്നാണ്, പൂർവ്വികർ പരമ്പരയായി കൈമാറി വന്നിരുന്ന പന്ത്രണ്ടു നക്ഷത്രങ്ങൾ കൊത്തിവെച്ചിട്ടുള്ള സ്വർണ്ണവടിയിലെ പിത്തളസർപ്പത്തെക്കുറിച്ചറിയുന്നത്. അബ്രാം കോരിന്തോസ് തയ്യാറാക്കിയ ഹീബ്രു ഭാഷയിലുള്ള ഗ്രന്ഥത്തിൽ, ജൂതന്മാർ അനുഭവിച്ച പീഡനങ്ങളും, അതിൽനിന്നു രക്ഷപ്പെടാൻ അവർ നടത്തിയ യാത്രകളും വിശദമായി വിവരിക്കുന്നുണ്ടായിരുന്നു. മലമുകളിൽ ഉയർത്തി നിർത്തിയ, ദൈവസാന്നിദ്ധ്യത്തിന്റെ അടയാളമായ പിത്തളസർപ്പത്തിനു മുന്നിലവർ തങ്ങളുടെ തീരാവ്യഥകളുടെ കെട്ടഴിച്ചു. വംശീയഹത്യയെത്തുടർന്ന് ചിതറിപ്പോയ ജൂതന്മാരിൽ കുറേപ്പേർ പാലയൂരിലെത്തി. ദൈവസാന്നിദ്ധ്യത്തിന്റെ അടയാളമായ പിത്തളസർപ്പത്തെയും കൊണ്ടായിരുന്നു അവർ പാലയൂരിലേക്കു വന്നത്. ജൂതരിൽ ഒരു വിഭാഗം പിന്നീട് ക്രിസ്ത്യാനികളായി മാറിയപ്പോൾ പിത്തളസർപ്പത്തെ കൈവശം വയ്ക്കാനുള്ള അധികാരത്തെ സംബന്ധിച്ച് തർക്കം ഉടലെടുത്തു. എത്തിപ്പെട്ട നാട്ടിലും മതപീഡനം തുടർക്കഥ ആയപ്പോൾ, ക്രിസ്ത്യാനികളായി മാറിയവർ പിത്തളസർപ്പവുമായി കുറവിലങ്ങാട്ടേക്ക് കുടിയേറി. അബ്രാം കോരിന്തോസിന്റെ

പൂർവ്വികരിൽ നിന്ന് ആ പിത്തളസർപ്പം പകലോമറ്റം തറവാട്ടിലെ ഇരവികർത്തൻ എന്ന കാരണവരിലേക്കെത്തി. പകലോമറ്റത്തു നിന്ന് പന്തളത്തേക്കു വന്ന ഇരവികർത്തന്റെ പിൻമുറക്കാർ ഭക്ത്യാദരപൂർവ്വം തങ്ങൾക്കു കിട്ടിയ പൈതൃകസ്വത്തിനെ സംരക്ഷിച്ചു പോന്നു. പന്തളത്തുനിന്നും വിവിധ ഇടങ്ങളിലേക്ക് മാറിപ്പോയ പകലോമറ്റം തറവാട്ടിലെ കാരണവന്മാർ നൂറു വർഷത്തിൽ ഒരിക്കൽ ഒന്നിച്ചു കൂടിയാണ്, പിത്തളസർപ്പത്തെ കൈവശം വയ്ക്കാനുള്ള അവകാശം ആർക്കെന്ന് തീരുമാനിച്ചിരുന്നത്.

പുളിപ്പില്ലാത്ത അപ്പത്തിന്റെ തിരുനാൾ ദിവസം ആറാം മണിക്കൂറിൽ അവർ ഒന്നിച്ചുകൂടി, അവകാശം കൈമാറിയിരുന്നു. അവകാശ കൈമാറ്റത്തിനുശേഷം അവർ പിത്തളസർപ്പത്തിനു മുന്നിൽ മാർഗ്ഗംകളിയുടെ ചുവടുകൾ വെയ്ക്കും. 1865 ലാണ് മാഞ്ഞാലിൽ തരകന്റെ പിതാവ് തൊമ്മി ഉളുപ്പിന് പിത്തളസർപ്പത്തിന്റെ അവകാശം സ്ഥാപിച്ചു കിട്ടുന്നത്. തന്റെ തറവാടിന്റെ നിലവറയിൽ വ്രതനിഷ്ഠയോടെ പൂജിച്ചു വന്ന പിത്തളസർപ്പത്തെ, മാഞ്ഞാലിൽ തരകന്റെ കാലത്താണ് ഓലപ്പള്ളിയിലേക്ക് മാറ്റി പ്രതിഷ്ഠിക്കുന്നത്.

അബ്രാം കോറിന്തോസിന്റെ ഹീബ്രു ഭാഷയിലുള്ള ഗ്രന്ഥത്തിൽ മാന്തളിർദേശത്തെ മാർഗ്ഗംകളിയെക്കുറിച്ചുള്ള സൂചന കൂടി ഉണ്ടായിരുന്നു. പുരുഷൻമാരുടെ മാർഗ്ഗംകളിക്ക് പ്രസിദ്ധിയുള്ള സ്ഥലമായിരുന്നു മാന്തളിർ. മാന്തളിർദേശത്തെ മാർഗ്ഗംകളി സംഘങ്ങളിൽ പേരുകേട്ടവർ മൂന്നു തറവാട്ടുകാരായിരുന്നു. മാഞ്ഞാലിൽ, ഉഴിയത്ത്, തോട്ടക്കാവ്. അതിൽ പ്രധാനികൾ മാഞ്ഞാലിൽ തറവാട്ടുകാർ.

വ്രതനിഷ്ഠയോടെ മാർഗ്ഗംകളി നടത്തുന്ന തറവാട്ടുകളിൽ എവിടെയെങ്കിലും പിത്തളസർപ്പം ഉണ്ടാകും എന്ന പ്രതീക്ഷ മാൽക്കേൽ അബ്രാമിന് ഉണ്ടായിരുന്നു. ആ അന്വേഷണത്തിനൊടുവിലാണ്, തന്റെ നഷ്ടപ്പെട്ട പൂർവ്വിക സ്വത്ത് മാഞ്ഞാലിൽ തറവാട്ടിൽ ഉണ്ടെന്ന് മാൽക്കേൽ അബ്രാം മനസ്സിലാക്കുന്നത്. പൂർവ്വികരിൽനിന്നും നഷ്ടപ്പെട്ട പിത്തളസർപ്പത്തെ തേടിയുള്ള ആ അന്വേഷണം, മാൽക്കേൽ അബ്രാമിനെ മാന്തളിരിലും കടലിക്കുന്നിലും, മാഞ്ഞാലിൽ തറവാട്ടിലും ഒടുവിൽ ഓലപ്പള്ളിയിലും എത്തിച്ചു.

കോരയും ഔസേപ്പും തങ്ങളുടെ ഗൂഢപദ്ധതി നടപ്പിലാക്കാൻ അർദ്ധരാത്രിയിൽ ഓലപ്പള്ളിയിൽ എത്തുന്നതിനു തൊട്ടു മുൻപാണ് മാൽക്കേൽ അബ്രാം അവിടെ എത്തുന്നത്. ആരുമറിയാതെ പിത്തളസർപ്പത്തെ അപഹരിച്ചു പോകുന്നതിനിടയിൽ റാന്തൽ താഴെ വീണ് പള്ളിക്കു തീ പിടിച്ചു.

ഡയറിയിലെ കുറിപ്പുകൾ അവസാനിച്ചിരുന്നു. അപ്പനെക്കുറിച്ച് ആലോചിച്ചു.

എമിലിയെക്കുറിച്ചും.

വണ്ടി അപ്പോൾ ഹൊസൂർ പിന്നിട്ടിരുന്നു. ഇരുപതുവർഷത്തെ ബംഗളൂർ ജീവിതം അവസാനിപ്പിച്ചിട്ടാണ് നാട്ടിലേക്ക് വണ്ടി കയറിയത്. ഇനി ഒരു തിരിച്ചുവരവ് ഉണ്ടാവില്ല. മഹാനഗരങ്ങളോട് പണ്ടേ ഇഷ്ടമല്ലായിരുന്നു. മറ്റ് നിവൃത്തി ഇല്ലാത്തതുകൊണ്ടാണ് ഇതുവരെ അതിന്റെ ഭാഗമായി ജീവിച്ചത്. നഗരങ്ങളുടെ വേഗതയോട് മനസ്സുകൊണ്ടും ശരീരംകൊണ്ടും പൊരുത്തപ്പെടാൻ തനിക്ക് ആവില്ല. അപ്പോൾ പിന്നെ പിൻവാങ്ങുന്നതാണ് ഉചിതം. അമ്മയ്ക്കും അപ്പനുമൊപ്പം നാട്ടിൽ കൂടണം.

മിഥുൻ ഇന്നലെ വിളിച്ചിരുന്നു. വലിയ സന്തോഷത്തിലാണവൻ. നഗരംചോർത്തിക്കളഞ്ഞതൊക്കെയുംവീണ്ടെടുക്കാനായതിന്റെസന്തോഷം അവന്റെ സംസാരത്തിലുണ്ട്. അഞ്ഞൂറോളം പപ്പായത്തൈകൾ പറമ്പു മുഴുവൻ നട്ടുപിടിപ്പിക്കുന്നതിന്റെ ഫോട്ടോയും വീഡിയോയും അയച്ചു തന്നിരുന്നു.

രാത്രിയിലെ ഭക്ഷണത്തിനായി ബസ് കൃഷ്ണഗിരിയിൽ നിർത്തിയപ്പോഴാണ്, വാട്സാപ്പിൽ ലച്ചുവിന്റെ വീഡിയോ കണ്ടത്. അത്ഭുതപ്പെട്ടു പോയി അവൾ കാശ്മീരിലേക്കുള്ള ബൈക്ക് യാത്രയിലാണ്. കൂടെ ഒരു പെൺപടയും.

പെൺകുട്ടികൾ ഒക്കെ ഫൈറ്റു ചെയ്തു തുടങ്ങിയിരിക്കുന്നു. ലോകം മാറുകയാണ്. മാറ്റത്തോട് പൊരുത്തപ്പെടാനാവാത്തവരുമുണ്ട്. തന്നെപ്പോലെയുള്ളവർ, എമിലിയുടെ ഭാഷയിൽ പഴഞ്ചൻ ശീലങ്ങളിൽ ജീവിക്കുന്നയാൾ.

എമിലിയെ കുറ്റപ്പെടുത്തുന്നില്ല. പിന്നിട്ട കാലത്തിന്റെ ലാഭനഷ്ടങ്ങളെക്കുറിച്ചും ചിന്തിക്കുന്നില്ല. ഓരോ മനുഷ്യന്റെയും യാത്ര തങ്ങളെ മാത്രം കാത്തിരിക്കുന്ന ആഹ്ലാദങ്ങളിലേക്കാണ്..

പുറത്തെ ഇരുട്ടിലും, വണ്ടിയുടെ വേഗതയിലും കാഴ്ചകൾ ഒന്നും പൂർണ്ണമല്ല.

ഉറങ്ങാനായി പതിയെ കണ്ണുകളടച്ചു.

www.ingramcontent.com/pod-product-compliance
Lightning Source LLC
LaVergne TN
LVHW090409051026
849518LV00006B/2296